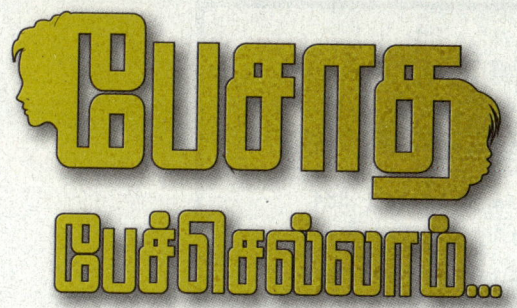

பேசாத பேச்செல்லாம்...

ப்ரியா தம்பி

விகடன்
பிரசுரம்

Title :
PESATHA PECHALLAAM
© PRIYA THAMPI

ISBN: 978-81-8476-650-9

விகடன் பிரசுரம்: **884**

நூல் தலைப்பு:
பேசாத பேச்செல்லாம்

நூல் ஆசிரியர்:
© ப்ரியா தம்பி

அட்டை வடிவமைப்பு:
கே.பாண்டியன்

ஓவியங்கள்:
ஸ்யாம்

முதற்பதிப்பு : **ஜனவரி, 2015**

ஐந்தாம் பதிப்பு : **நவம்பர், 2022**

விலை : **₹ 350**

பதிப்பாளர்:
பா.சீனிவாசன்

துறைத் தலைவர்:
எம்.அப்பாஸ் அலி

உதவி பொறுப்பாசிரியர்:
அ.அன்பழகன்

உதவி ஆசிரியர்:
ப.சுப்ரமணி

தலைமை வடிவமைப்பு:
மா.முகமது இம்ரான்

இந்தப் புத்தகத்தின் எந்த ஒரு பகுதியையும் பதிப்பாளரின் எழுத்துபூர்வமான முன் அனுமதி பெறாமல் மறுபிரசுரம் செய்வதோ, அச்சு மற்றும் மின்னணு ஊடகங்களில் மறுபதிப்பு செய்வதோ காப்புரிமைச் சட்டப்படி தடை செய்யப்பட்டதாகும். புத்தக விமரிசனத்துக்கு மட்டும் இந்தப் புத்தகத்திலிருந்து மேற்கோள் காட்ட அனுமதிக்கப்படுகிறது.

விகடன் பிரசுரம்
757, அண்ணா சாலை, சென்னை-600 002.

போன்: 044-4263 4283
மொபைல்: 80560 46940 / 95000 68144
Website: http://books.vikatan.com
e-mail: books@vikatan.com

பதிப்புரை

"உங்களுக்குக் கல்யாணம் ஆனப்போ, நான் எங்கே இருந்தேன்?", "இறந்துபோனவங்களை மண்ணுக்குள் புதைச்சா, அவங்க எப்படி மேல போவாங்க?" - இப்படி குழந்தைகள் அறிவுபூர்வமாக கேள்விகள் எழுப்பும்போது நம்மால் அவர்களுக்குப் புரிகிறமாதிரி பதில்கள் தர முடிவது இல்லை.

ஆண் குழந்தைகள் புத்திசாலித்தனமாகப் பேசினால் 'அறிவாளி' என்றும், அதுவே பெண் குழந்தைகள் என்றால் 'வாயாடி' என்றும் நாமே பிரிவினை செய்துவிடுகிறோம். இப்போதுள்ள சூழ்நிலையில் பெண்கள் பேசுவதைக் காட்டிலும் எழுதுவதற்கு நல்ல தளம் கிடைத்து, அதை நன்றாகவே பயன்படுத்திக்கொள்கின்றனர்.

தனது பால்யகாலம்தொட்டு தற்போது வாழும் வாழ்க்கை வரையிலான அனைத்து சம்பவங்களையும், தான் சந்தித்த மனிதர்களையும் படம்பிடித்து நம் முன்னே திரைப்படமாகக் காண்பிக்கிறார் நூல் ஆசிரியர் ப்ரியா தம்பி.

போகிறபோக்கில் சம்பவங்களைச் சொல்லிச் சென்றாலும் ஒரு விஷயம் ஒருவருக்கு மயிலிறகால் வருடுவதுபோலவும் அதுவே வேறொருவருக்கு ஊசியால் குத்துவதுபோலவும் இருப்பது, இவரது எழுத்து வன்மையின் எடுத்துக்காட்டு.

எந்த ஒளிவுமறைவும் இன்றி உள்ளது உள்ளபடி பகிர்ந்ததால் அனைத்துத் தரப்பினராலும் பாராட்டப் பெற்ற 'பேசாத பேச்செல்லாம்...' தொடர், இப்போது புத்தகமாக வெளிவருகிறது.

புத்தகம் படித்து முடிக்கும்போது உங்களை நீங்களே எடைபோட்டுப் பார்த்துக்கொள்ள முடியும்.

அணிந்துரை

பெண்கள் 'பேசத்'துவங்கியது 20-ம் நூற்றாண்டில்தான் என்பார்கள். நம்முடைய தமிழ்ப் பெண்களோ சங்க காலத்திலேயே (44 பெண்பாற்புலவர்கள் இருந்தார்களாம்) பேசத் துவங்கியவர்கள்.

அப்புறம் இடையில் பேச்சை நிப்பாட்டி விட்டார்கள். மீண்டும் இப்ப சமீபகாலமாகத்தான் தங்கள் கவிதைகளின் வழியாக, கதைகளின் வழியாகப் பேசத் துவங்கியிருக்கிறார்கள். நம்முடைய பண்பாடென்னும் கோந்துப்பசையால் ஒட்டப்பட்ட அவர்களின் இதழ்கள் பிரிந்து சொற்கள் வெளிவருகின்றன. "இதுக்கு நீ பேசாமலே இருந்திருக்கலாம்" என்று இன்றைய ஆண்கள் சொல்லவில்லை என்பது மிகுந்த ஆறுதல் அளிக்கிறது. மாறப்போகிறார்களோ இல்லையோ, இன்றைய ஆண்கள் பெண் பேச்சைக் காது கொடுத்துக் கேட்கிறார்கள். வரலாற்று நோக்கில், இது ஒரு முன்னேற்றம்தான்.

தொடர்ச்சியான பெண்ணிய இயக்கங்களின் முயற்சிகளும் உலகமயத்தால் பரவலாகியுள்ள தொழில்நுட்பமும் ஊடக வலைப் பின்னலும் எனப் பல காரணிகள் இதைச் சாத்திய மாக்கியுள்ளதாகக் கருதலாம். ப்ரியா தம்பியின் இந்த எல்லா கட்டுரைகளையும் தமிழ் ஆண் வாசகர்களும் விரும்பி வாசித்தார்கள். வாசித்து விரும்பினார்கள். கொண்ட இலக்கைக் குறி தப்பாமல் தாக்கிய எழுத்து, சமீப காலத்தில் இதுதான் என்பேன்.

19-ம் நூற்றாண்டின் இறுதியில் இப்சன் எழுதிய 'பொம்மை வீடு' (DOLL'S HOUSE) கதையில் வரும் நோராதான் அன்று முதன்முதலாக கணவனை உதறி, இனியும் நான் உன் பொம்மையாக இருக்க முடியாதென வாசலில் இறங்குகிறாள். ப்ரியா தம்பியின் மகள் ஐந்து வயதிலேயே 'உன் இஷ்டப்படி இருக்க நான் ஒண்ணும் பொம்மை இல்லே... 100-க்கு கால் பண்ணவா...' என்று இப்போதே பேசத் துவங்கிவிட்டாள். 200 ஆண்டு காலம் ஆகியிருக்கிறது பெண் பேச்சு நம்ம ஊருக்கு வந்து சேர.

சில நூறு ஆண்டுகள் பேசாதிருந்த பெண்ணின் பேச்சு வெடித்துக்கொண்டு வருவதுபோல, ப்ரியா தம்பியின் இந்தப் பேசாத பேச்சு வந்திருக்கிறது. ஒவ்வொரு வாரமும் இதைப் படிப்பதற்காகவே ஆனந்த விகடனை வாங்க ஆரம்பித்தேன். இந்த வாரம் எதைப்போட்டுத் தாக்கியிருக்கிறாரோ என்கிற பதைப்புடன். வெள்ளம்போலப் பெருக்கெடுத்த பேச்சாக இது வந்ததென்று சொல்வேன்.

பொதுவாக எனக்குப் பெண் குழந்தைகளை ரொம்பப் பிடிக்கும். எல்லாத் தகப்பன்களுக்குமே பெண் குழந்தைகள் மீது கூடுதல் ஈர்ப்பு இருக்கும் என்பார்களல்லவா? அதிலும் பேசுகிற பெண்களை ரொம்பப் பிடிக்கும். ரொம்பப் பேசுகிற பெண்களை ரொம்ப ரொம்பப் பிடிக்கும். ‘இவ என்ன வளவளனு பேசிக்கிட்டிருக்கா’ என்று நம்மில் பலருக்கு பிடிப்பது இல்லை. எனக்கு வளவளனு பேசுகிற பெண்களைப் பார்க்கிலும் வளவள வளவள வளவளனு பேசுகிற பெண்களைத்தான் ரொம்பப் பிடிக்கும். அடக்கப்பட்ட நூற்றாண்டுப் பேச்சுக்களை சரம்சரமாகப் பெண்கள் அவிழ்த்துவிட வேண்டிய காலம் இதுவல்லவா. ‘அர்த்தமுள்ள மனிதப்பேச்சு உலகை மாற்றும்’ என்றார் பாவ்லோ பிரேரே. அர்த்தமுள்ள பெண்கள் பேச்சு, ஆண்களை மாற்றணும்.

‘நான் இந்த 60 வயதில் வாழ்ந்து புரிந்துகொண்ட பல வாழ்வியல் நுட்பங்களை இந்தப் பொண்ணு இந்தச் சின்ன வயதிலேயே எத்தனை இலகுவாகப் புரிந்துகொண்டு எல்லோருக்கும் புரிகிற மொழியில் பேசுகிறாளே’ என்று பல சமயம் வியந்தது உண்டு. நாங்கள் அறிவொளி இயக்கத்தில் பணியாற்றிய 90-களில்தான், வாழ்வில் முதல்முறையாகக் கூட்டம் கூட்டமான பெண்களோடு பழகும் வாய்ப்புக் கிடைத்தது. புதுக்கோட்டையில் அறிவொளி இயக்கப் பெண்களுக்கு சைக்கிள் ஓட்டக் கற்றுக்கொடுக்கணும் என்று மாவட்ட ஆட்சியர் ஷீலாராணி சுங்கத் முடிவெடுத்தபோது மாவட்டமே மாறிப்போனது. ‘சைக்கிள் ஓட்டக் கத்துக்கணும் தங்கச்சி... வாழ்க்கைச் சக்கரத்தை சுத்திவிடு தங்கச்சி’ என்று தோழர் முத்துநிலவன் அந்த இயக்கத்துக்கு ஒரு பாட்டும் எழுதி அதைப் பாடிக்கொண்டு, கிராமம் கிராமமாகப்

பெண்கள் சைக்கிள் ஓட்டப் பழகினார்கள். அதுவரை நடந்தே தண்ணீர் சுமந்த பெண்கள், இப்போது சைக்கிளில் இரண்டு குடங்களைக் கேரியரில் தொங்கவிட்டு வேகுவேகென்று தண்ணீர் எடுத்தார்கள். குழந்தைகளை சைக்கிளில் ஏற்றிக்கொண்டு பள்ளிக்கூடம் போனார்கள். முடியாத பெரியவர்களை ஏற்றிக்கொண்டு அரசு ஆஸ்பத்திரிகளுக்குப் பறந்தார்கள். ஒரு பெண் படித்தால் ஒரு குடும்பமே படித்த மாதிரி என்பார்கள். ஒரு பெண் சைக்கிள் ஓட்டக் கற்றுக்கொண்டால் ஊரே மாறிப்போனதைக் கண்டோம். 'சைக்கிள் என்பது பெண்களுக்கு றெக்கை முளைத்த மாதிரி' என்று ப்ரியா தம்பி அழகாகச் சொல்கிறார். ரொம்ப சரி. பெண்கள் எதைக் கற்றுக்கொண்டாலும் அதன் அர்த்தமும் ஆழமும் நம் சமூகத்தில் வேறாகத்தான் ஆகிவிடுகிறது.

பெண்கள் 'தண்ணி' அடிக்கக் கற்றுக்கொண்டால் என்னாகும்? என்று கேள்வி எழுப்பித் திகைக்கவைக்கிறார் ப்ரியா இன்னொரு கட்டுரையில். குடித்துவிட்டு வரும் ஆண்கள் பற்றிய அந்தக் கட்டுரை மன உளைச்சலை ஏற்படுத்தியது.

பொதுவாக பெண்கள் ஆண்களை நோக்கி அல்லது இந்த ஆணாதிக்க சமூகத்தை நோக்கி எழுதும் கட்டுரைகளில் காணப்படும் ஆண் எதிர்ப்புத் தொனி இந்தக் கட்டுரைகளில் இல்லை. அது ஆறுதலளிக்கிறது என்று ஒரு வரியை என்னால் எழுத முடியாது. இருப்பினும் நான் எழுதும் கட்டுரைகள் மற்றும் பேச்சுகளில் 'ஆண் எதிர்ப்புவாதம்' தூக்கலாக இருப்பதாக தோழர்களால் விமர்சிக்கப்படுவது உண்டு. ஆனால், ப்ரியா தம்பியின் இந்தக் குரல் மிகுந்த முக்கியத்துவமுடையதாக எனக்குப் படுகிறது. சும்மா திட்டி என்னா ஆகப்போகுது. நமக்குத் தேவை மாற்றம். முகத்துக்கு நேராகத் தாக்கிப் பேசுவது, பேசும் நமக்கு வேண்டுமானால் மகிழ்ச்சி தரலாம். ஆனால், கேட்கும் ஆண்களை முகம் திருப்பச் செய்துவிடும். அவர்களை மனம் திறந்து, செவி திறந்து கேட்க வைப்பதுதான் இன்றைய தேவை. அதை மிகச் சரியாக உணர்ந்து மிகச் சரியான தொனியில்

பேசியிருக்கிறார் ப்ரியா. சில யுத்த தந்திரங்களை இந்தக் கட்டுரைகளின் மூலம் கற்றுக்கொள்ள வேண்டியிருக்கிறது.

பெரிய மெனக்கெடல் ஏதும் இல்லாமலே 'வாங்க டீ சாப்பிடலாம்' என்கிற மாதிரி ஆரம்பித்து டீ குடிக்கும்போது பெண்களை நீங்க இப்படிப் படுத்தறது சரியா என்று நேருக்கு நேராகக் கண்களைப் பார்த்துக் கேட்கும் உரிமை மிக்க குரல் இந்தக் கட்டுரைகள் முழுக்க வெளிப்பட்டிருக்கிறது. ஆகவே, அது ரொம்பத் தொந்தரவு செய்கிறது. ரொம்ப விஸ்தாரமாகவும் வரலாற்றுபூர்வமாகவும் பருந்துப் பார்வை போலவும் விரிந்துகொண்டு போகும் கட்டுரை மூன்றாவது பத்தியில் சட்டென ரொம்ப தனிப்பட்ட அனுபவத்தில் புகுந்து வெளியேறி மீண்டும் பொது அனுபவத்தைத் தொடுகிறது. எனக்கு ரொம்ப நெருக்கமான எழுத்தாக இந்த நூலை மாற்றுவது இந்தத் தன்மைதான். காப்ரியேல் கார்ஸியா மார்க்வெஸ் 'ஒவ்வொரு மனிதனுக்கும் மூன்று வாழ்க்கைகள் இருக்கின்றன. சொந்த வாழ்க்கை, பொது வாழ்க்கை, அந்தரங்க வாழ்க்கை' என்று கூறுவார். ப்ரியாவின் இந்தக் கட்டுரைகள் இந்த மூன்று வாழ்க்கைகளுக்குள்ளும் காற்றுபோல இயல்பாகப் போய்ப்போய் வருகின்றன. ஒன்றின் வாசனையை இன்னொன்றின் மீது தெளித்து ஒன்றில் கிடைக்கும் வெளிச்சத்தை இன்னொன்றின் மேல் பாய்ச்சி என்று சுற்றிச் சுழல்கிறது. என்ன மாயம்!

எந்தத் தயக்கமோ மனத்தடையோ இல்லாமல் மொழியிலும் உள்ளடக்கத்திலும் நூறு சதம் ஒரு வெளிப்படைத்தன்மையோடு அமைந்ததாக இந்தப் பேச்சுக்கள் ஒளிர்கின்றன. முகச்சுளிப்பின்றி எந்தப் பகுதி வாசகரும் ஏற்றுக்கொள்ளும் தன்மையை இந்த எழுத்துக்கள் கொண்டுள்ளன. இன்று, இது ரொம்ப முக்கியம்.

இன்று பெண்களின் முன் வீசப்படும் எல்லாக் கேள்வி களுக்கும்- எதையும் முகம் சுளித்துப் புறக்கணிக்காமல்- குண்டுப்பெண்கள் லெக்கின்ஸ் போடலாமா என்கிற கேள்வி வரை-பொருட்படுத்திப் பொறுப்பாகப் பதில் சொல்ல முயற்சித்து இருக்கிறார் ப்ரியா. பல சமயம்

ஒட்டுமொத்தப் பெண்களின் சார்பாக ஒட்டுமொத்த ஆண் சமூகத்தை நோக்கிப் பேசுகிற எழுத்தாக பரிணமித்துத் திகைப்பூட்டுகிறது. இந்தப் பொறுப்பு உணர்ச்சி நமக்கு வேண்டும் என்று என் மனம் சொல்லிக்கொள்கிறது.

இவ்வளவு பொறுப்பாக-ஆண் மனதின் நல்ல பகுதிகளின் மீதும் சரியாக ஒளிபாய்ச்சி-எழுதியிருப்பது இந்தப் புத்தகத்தை வேறொரு தளத்துக்குக் கொண்டுசெல்கிறது. மாற்றத்தைக் கருத்தரங்க மேடைகளிலேயே நிகழ்த்தி விடுபவர்களைப்போல அல்லாமல், நிஜத்திலும் சமூகத்தில் மாற்றம் வேண்டிப் பணியாற்றும் களப்பணியாளர்கள் இந்த நூலின் கட்டுரைகளைப் பல விதங்களில் பயன்படுத்த முடியும்.

Reading material/Teaching material எனப்படுகிற கற்கும்/கற்பிக்கும் சாதனங்களாக, குழுக்களில் வாசித்து விவாதத்தைத் தூண்ட உதவும் குறிப்புகளாக, கருத்துத் தாள்களாக இந்த ஒவ்வொரு கட்டுரையையும் 'பயன்படுத்தவும்' முடியும். பயன்படுத்த வேண்டும். நாங்கள் நிச்சயம் பயன் படுத்துவோம்.

ஒவ்வொரு கட்டுரையும் ஒரு கவிதைபோல பல கதைகளை உள்ளடக்கிய நெடுங்கவிதை போல, நமக்குள் பல மாற்றங்களுக்கான விதைகளைத் தூவிச் செல்கின்றன. சில கட்டுரைகள் என்னை நோக்கிப் பேசுபவை என உணர்ந்தேன். பல கட்டுரைகளை நானும் ப்ரியாவும் சேர்ந்து ஒரே குரலில் நம் சமூகத்தை நோக்கிப் பேசுவதுபோல உணர்ந்தேன். 'PERSONAL IS POLITICAL' என்கிற புகழ்பெற்ற வாசகத்தின் தமிழ் வடிவம்போல, இந்தக் கட்டுரைகள் அமைந்துள்ளன.

ஒரு பத்து ஆண்டுகளுக்கு முன்னால் முதன்முதலாக ப்ரியாவைச் சந்தித்தபோது அவர் முகத்தில் ஒளிவீசிய குழந்தைமையை இந்த இடைப்பட்ட கால வாழ்க்கை துடைத்தெடுத்துவிட்டதோ என்கிற வருத்தம் எனக்கிருந்தது. பெண் பிள்ளைகள் அப்படியேதான் இருக்கணும் என்கிற ஆண்பார்வையாகக்கூட அது இருக்கலாம். ஆனால்,

இந்த முதிர்ச்சியும் பொறுப்பும் மிக்க கட்டுரைகளை வாசித்த பின், என் மகள் பறக்கத்தொடங்கியதை எண்ணிப் பெருமைப்படுகிறேன். வாழ்த்திக் கையசைக்கிறேன். எண்ணற்ற என் சொந்த அனுபவங்களையும் நினைவு களையும் கிளர்த்திய இந்தக் கட்டுரைகள் இன்னும் நான் எழுதாத எழுத்துக்களை எழுத தூண்டுதலைத் தந்துள்ளன.

எப்போதும் இளம் படைப்பாளிகளின் வாழ்க்கை அனுபவங்களைத் தொடராக வெளியிடுவதை வழக்கமாகக் கொண்டுள்ள ஆனந்த விகடன் இந்தத் தொடரை வெளியிட்டது பெருமைக்கும் பாராட்டுக்கும் உரியது.

எல்லாமே பேசியாச்சு என்பதுபோலவும் இன்னும் பேச எவ்வளவோ இருக்கு என்பதுபோலவும் ஒரே நேரத்தில் இருவித உணர்வுகளையும் தருகின்ற இந்த நூல் தமிழ் வாசகர்களால் பெரிதும் கொண்டாடப்படும் என உறுதியாக நம்புகிறேன்.

- *ச.தமிழ்ச்செல்வன்*

முன்னுரை

'நான்... நான் ஒரு பெண்... குடும்பத்தில் நான் ஒரு மகள்... நான் ஒரு தாய்... நான் ஒரு தங்கை... நான் ஒரு மனைவி... நண்பர்களுக்கு நான் ஒரு தோழி. வேலை செய்யும் இடத்தில் நான் மேலதிகாரி, நடிகை தொடங்கி மீடியா, சாஃப்ட்வேர், விமானம், ராணுவம், துணிக்கடை, ஏற்றுமதி, கார்மென்ட்ஸ் என எல்லா இடங்களிலும் இருக்கிறேன்... 30 ஆண்டுகளுக்கு முன் இருந்தது போல் இன்று என் வாழ்க்கை இல்லை. பொருளாதாரத்தில் நான் தனித்து நிற்கிறேன். விரும்பிய உடைகளை அணிகிறேன். ஆனால் எங்கேனும் ஒப்பனைகள் இன்றி நான், நானாக இருக்க முடிகிறதா? நான் இங்கு எப்போதும் பாதுகாக்கப்பட வேண்டியவள், நான் எப்போதும் சுமை. எல்லாவற்றுக்கும் மேலாக நான் புரிந்துகொள்ள முடியாதவள். பெண் மனதைப் புரிந்துகொள்வதைவிட தங்க மலைப் புதையல் இருக்கும் இடத்தை எளிதாகத் தேடி அடைந்துவிடலாம்... அவ்வளவு சிக்கலானவளா பெண்?

"என்னது பொம்பளைப் பிள்ளையா?" என்கிற அலறல்கள் வீடுகளில் இன்று கேட்பது இல்லை. 'ஒரே ஒரு குழந்தை, அதுவும் பெண் குழந்தைதான் வேணும்' என்று ஆசைப்பட்டு குழந்தை பெற்றுக்கொள்கிறார்கள். பெண் குழந்தைகள் பெரும்பாலும் சேட்டையோ, தொந்தரவோ செய்வது இல்லை. வீட்டில் சொல்வதைக் கேட்டு அமைதியாக நடந்துகொள்வார்கள். எப்போதும் பெண்ணின் அன்பில் திளைத்துக்கொண்டே இருக்க விரும்பும் ஆண் மனதுக்கு, மகள் இன்னுமொரு தாய். மகனிடம் ஓர் ஆண் இந்த நெருக்கத்தையோ, அன்பையோ உணர முடிவது இல்லை.

ஒரு தந்தைக்கு ஒரு மகளிடம் ஆயிரம் எதிர்பார்ப்புகள் உண்டு. அத்தனை எதிர்பார்ப்புகளையும் அன்பின் பெயரால் எதிர்ப்பின்றி செய்து வருகிறோம். ஒரு மகளாக நாங்கள் என்ன எதிர்பார்ப்போம் என உங்களுக்கு தெரியுமா? எங்களுக்குத் தேவை உங்கள் அதிகாரம் அல்ல. அன்பான அரவணைப்பும், தோழமையும்தான். எங்களை சுமையாகக் கருதாத, எதையும் பகிர்ந்துகொள்ள அனுமதிக்கிற ஒரு தந்தைதான் எங்களின் ஆதர்ஷம். தந்தையை தோழனாக அமையப் பெற்ற எந்தப் பெண்ணும் தன்னம்பிக்கையோடு எந்த பயமும் இன்றி முதல் அடியை இந்த சமூகத்துக்குள் எடுத்துவைக்க முடியும். அப்பாவின் அதிகாரத்துக்குள், அவர்களின் மிரட்டலில் வளர்க்கப்படும் பெண்கள் பார்க்கும் ஆண்களிடம் எல்லாம் ஒரு தந்தைமையைத் தேடி ஏமாந்து போகும் உளவியலை அறிவீர்களா?

ஒரு தலைகோதலில், 'நான் இருக்கேன்' என்று ஆண் சொல்லும் வார்த்தைகளில் எல்லாவற்றையும் விட்டுவிட்டு சரணாகதி அடையும் பெண்களைப் பார்த்து ஆச்சர்யம் வரலாம். ஆனால் இந்த தலைகோதலும், அன்பான பற்றுதலையும் வீட்டில் அப்பாவிடம் எதிர்பார்த்து ஏமாந்துபோன ஒரு மகளின் மனது இருக்கிறது.

இன்றைக்குக் காதலைச் சொல்வதற்கு முன்போல் ஆண்டுக் கணக்கில் காத்திருக்க வேண்டியது இல்லை. தகவல் தொழில்நுட்ப வளர்ச்சிகள் எல்லாவற்றையும் சாத்தியம் ஆக்கியிருக்கிறது. ஆனாலும் இன்றும் பெண்கள் தங்கள் காதலை உணர்வதுபோல் சொல்லிவிட முடிவது இல்லை. சொல்வது இருக்கட்டும், காதலை மறுக்கவாவது பெண்களுக்கு உரிமை இருக்கிறதா? எத்தனை ஆசீட் வீச்சுக்களை சமீபத்தில் மட்டும் பார்த்துவிட்டோம். தங்களை வேண்டாம் என்று நிராகரிக்க, தனக்குப் பிடித்த ஆண்களை காதலிக்கும் உரிமை பெண்களுக்கும் இருக்கிறது என ஏன் மறந்து போனோம்? அலுவலகத்தில் உடன் வேலை செய்யும் பெண் காதலை மறுத்தால் திரும்பத் திரும்ப வற்புறுத்திக் காதலிக்க வற்புறுத்துவதும், அந்தப் பெண்ணைப் பற்றிய வதந்திகளைப் பரப்புவதும் என்ன மாதிரியான மனநிலை நண்பர்களே!

காதலில்கூட இங்கு பாரபட்சம்தான் நண்பர்களே... அவளது கனவுகள், அவளது ஏமாற்றங்கள், பகிரப்படாத அவளது துயரங்களைப் பேச அவளை அனுமதித்தது உண்டா? கண்களில் சந்தோஷம் மினுங்க உங்கள் பால்யம் பற்றி நீங்கள் பகிரும்போது அந்தக் கண்களில் முத்தமிட அவள் விரும்புவாள் என்பது தெரியுமா? அணைத்தலோ, முத்தமிடுதலோ ஆண் தரும்போது பெற்றுக் கொள்ள வேண்டியவளாகத்தானே அவள் இருக்கிறாள். ஒரு பெண் தானாக வந்து முத்தமிட்டால் உடனே ஏன் பதறிப்போகிறீர்கள். உடனே அவளது இயல்பை, கேரக்டரை எல்லாம் சந்தேகப்படுவது ஏன்?

அதிகாலைகளில் நடக்கும்போது இருளடைந்த வீடுகளில் சமையலறைகளில் மட்டும் விளக்கு எரிவதைப் பார்க்கலாம். சிரமப்படாமல் ஏறி அந்த ஜன்னலை எட்டிப்பார்த்தால், அதற்குள் நிற்கிற பெண்ணுக்கு இருபதிலிருந்து எழுபது வயதுக்குள் இருக்கலாம். அவள் புதிதாக வேலைக்குச் சேர்ந்த பெண்ணாக இருக்கலாம். புதிதாக திருமணம் ஆன பெண்ணாக இருக்கலாம். இரண்டு குழந்தைகளின் தாயாக இருக்கலாம். மென்பொருள்

நிறுவனத்தில் வேலை செய்பவளாக இருக்கலாம். வங்கி ஒன்றின் உயரதிகாரியாக இருக்கலாம். பணி ஓய்வுபெற்ற ஒரு டீச்சராக இருக்கக்கூடும். துணிக்கடை ஒன்றில் பன்னிரெண்டு மணி நேரம் நின்று மரத்துப்போன கால்கள் அவளுக்கு இன்னமும் வலிக்கக் கூடும். இங்கே வேலைகளை முடித்துவிட்டு வேறு வீடுகளுக்கு அவள் வேலைக்கு செல்பவளாக இருக்கக்கூடும். கொஞ்சம் உற்றுப்பார்த்தால், இரவுப் பணியில் களைப்படைந்து தூங்கச் சொல்லி கெஞ்சும் கண்களையும் அந்த முகத்தில் நீங்கள் பார்க்கக் கூடும்.

அப்படியே சிரமம் பார்க்காமல் படுக்கையறையில் எட்டிப் பாருங்கள். அங்கே ஒரு கணவன் உறங்கிக்கொண்டிருக்கிறான். அந்தப் பெண்ணின் காதல் கணவனாய்க்கூட அவன் இருக்கக் கூடும். திருமணத்துக்குப் பிறகு சொர்க்கத்தை காட்டுவேன் என்று வாக்கு கொடுத்தவனாகக்கூட இருக்கக்கூடும். வீட்டின் செலவுகளைப் பகிர்ந்துகொள்ள பெண்கள் வேலைக்குப் போக ஆரம்பித்த பிறகும், அவர்களது வேலைகளைப் பகிர்ந்துகொள்வதில் நாம் ஓர் அடியாவது முன்னே எடுத்துவைத்திருக்கிறோமா? காதல் என்பது எல்லாவற்றையும் பகிர்வதுதான் இல்லையா?

பெண்கள் திருமணமானால் குடும்பத்தைத் தவிர வேறு எதுவுமே சிந்திக்க முடியாது. திருமணமான ஓர் ஆணின் வாழ்க்கையும், பெண்ணின் வாழ்க்கையும் இங்கு ஒரே மாதிரிதான் இருக்கிறதா என ஒப்பிட்டுப் பாருங்கள். அலுவலகம் முடிந்து வீட்டுக்கு வந்தால், லேப்டாப், மொபைல் போனே கதியென்று கிடக்கும் கணவர்கள்... அதே நேரத்தில் சமையல், வீடு, குழந்தைகள் எனப் பெண்கள் போராடிக் கொண்டிருப்பதைக் கவனிக்க மறுக்கும்போது கோபம் வருவது இயல்புதான் இல்லையா?

திருமணத்துக்குப் பிறகு எல்லா சுதந்திரங்களும் தொலைந்து போனதாக ஆண்கள்தான் சதாகாலமும் புலம்புகிறார்கள். சமூக வலைத்தளங்களில் இவர்களால் தொடர்ந்து இயங்க முடிகிறது. கல்லூரி நண்பர்களோடு சுற்றுலா செல்ல முடிகிறது. வெளியாகிற எல்லாத் திரைப்படங்களையும் பார்க்க முடிகிறது. இப்படியான எல்லா ஆசைகளும் பெண்களுக்கும் இருக்கும் என யோசித்திருக்கிறீர்களா? தங்கள் கல்லூரித் தோழிகளோடு ஒரு சுற்றுலா செல்கிற வாய்ப்பு எத்தனை பெண்களுக்கு இங்கே வாய்த்திருக்கும்? "இரண்டு நாட்களுக்கு நான் வீட்டையும்,

குழந்தைகளையும் பார்த்துக்கொள்கிறேன். நீ உன் தோழிகளோடு போய் வா" என்று கணவன் சொல்ல மாட்டானா என்று ஏங்கும் மனைவிகளின் குரல் ஏன் கேட்கவே இல்லை?

ஆறு நாட்கள் வேலைக்குப் பின் ஞாயிற்றுக்கிழமை ஒருநாள் ஓய்வெடுக்கிற பாக்கியம் எத்தனை பெண்களுக்கு இங்கே கிடைக்கிறது? ஞாயிற்றுக்கிழமை காலையில் ஆடோ, கோழியோ, கொக்கோ வாங்கிக் கொடுப்பதோடு, கடமை முடிந்த பாவனையில் டி.வி-யில் மூழ்கியிருக்கும் கணவனுக்கு, பெண்ணுக்கும் அப்படியான ரிலாக்ஸேஷன் தேவைப்படுகிறது என்று புரியாமல் போகிறதே ஏன்? 'ஞாயிற்றுக்கிழமைன்னா சாப்பாடு ஸ்பெஷலா வேணும்' என மனைவியை சமையல் அறையிலேயே அன்றும் புழுங்கவிடுவது வன்முறை இல்லையா? இப்படி அதிகப்படியான வேலையில்கூட நாங்கள் மனம் சோர்ந்துவிடுவது இல்லை. அந்த வேலையை அங்கீகரிக்க நீங்கள் மறுக்கும்போதுதான் மனம் கசந்து போகிறது. அதெப்படி கணவன்களே... டிவியில் மொக்கைப் படங்களை கண் இமைக்காமல் பார்க்கும் உங்களால் மனைவி பேச ஆரம்பித்து மூன்றாவது நிமிடத்தில் தூங்கிவிட முடிகிறது? அது எவ்வளவு பெரிய புறக்கணிப்பும் அவமானப்படுத்துதலும் என்று ஏன் புரியவில்லை? நீங்கள் தூங்கிய பிறகு தூங்காமல் இருக்கிற அவள் கண்களில் வழிவது அவள் கண்ணீர் மட்டுமல்ல.

ஒரு குடும்பத்தில் தான் தூங்கும் நேரத்தையாவது பெண்ணால் தேர்வு செய்ய முடிகிறதா? கணவன் தூங்கும் நேரத்தில் மனைவியும் தூங்கியாக வேண்டும். ஒருவேளை அவள் தூங்கத் தாமதமானால் பாத்திரம் கழுவுதல், மறுநாளைக்கு அயர்ன் செய்தல் என ஏதேனும் காரணங்கள் இருக்கக்கூடும். மாறாக தனக்காக அவள் வாசிப்பதையோ, தனக்குப் பிடித்த ஒரு படத்தைப் பார்ப்பதையோ, தனக்காக அவள் நடனமாடுவதையோகூட நம் குடும்பங்கள் ஏற்றுக்கொள்ள மறுக்கின்றன. படுக்கையறையில்கூட ஒரு பெண் தன் விருப்பங்களை சொல்லவோ, மறுக்கவோ அவளுக்கு வாய்ப்பு இருக்கிறதா?

ஒரு பெண் வயதுக்கு வருவதில் இருந்து இறந்துபோவது வரை அவளது உடல் எத்தனையோ மாற்றங்களைச் சந்திக்கிறது. அவளுக்கென்றே இயற்கை தந்த வலிகளும், அவஸ்தைகளும் ஏராளம் உண்டு. அந்த வலிகளோடுதான் அவள் முகம் சுழிக்காமல் வலம் வருகிறாள். வீட்டுக்குப் போனா சிரிச்சிட்டே வந்து

வரவேற்கணும் என்கிற உங்களின் ஆசைகளை நிறைவேற்றுகிறாள். 'நீ கொஞ்சம் ரெஸ்ட் எடுத்துக்கோ' என அவளருகே உட்கார்ந்து அவள் உடலில் நடக்கும் மாற்றங்கள் பற்றி, அப்போதைய அவள் வேதனை பற்றி பேச வேண்டும் என்று ஒவ்வொரு மனைவியும் எதிர்பார்க்கிறாள் தெரியுமா? ஆப்பிளின் புதிய ஃபோன் சந்தைக்கு வருவதற்கு முன்பே அதன் பயன்களை இணையத்தில் தேடி அப்டேட் செய்பவர்களால், மெனோபாஸ் நேரத்தில் பெண்கள் சந்திக்கும் மனக்குழப்பங்கள் பற்றிய கட்டுரையைப் படித்தால், மனைவியின் சிடுசிடுப்புக்கு காரணம் அறிய முடியுமே! தேவை நேரம் அல்ல... கொஞ்சம் அக்கறை.

நம் சமூகத்தில் ஒரு பெண் தனக்குப் பிடித்த வாழ்க்கையை வாழ வேண்டுமெனில், அவள் திருமணம் ஆகாதவளாக இருக்க வேண்டும். இல்லையெனில், திருமண உறவை முறித்துக்கொண்டு தலைதெறிக்க ஓடிவந்தவளாக இருக்க வேண்டும். குடும்ப அமைப்பில் இருந்துகொண்டு தனக்குப் பிடித்த துறையிலும் முழுவதும் ஈடுபடுவது என்பது இங்கு பெண்களுக்கு சாத்தியம் இல்லாத ஒன்றாகிப்போனது. குடும்பங்கள் கோருவது ஒரு முழுநேர ஊழியரை... ரிசப்ஷனிஸ்ட், டீச்சர் போல அந்த வேலைக்கும் பெண்களே பெரிதும் பரிந்துரைக்கப்படுகிறார்கள்.

அலுவலகத்தில் தாமதமாக ஒரு பெண் வந்தால், ஒருநாள் விடுமுறை எடுத்தால், ஒரு மாலையில் அவள் சீக்கிரம் வீடு திரும்ப வேண்டும் என்று கோரினால், “இந்த பொம்பளைங்களை வேலைக்கு வைச்சாலே இப்படித்தான்... எப்ப பாரு வீடு, பிள்ளைங்கன்னு புலம்பிக்கிட்டு...” என்று எவ்வளவு எளிதாகச் சொல்லிவிடுகிறோம். “ஸ்கூல் மீட்டிங்குக்கு எனக்கு நேரமில்லை. நீயே போய்க்கோ” என்று காலையில் மனைவியிடம் உத்தரவிடும்போது இதே போன்ற ஒரு சலிப்பான திட்டை அவள் வேறேதோ ஒரு மேலதிகாரியிடம் வாங்க வேண்டியிருக்கும் என்பது ஏன் நினைவுக்கு வருவது இல்லை.

வலிந்து உதவி செய்யும் சக ஊழியரை பெண் மறுப்பதற்குக் காரணம் திமிர் அல்ல. தன் மேல் உள்ள அவளது நம்பிக்கை. உங்களைப்போல் நானும் வேலை செய்ய வந்திருக்கிறேன். எனக்கு எந்த இரக்கமும், கருணையும் தேவை இல்லை என்பதையே பெண் அந்த நிராகரிப்பின் மூலம் சொல்கிறாள். அலுவலகத்தில் பெண்கள் சக ஆண்களிடம் எதிர்பார்ப்பது தன்னை பெண் என்று

பேதம் பார்க்காது, வலிந்து உதவிகள் செய்யாது, தோழமையாக நடத்துவதையே... சின்ன கை குலுக்கல், பாராட்டு, வேலையைப் பகிர்வது, எல்லா வேலைகளிலும் அவர்களை இணைத்துக் கொள்வது இவற்றைத்தான்.

பெண்களுக்கு எதிரான பாலியல் கொடுமைகள் முன் எப்போதையும்விட உச்சத்தில் இருக்கும் நேரம் இது. அதுபற்றி நிறைய விவாதங்கள் இங்கே எல்லாத் தளங்களிலும் நடந்து கொண்டிருக்கின்றன. வேறு எந்தக் குற்றத்திலும் பாதிக்கப்பட்டவர் மீதே பழி சுமத்துவது நடக்குமா எனத் தெரியவில்லை. பாலியல் குற்றத்துக்குத் தீர்வு சொல்லும் அனைவருமே பெண்கள் எப்படிப் பாதுகாப்பாக இருப்பது என்றே மீண்டும் மீண்டும் சொல்கிறார்கள்.

நாங்கள் உங்களைப் போலவே இந்த உலகுக்கு வந்தோம் நண்பர்களே. உங்களைப் போலவே இந்த உலகம் எங்களுக்கானதும் கூட என நம்பினோம். கடலும், காற்றும், வானும், சூரியனும், இரவும், பகலும் அனைவருக்கும் பொதுவானவை என்றே நினைத்தோம். ஆனால், அப்படி இல்லை என்று மறுக்கிறீர்கள். 'ராத்திரியில உனக்கென்ன வேலை, தனியா நீ ஏன் அங்க போகணும், உன்னை யாரு பஸ்ஸில போகச் சொன்னது, நீ எதுக்கு அந்த ஊருக்குப் போகணும்?' என எல்லாக் கேள்விகளையும் எங்களிடமே கேட்கிறீர்கள்...

எங்கும் எப்போதும் ஓர் ஆணைச் சார்ந்திருக்கவே நிர்ப்பந்திக் கிறீர்கள்... கூடவே எதையும் தனியா செய்யத் தெரியாது எல்லாத்துக்கும் ஒரு ஆள் வேணும் என சலித்துக்கொள்கிறீர்கள். அப்பா, அண்ணன், கணவன் எல்லோரிடமும் அந்த சலிப்பு தெரிகிறது. முடியாத கட்டங்களில் 'எதுக்கு நீ வெளிய போகணும்' என மீண்டும் வீட்டுக்குள் உட்காரச் சொல்கிறீர்கள். வேலை நிமித்தமாக தனியாகப் பயணம் செய்யும் பெண்கள், தனியாக வாழும் பெண்கள் என்ன செய்வது நண்பர்களே... நாங்கள் உங்களைச் சார்ந்திருக்கும் நிர்பந்தங்களை உருவாக்கிவிட்டு, நாங்கள் சுமை என்று சொல்வது நியாயம் இல்லைதானே?

சுமைகளைக் கொஞ்சம் இறக்கிவையுங்கள். முதுகில் ஏறி உட்கார்ந்து இருப்பது எங்களுக்கும் சிரமமாகத்தான் இருக்கிறது. நீங்களும் கொஞ்சம் ஓய்வெடுங்கள். எங்களின் பிரச்னைகளை நாங்களே எதிர்கொள்கிறோம். அண்ணனாக, அப்பாவாக, காதலனாக, கணவனாக உங்களின் பயம் எங்களுக்குப் புரிகிறது.

பெண்களை வன்புணர்வு செய்பவனும் ஏதோ ஒரு பெண்ணுக்கு மகன், கணவன், காதலன், அண்ணன்தான் இல்லையா? தன் வீட்டுப் பெண்களைப் பத்திரமாகப் பூட்டி வைத்துவிட்டு பிற பெண்களை மோசமாகக் கிண்டல் செய்யும், அவமதிக்கும் எல்லோரும்தான் இதில் குற்றவாளிகள் இல்லையா? அதற்கு இன்னும் எங்களால் பழியேற்க முடியாது.

நம் சமூக அமைப்பில் பெண்கள் இரண்டாம்பட்சம்தான் என்கிற தாழ்வுமனப்பான்மை பெண்களிடமும் இருப்பதுதான் வேதனை. இதை உணரும் சில பெண்கள் ஆண்களை ஆதிக்கம் செலுத்துவது என்கிற பழிவாங்கும் ஆயுதத்தைக் கையில் எடுத்திருக்கிறார்கள். இதுவும் ஆபத்தானதே. அடங்குவது அல்லது மீறுவது என்கிற இரண்டுக்கும் இடையில், இணைந்து வாழ்வது என்கிற இடத்தில் தான் வாழ்க்கை இருக்கிறது என்பதை பெரும்பான்மையான பெண்கள் உணர்ந்தே இருக்கிறோம். நாங்கள் எங்கள் மகள்களுக்கு இந்த உலகை எப்படி எதிர்கொள்வது என்று கற்றுத்தருவோம். கூடவே... எங்கள் மகன்களுக்கு பெண்களை எப்படி நடத்துவது என்பதையும் நாங்களே சொல்லித்தருவோம்... இந்த சமூகம் மாறும் என்கிற நம்பிக்கை எங்களுக்கு இருக்கிறது. எங்களின் பயணத்தை நாங்கள் உங்களை நம்பியே ஆரம்பித்தோம் நண்பர்களே... உங்களை புறக்கணித்து எங்கள் பயணம் சாத்தியம் இல்லை என்பதை உணர்ந்தே இருக்கிறோம்...'

2014, மார்ச் மாதம், பெண்கள் தினத்தில் ஆனந்த விகடனில் வெளிவந்த கட்டுரை இது. பேசாத பேச்செல்லாம் கட்டுரைகளின் தொடக்கம் இதுதான். "நான் இப்படித்தான், எனக்குன்னு தனியா கருத்தெல்லாம் இருக்கு, எனக்குப் பிடிச்ச மாதிரி என்னை வாழ விடுங்க ப்ளீஸ்" என்கிற குரலோடு வரும் முதல் தலைமுறைப் பெண்களுக்கு ஆண் வெறுப்பு அதிகம் இருக்கும். சிந்தனையிலும், நடைமுறை வாழ்க்கையிலும் இந்த வெறுப்பைக் கடக்க அதிகம் போராட வேண்டியிருக்கும். இந்தத் தொடரின் முதல் சில அத்தியாயங்களில் அந்த வெறுப்பு அங்கங்கே தென்படுவதை திரும்ப வாசிக்கும்போது புரிந்துகொள்ள முடிகிறது. அதை வெறுப்பு என்றுகூட சொல்ல முடியாது. 'இப்படி இருந்தால் நன்றாக இருக்குமே' என்கிற ஆதங்கம்தான் அது.

இந்தத் தொடர் எழுத ஆரம்பிக்கும்போது, ரொமான்டிசைஸ் செய்யாமல் பெண்களின் வாழ்க்கையை அப்படியே எழுத வேண்டும்

என்று முடிவெடுத்தேன். கூடவே, கொஞ்சம் ஆண்களுக்காவது பெண் வாழ்வைப் புரியவைத்தால் நன்றாக இருக்கும் என்றும் தோன்றியது. ஆனால், இந்தத் தொடர் மூலம் ஆண்களின் வாழ்க்கையை, அவர்கள் பகிர முடியாத பக்கங்களையும் நிறையப் புரிந்துகொண்டேன். பெண்களின் வாழ்க்கை பத்தி நமக்கென்னப்பா என ஒதுங்கிப் போய்விடாமல் ஆண்கள் நிறைய இந்தப் பகுதியை படித்து என்னோடு பகிர்ந்துகொண்டார்கள்.

ஆண்களிடம் மனம் திறந்து பேசாமலே, அவர்கள் வளர்க்கப்படுகிற இறுக்கமான சமூகச் சூழ்நிலையைப் புரிந்துகொள்ளாமல் அவர்களை மட்டும் குற்றம் சாட்டுகிறோமோ என்கிற குற்றவுணர்வுகூட தோன்றியது. ஆண், பெண் வாழ்வில் ஒரு புரிதலை ஏற்படுத்த இந்தக் கட்டுரைகள் யாருக்கேனும் பயன்படுமாயின், அதைவிட மகிழ்ச்சி வேறெதுவும் இல்லை. இந்தக் கட்டுரைகளை நான் எழுத முடியும் என நம்பி பொறுப்பை ஒப்படைத்த விகடன் ஆசிரியர் ரா.கண்ணனுக்கு முதல் நன்றி.

ஒவ்வொரு வாரமும் என்ன எழுதப்போகிறேன் என விவாதித்து, அதில் தன் கருத்துக்களைப் பகிர்ந்து கொண்டு, ஆரம்பக் கட்டுரை களில் தென்பட்ட வெறுப்பின் நிழலைப் போக்கி, சில நீண்ட பக்கங்களை அழகாக எடிட் செய்து இந்தக் கட்டுரைகளில் கூடவே பயணித்த விகடன் பொறுப்பாசிரியர் கார்த்திகேயனுக்கும் நன்றி. இந்தக் கட்டுரைகளை வாசித்து தொடர்ந்து கருத்துக்களை பகிர்ந்து உற்சாகப்படுத்திய ஜூனியர் விகடன் ஆசிரியர் ப.திருமாவேலனுக்கும் நிறைய நன்றிகள்.

விகடன் பிரசுரத்தில் தொகுப்பாக வருகிற தன்னுடைய சிறுகதைத் தொகுப்பின் முன்னுரையில் பேசாத பேச்செல்லாம் பற்றி எழுதி நெகிழவைத்த எழுத்தாளர் வண்ணதாசனுக்கும், அணிந்துரை கேட்டதும் மறுக்காமல் கட்டுரைகளைத் திரும்பவும் வாசித்து எழுதித்தந்த எழுத்தாளர் ச. தமிழ்ச்செல்வனுக்கும் நிறைய நன்றிகள். பாஸ்கர், ராஜுமுருகன், இயக்குநர் சசி, அட்வகேட் சுமதி, சௌபா, எஸ்.வி.வேணுகோபாலன், ஜாக்சன், சிவராமன், பாலாஜி, சியாமளா, தீபா, கீதா, பிருந்தா என நான் எனர்ஜி எடுத்துக் கொண்ட, என்னோடு இந்தக் கட்டுரைகள் பற்றிப் பேசிய எல்லா நண்பர்களுக்கும் நன்றிகள்.

- ப்ரியா தம்பி

ப்ரியா தம்பி

குமரி மாவட்டம் திருவட்டாறைச் சேர்ந்தவர். மாஸ் கம்யூனிகேஷன் படித்தவர். பல்வேறு தமிழ், மலையாள ஊடகங்களில் வேலை பார்த்தவர். தற்போது விகடனில் பணிபுரிகிறார். திரைப்படம், பயணம் பற்றி நிறையக் கட்டுரைகளையும், சிறுகதைகளையும் எழுதியிருக்கிறார். இந்த நூல், இவரது முதல் கட்டுரைத் தொகுப்பு.

இந்த நூல்...

அம்மாவுக்கும், அட்வகேட் சுமதிக்கும்...

1

இரவில், சீக்கிரம் தூங்கச் சொல்லி மகளிடம் வெகுநேரமாகப் போராடிக் கொண்டிருந்தேன். அதைக் கொஞ்சமும் காதில் வாங்கிக் கொள்ளாத வளாக விளையாடிக் கொண்டிருந்தாள். "மொபைல்ல டாக்கிங் டாம் எல்லாம் நீ சொன்னதும் தூங்குதுல்ல. நீயும் நான் சொல்ற தைக் கேட்டு கொஞ்சம் தூங்கக் கூடாதா?" - அதட்டல் பலிக்காது என்பதால், கெஞ்சலாகத் தான் கேட்டேன்.

"அது பொம்மை; நான் பொம்மை இல்ல..." - உடனே வேகமாகப் பதில் வந்தது. மீண்டும் வற்புறுத்தவே, "எனக்குத் தூக்கம் வரும்போது தான் நான் தூங்க முடியும். உனக்காக எல்லாம் தூங்க முடியாது. திரும்பத் திரும்பத் தூங்கச் சொன்னா, 100-க்கு கால் பண்ணி போலீஸ்ல கம்ப்ளெயின்ட் பண்ணிடுவேன்" - விளை யாட்டில் ஆழ்ந்தபடி சொன்னாள். சொல்லி விட்டு கிண்டலாகப் பார்த்துச் சிரிக்க வேறு செய்தாள். அதற்கு மேல் நான் சொல்ல ஒன்றும் இல்லை.

அவள் மெதுவாகத் தூங்கிக் கொள்ளட்டும். எனக்கு, அவள் சொன்ன பதில் பிடித்திருந்தது. ஆறு வயதுகூட நிரம்பாத அவளுக்கு '100' என்ற எண்ணைப் பற்றி நான்தான் சொல்லிக் கொடுத்திருந்தேன். அந்த எண்ணை அழைத்தே ஆகவேண்டிய இடத்தில் வாழ்க்கை எத்தனையோ முறை என்னை நிறுத்தியபோதும், நான் அதை யோசித்திருக்கவே இல்லை. என்னிடம் விளையாட்டாகச் சொன்னாலும்கூட, அவளால் அதை யோசிக்க முடிகிறது என்பதே பிரமிப்பாக இருக்கிறது. அதைவிடவும் முக்கியம், 'உனக்காக நான் எதுவும் செய்ய முடியாது' என்ற அவளது வார்த்தைகள். எல்லாவற்றையும்விட இந்த வார்த்தைகளைத்தான் நான் மிக முக்கியமானவையாகக் கருதுகிறேன்.

ஏனென்றால், என் வாழ்வின் இத்தனை வருடங்களில் இந்த வார்த்தைகளை நான் எங்கும் பயன்படுத்த முடிந்ததே இல்லை.

என் பால்ய காலங்களில் நான் எப்படி இருந்தேன் என யோசித்துப் பார்க்கிறேன். அது இப்போதைய குழந்தைகளைப் போல நான்கு சுவர்களுக்குள் ஆரம்பித்திருக்கவில்லை. எங்களுக்கு முன் பரந்தவெளி இருந்தது; விளையாட நண்பர்கள் இருந்தார்கள்; எல்லாக் காலத்துக் குழந்தைகளைப் போலவும் எங்களுக்குள் நிறையக் கேள்விகள் இருந்தன. அந்தக் கேள்விகளை நாங்களே தூக்கிக்கொண்டு அலைந்தோம். எங்களோடு பேச யாருக்கும் நேரம் இல்லை. 'பசங்க யூரின் போறப்ப குட்டித் தும்பிக்கை மாதிரி ஒண்ணு இருக்குல்ல, அது ஏன் எனக்கு இல்ல?' என என் மகள் இன்று இயல்பாகக் கேட்பதுபோல எங்களால் கேட்க முடிந்ததே இல்லை!

ஏழாவது, எட்டாவது படிக்கும்போது, வகுப்பில் திடீர் திடீரென மாணவிகள் வீட்டுக்கு அனுப்பப்படுவார்கள். அவர்கள் வயதுக்கு வந்துவிட்டார்கள் என்பது பின்னர் தெரியவரும். 'வயசுக்கு வர்றதுனா என்ன?' என வயதுக்கு வராத நாங்கள் தீவிரமாக விவாதிப்போம். எங்களுக்கு அது பற்றி ஒன்றும் தெரிந்திருக்கவில்லை. யாரிடம் கேட்பது? அம்மாக்களிடம் கேட்டால் அடி விழும் என்பதால், பக்கத்து வீட்டு சுசீலா அக்காவிடம் கேட்கத் தீர்மானித்தோம். நாங்கள் இருப்பதைப் பொருட்படுத்தாமல் கணவன்-மனைவி

அந்தரங்கக் கதைகளை அள்ளிவிடுபவர் என்பதால் அவரைத் தேர்ந்தெடுத்தோம்.

'படிக்கிற வயசில கேள்வியைப் பாரு... அதைத் தெரிஞ்சு என்ன பண்ணப்போறீங்க? மாப்பிள்ளையா வரிசையா வந்து நிக்கிறான்?' என எங்களைத் திட்டி அனுப்பினார். 'கணவன் - மனைவி அந்தரங்கங்களைவிட ரகசியமானதா வயதுக்கு வருவது?' எனப் புரியாமல் குழம்பினோம். சுசீலா அக்கா மறக்காமல், நாங்கள் கேள்வி கேட்டதை எக்ஸ்ட்ரா பில்டப்களோடு எங்கள் எல்லோர் வீடுகளிலும் சொல்லிச் சென்றார். ஒருவருக்கொருவர் கூடுதல் குறைவின்றி எங்கள் வீடுகளில் அறை வாங்கினோம். 'அப்படி என்ன அவசரம்... இருக்க முடியலியோ..?' எனத் தொடங்கி, காதில் கேட்க முடியாதவாறு சித்ராவின் அம்மா திட்டியதாக அவள் சொன்னாள். அதில் பாதித் திட்டுக்கு என்ன அர்த்தம் என்று எங்களுக்குத் தெரிந்திருக்கவில்லை. 'ஹஸ்பண்ட், ஒய்ஃப் இருந்தாத்தான் குழந்தை பிறக்கும்னு எங்களுக்குத் தெரியாதா?' என என் மகளின் வகுப்புத்தோழி சொன்னதாக, அவள் அம்மா சொன்னபோது கொஞ்சம் அரண்டுதான் போனேன்.

இந்தப் பிள்ளைகளோடு நம் வாழ்க்கையை ஒப்பிடவே முடியாது எனத் தோன்றுகிறது. அப்போது எனக்கு 10 வயது தாண்டியிருக்காது. பக்கத்து வீட்டில் வசித்த ஒரு பெண், இரவு நேரங்களில் கதை சொல்வதற்காக அழைப்பார். அருகே படுக்க வைத்துக் கொள்வார். ஏதேதோ கதை சொல்லிக் கொண்டே என்னுடைய கைகளை எடுத்து தன்னுடைய மார்பில் வைத்துக் கொள்வார். கூச்சமோ, எரிச்சலோ உந்த நான் கைகளை இழுத்தால், 'இதயம் எப்படித் துடிக்குதுனு பாரு!' என மீண்டும் கையை இழுத்து வைத்துக் கொள்வார். செய்வது சரியா, தவறா என்பதை யோசிக்கத் தெரியவில்லை. எனினும், அது பிடித்திருக்க வில்லை என்பதை இப்போது உணர முடிகிறது. தவறு எனில், யாரிடம் கேட்பது? இதைப் பற்றி பேச நமக்கு யார் இருந்தார்கள்?

இன்றைக்கு... குட் டச், பேட் டச் பற்றி பிள்ளைகளுக்கு நாம் சொல்லித் தரும்போது, 'யாரெல்லாம் குட் டச் பண்ணலாம்னு சொல்லு?' என எவ்வளவு தெளிவாகக்

கேட்கிறார்கள். 'அப்புறம் என்ன க்ளாஸ் படிக்கிற?' என இன்றைக்குப் பிள்ளைகளை அழைத்து மார்பையோ, கன்னத்தையோ தடவிவிட முடியாது. 'தொடாதீங்க அங்கிள்...' என ஒரே அதட்டலில் அதை நிறுத்திவிடுவார்கள். கோயில்களுக்குப் போய் வந்த அண்ணன்கள், நமக்குப் பாசிமாலை வாங்கி வருவது, நம் மேல் உள்ள அன்பால் என எவ்வளவு காலங்கள் பொய்யாக நம்பித் திரிந்திருக் கிறோம். நம் கழுத்தில் போட்ட அந்த மாலையை அந்த அண்ணன் தடவிப் பார்க்கும்போது எவ்வளவு அப்பாவி யாகச் சிரித்தபடி நின்று கொண்டிருந்தோம்.

'இப்படி எல்லாம் பண்ணா, 100-க்கு கால் பண்ணி உம் மேல கம்ப்ளெயின்ட் பண்ணிடுவேன்' என நம்மால் ஏன் சொல்ல முடியாமல் போனது? அதற்கு, '100' என்ற எண் பற்றி தெரிந்திருக்க வேண்டியது இல்லை. அந்த எதிர்ப்பு உணர்ச்சி நமக்கு ஏன் இல்லை? யார் அடித்தாலும் வாங்கிக் கொண்டோம்; எவர் சொன்னதையும் நம்பினோம். யோசித்துப் பார்த்தால், சுயசிந்தனைக்கு அந்த வாழ்க்கை யில் எங்கேனும் இடம் இருந்ததா என்பதே ஆச்சர்யமாக இருக்கிறது. நம் பிள்ளைகள் ஐந்து வயதில் பேசுவதை, நம்மால் 30 வயதிலும் செயல்படுத்த முடியவே இல்லை.

பதினொன்றோ, பன்னிரண்டோ படிக்கும்போது இங்கிலீஷ் டீச்சர், 'உங்களுக்கு என்ன பிடிக்கும்?' என்ற கேள்வியைக் கேட்டபோது, வகுப்பில் பெண்கள் எல்லோருமே திணறினோம். பையன்கள் நம்பிக்கையோடு எழுந்து சொல்வதற்கு கிரிக்கெட், சினிமா என ஏதேதோ இருந்தன. 'எப்பவாச்சும் புக் படிப்போம்', 'அழகா டிரெஸ் பண்ணப் பிடிக்கும்', 'பாட்டு கேட்போம்' எனப் பதில் சொல்வதற்குள் ஒருவழியானோம். 'வசதியான பின்னணியில் பிறந்து, சப்பாத்தியும் பட்டர் சிக்கனும் செய்யத் தெரிந்த, மெதுவாக நடக்கிற, நிதானமாகப் பேசுகிற, இசை கேட்கிற பெண்கள்தான் பெரும்பாலும் ஆங்கில இலக்கியம் படிக்க முடியும்போல!' என அந்த டீச்சர் பற்றி நாங்கள் பேசியது இப்போது நினைவுக்கு வருகிறது.

இதுபோன்ற ரசனை சார்ந்த விஷயங்கள் மட்டுமல்ல, 'சாப்பிட என்ன பிடிக்கும்?' என்று கேட்டால், 'எல்லாம்தான் பிடிக்கும்...' என அசடு வழிவோம். 'என்ன பிடிக்காது?'

எனக் கேள்வியை மாற்றிக் கேட்டால், 'கொடுக்கிற எல்லாம் சாப்பிடுவோம்' என்றுதான் பதில் சொல்ல முடியும். அந்தப் பழக்கம் இப்போது வரை பெரிதாக மாறவில்லை. இயல்பாக வீடுகளில் பழக்கப்படுத்தப்படாத உணவையோ, ஏற்றுக் கொள்ளாது என்ற உணவையோ தவிர்த்து 'எனக்குப் பிடிக்காது... வேண்டாம்' என்று எதையும் மறுத்ததே இல்லை. ஏனென்றால், நாங்கள் அப்படித்தான் வளர்க்கப் பட்டோம்.

ஒரே உணவு மேஜையில் ஆண் குழந்தைகளுக்கு எனத் தனியாக உணவுகள் பரிமாறப்படும். 'வளர்ற பிள்ள நல்லா சாப்பிடட்டும்' என்ற சலுகையில் தினமும் ஒரு ஆம்லெட் டாவது இருக்கும். வறுத்த மீன்களோ, இறைச்சியோ இல்லாமல் அவர்களால் சாப்பிட இயலாது. நாங்கள் எல்லா உணவுக்கும் பழகிக்கொள்ள வேண்டியவர்கள்.

‘பொண்ணுங்க... ‘இதான் பிடிக்கும்’, ‘இதான் வேணும்’னு சொல்ல முடியுமா?’ என எளிதாகக் கடந்துவிடுவார்கள். ‘இதான் வேணும்னு சொல்ல முடியுமா?’ என்ற வார்த்தைகள் சொல்லும்போதே சிவப்பு பேனாவால் அண்டர்லைன் செய்யப்படும். சும்மா சும்மா சொல்ல முடியாது, எல்லா இடத்துலயும் நீயே அப்ளை பண்ணிக்கோ என்பதாக...

‘மீன் பிடிக்கிற ஒருத்தனைக் கல்யாணம் பண்ணி, மீன் நிறைய நிறையச் சாப்பிடணும்’ என்ற லட்சியத்தை தேவிகா என்னிடம் பகிர்ந்த அன்று, நான் உருவமற்ற முட்டைக் காரனை மனதுக்குள் காதலிக்கத் தொடங்கினேன். பின்னாளில் ‘வேலைக்குப் போய் நிறையச் சம்பாதிச்சு, நிறைய முட்டை சாப்பிடணும்’ என அந்த லட்சியம் உருமாறவும் செய்தது. அதிகப்பட்சம் ஒரு முட்டை ஒரு ரூபாயோ, ஒன்றே கால் ரூபாயோ இருந்திருக்கலாம். கேட்டால் வீட்டில் கொலை எல்லாம் செய்துவிட மாட் டார்கள். ஆனால், அதைக் கேட்கும் தைரியம் இருந்ததே இல்லை. இன்றைக்கு என் மகளிடமோ, அவள் வயதுப் பிள்ளைகளிடமோ ‘என்ன பிடிக்கும்?’ என்று கேட்டால் மூச்சுவிடாமல் 300 விஷயங்களை அடுக்குவார்கள். அதில் ‘இது வேண்டாம்...’ என ஒன்றைக்கூட நாம் மறுத்துவிட முடியாது. இதுபோன்ற நேரங்களில், அவர்கள் தங்கள் அம்மாக்களான எங்களுக்கும் சேர்த்தே பேசுவதாகத் தோன்றுகிறது. இதையெல்லாம் யோசிக்கும்போது முதல் முறையாகப் பள்ளி சுற்றுலா சென்ற சம்பவம் நினைவுக்கு வருகிறது.

ஒரு வாரம் தண்ணீர்கூடக் குடிக்காமல் பெரும் நாடகம் நடத்தினால்தான் போனாப் போகுது என்று சுற்றுலாவுக்கு அனுமதி தருவார்கள். அதற்கான கட்டணம் 300 ரூபாய். கிளம்பவேண்டிய அன்று காலை, அம்மா என் கையில் 500 ரூபாய் கொடுத்தார். 10 ரூபாய் தாண்டி பாக்கெட் மணியே வாங்கியிருக்காததால் ஒன்றும் புரியவில்லை. அந்த 10 ரூபாயும் தினமும் கிடைக்காது. 10 ரூபாய் ஒன்றைச் செலவு செய்த பிறகு, அடுத்த 10 ரூபாய் கிடைக்கும்; செலவுக்குச் சரியாகக் கணக்கு வேறு சொல்ல வேண்டும். இந்த நிலைமையில் 200 ரூபாய் அதிகம் கிடைத்தால்? புரியாமல் அம்மாவைப் பார்த்தேன். சுற்றுலாவுக்கு 20 ரூபாய்

கேட்டதால், புளியங்கொம்பு ஒடிய ஒடிய அடி வாங்கிய கதை ஒன்று அம்மாவிடம் இருந்தது. என் மகள் எனக்கும் சேர்த்து உணவு ஆர்டர் செய்வதைப்போல், நான் என் அம்மாவுக்கும் சேர்த்து அன்று சுற்றுலா போனேன்.

மகள்களுக்கு வேண்டாம் என அம்மாக்கள் தடுக்கும் பெரும்பாலான விஷயங்களில், அதைச் செய்ய முடியாத அவர்களின் இளமைக்கால ஏக்கம் மறைந்திருப்பதைக் காணமுடியும். மிக நுட்பமாகக் கவனித்தால் இரு தலைமுறைப் பெண்களுக்கு இடையேயான பொறாமை உணர்வுகூட அதில் இருக்கும். அம்மாக்களைத் தாண்டி மகள்கள் வளரத் தொடங்கும் காலங்களில், அம்மாக்களின் எரிச்சல் அதிகரிக்கிறது. தன் டீன் ஏஜ் வயதில், தான் நினைத்த எல்லாவற்றையும், தன்னால் செய்ய முடியாத எல்லாவற்றையும் மகள் செய்வதை அவர்களால் இயல்பாக ஏற்றுக் கொள்ளவே முடிவது இல்லை. நம் சமூகத்தில் பெண்கள் தங்கள் விருப்பத்தைப் பூர்த்தி செய்ய எப்போதும் ஒரு தலைமுறை காத்திருக்க வேண்டியிருக்கிறது. அந்த நீண்ட காத்திருப்புக்குப் பிறகும் அதில் அவர்கள் பங்கேற்க முடிவது இல்லை. வெறும் பார்வையாளர்களாக மட்டுமே கைத்தட்ட முடிகிறது.

எல்லாக் காலத்து நபர்களையும்விட 80-களில் பிறந்தவர்களுக்குச் சொல்வதற்கு நிறையக் கதைகள் உள்ளன. சினிமா, டி.வி., இளையராஜா இசை... என ஆரம்பித்து இந்தப் பட்டியல் நீளும். நம்மைவிட 10 ஆண்டுகள் பின்னால் பிறந்தவர்கள், தகவல் தொழில்நுட்பத்தின் பிள்ளைகளாகிப் போய்விட, நாம்தான் ஓர் அழிவின் இறுதியிலும், ஒரு புது வரவின் தொடக்கத்திலும் நின்று கொஞ்சம் தடுமாறினோம். அந்தத் தடுமாற்றத்தை மறைக்க, என்ன இருந்தாலும், ‘எங்க பீரியட் மாதிரி வருமா? நீங்கள்லாம் இப்ப ஈஸியாச் செய்ற ஒவ்வொண்ணுக்கும் நாங்க எவ்ளோ கஷ்டப்பட்டோம் தெரியுமா?’ என விடாது பேசிக்கொண்டே இருக்கிறோம். சைக்கிள் வாங்க, சினிமா செல்ல, புத்தகம் வாங்க, நூலகம் செல்ல, தோழியைப் பார்க்க... என மிக அடிப்படையான விஷயங்களுக்காகத்தான், வருடங்களாக நாம் சார்ந்த நபர்களோடு போராடிக் கொண்டிருந்தோம்.

இந்தப் பிரச்னை நம் இளையவர்களுக்கு இல்லை. நாம் சந்தித்த பிரச்னைகளை அதே வயதில் அவர்கள் சுலபமாகக் கடந்து செல்கிறார்கள். இன்றைக்கு அவர்களுக்கு காதல், ஒரு பொருட்டே அல்ல. நாம் அந்தக் காதல் என்ற ஒற்றை உணர்வுக்காக மட்டும் எவ்வளவு காலங்களைச் செலவிட்டோம்.

எங்களுடைய டீன்-ஏஜ் வயதுகளில் பேச்சின் பெரும் பகுதியைக் காதல்தான் பிடித்துக்கொள்ளும். சினிமா ஹீரோக்களை நினைத்தே எங்கள் தூக்கத்தையும் படிப்பையும் தொலைத்திருக்கிறோம். 'குஷி' படம் பார்த்துவிட்டு, 'கல்யாணம் பண்ணா விஜய்யைக் கல்யாணம் பண்ணணும். இல்லைன்னா காளிகேசம் மலையில இருந்து குதிக்கணும்' என்று சொன்ன ரேகா, நிஜமாகவே விஜய்யைக் காதலிக்கத் தொடங்கியிருந்தாள்; அல்லது அவ்வாறு நம்பத் தொடங்கி யிருந்தாள். படிப்பை அப்படியே கோட்டைவிட்டாள்.

அன்பான தருணம் ஒன்றில் தலைகோதிவிட்ட ஒரே காரணத்துக்காக, நான் எங்கள் புரொஃபசரைக் காதலிக்க ஆரம்பித்தேன். அவர் பாடம் எடுக்கும் நேரங்களில் அவரோடு சினிமாத்தனமாக பைக்கில் சுற்றுவதாகக் கனவு காண ஆரம்பித்தேன். அதை அவரிடமே சொல்ல, என் நேசத்தைப் புரிந்துகொண்டு அது சாதாரண விஷயம் எனப் புரியவைக்கும் தெளிவு அவருக்கு இருந்ததால் நான் தப்பித்தேன்.

நாங்கள் இப்படித்தான் இருந்தோம். எங்களுக்கு, நிஜத்துக்கும் நிழலுக்குமான வித்தியாசம் தெரிந்திருக்கவே இல்லை. நாங்கள் எல்லாவற்றையும் குழப்பிக் கொண்டோம். பேசும் ஆண்களை எல்லாம் நேசித்தோம். எது காதல், எது நட்பு, எது சரி, எது தவறு எதிலும் தெளிவு இல்லை. ஆண்கள் அருகில் வந்தாலே சிலிர்த்துக் கொண்டோம். 'நாம் காதலிக்கலாமா?' எனக் கேட்டால், அந்த நொடியே தலையை ஆட்டினோம். வீட்டின் அடக்குமுறைகள், அதை எப்போதும் மீற நினைக்கும் மனம், தனக்கு என்ன வேண்டும் எனத் தெளிவு இல்லாத மனது... இவற்றில் இருந்து வெளியே வருவதற்கே எவ்வளவு வருடங்கள் ஆனது. அதற்குள் மீட்க முடியாத பலதை நாங்கள் இழந்திருந்தோம்.

இந்தச் சூழல், முற்றிலும் மாறிவிட்டதாக நினைக்கவில்லை. ஆனாலும் எது வேண்டும், எது வேண்டாம் என்று இன்றைய பெண்களுக்குத் தெளிவு இருக்கிறது. ஆண்களைப் பார்த்தால் அவர்கள் சிலிர்த்துக்கொள்வது இல்லை. நட்புக்கும் காதலுக்கும் அவர்களுக்கு வித்தியாசம் தெரிகிறது. தன் படிப்பு, தன் வேலை பற்றிய தெளிவு இருக்கிறது.

'உன் இஷ்டத்துக்குத் தூங்குறதுக்கு நான் ஒண்ணும் பொம்மை இல்லை...' என்கிற ஐந்து வயதின் தெளிவு, நம்பிக்கை அளிக்கிறது. அதை ஒரு பெண் குழந்தை சொல்லும்போது அது இரட்டிப்பு மகிழ்ச்சி அளிக்கிறது. ஏனெனில், எல்லாக் காலங்களிலும் இங்கு குழந்தைகள் ஆண் குழந்தை, பெண் குழந்தை என தனித்தனியாகத்தான் பிரிந்திருக்கிறார்கள். குழந்தைகளுக்கு என பொதுவான உலகம் ஒன்று இங்கு இல்லை.

கார், பைக், துப்பாக்கி... எனப் பறந்து கொண்டிருப்பார்கள் ஆண் குழந்தைகள். பொம்மை, தொட்டில், சமையல் பாத்திரங்கள்... எனப் பொறுப்பாக இருக்கிறார்கள் பெண் குழந்தைகள். கிராமம், நகரம், மாநகரம் வித்தியாசம் இன்றி அவர்கள் இன்னும் அப்படித்தான் இருக்கிறார்கள். நாம் எப்படிச் சொல்லிக் கொடுத்தாலும், பெண் குழந்தைகள் சமூகம் முன்மாதிரியாகக் காட்டும் பெண்களின் மினியேச்சர்களாகவே இருக்கிறார்கள். வீட்டுக்குள் நுழைந்ததுமே வாங்கி வந்த சாக்லேட்டைக் கேட்கும் மகனுக்கும், தண்ணீர் எடுத்துத் தந்து நம்மைக் கவனிக்கும் மகளுக்கும் நிறைய வித்தியாசங்கள் இருக்கின்றன.

மகள்கள், எந்தக் காலத்திலும் பேசிக்கொண்டே இருக்கிறார்கள். அவர்களிடம் உட்கார்ந்து பேசினால், வண்ணமயமான உலகம் ஒன்று அவர்களுக்குள் ஒளிந்திருப்பதைக் கண்டறிய முடியும். சதா நேரமும் தன்னைச் சுற்றி நடப்பதைக் கவனித்துக் கொண்டே இருக்கிறார்கள். மனம் முழுவதும் கேள்விகளால் நிரம்பி வழிகிறார்கள். நாமும் இப்படித்தான் இருந்தோம். வளர வளர நம்முடைய சிறகுகள் ஒவ்வொன்றாக வெட்டப்பட்டன. நம் கற்பனைகள் தவறு என்று சொல்லித்தரப்பட்டது. 'இதைச் செய்யாதே, அதைச் செய்யாதே' என்பதைத் திரும்பத் திரும்பக் கேட்டு, 'எதைச் செய்வது?' எனக் குழம்பிப் போனோம். அது நம் குழந்தைகளுக்கு நடக்காது என நம்புகிறேன். இதே கேள்விகளோடும், தன் உரிமை பற்றிய தெளிவோடும் வளரும் தலைமுறை என்னவாக இருக்கும் என யோசித்துப் பார்க்கிறேன். எப்படியிருப்பினும், தங்கள் கனவுகளைத் தாங்களே அனுபவித்து ருசிக்கும் வாய்ப்பு பெற்ற முதல் தலைமுறையாக அவர்கள் இருப்பார்கள் என்றே தோன்றுகிறது.

ஏனெனில், நம் பிள்ளைகள் காலத்தால் நம்மைவிட மூத்தவர்கள்... நாம் செய்ய வேண்டியது, '100-க்கு கால் பண்ணா கையை ஒடிப்பேன்' எனச் சொல்லாமல் இருப்பதே!

2

நான் மூன்றாம் வகுப்பு படித்த போது, ஜெபசிந்து டீச்சர் சைக்கிளில்தான் பள்ளிக்கு வருவார். புடைவை கட்டிய பெண் ஒருத்தி, எங்கள் ஊரில் சைக்கிள் ஓட்டுவது அதுவே முதல்முறை. அவர் வரும் நேரம், நாங்கள் வாசலில் காத்து நிற்போம். புடைவையை அழகாகப் பின்செய்து, நீள முடியைப் பின்னலிட்டு முன்னால் போட்டுக்கொண்டு, சிரித்தபடி வருவார். பொதுவாகவே, பள்ளியின் மற்ற டீச்சர்களின் வீடுகள் பக்கத்திலேயே இருக்கும். பெல் அடிப்பதற்கு 10 நிமிடங்களுக்கு முன்புதான் வீட்டில் இருந்து மெதுவாக நடந்து பள்ளிக்கு வருவார்கள். சில டீச்சர்களை, அவர்களது 'சார்'கள் ஸ்கூட்டரில் கொண்டு வந்து விடுவார்கள். அவர்கள் யார் முகத்திலும் இல்லாத உற்சாகத்தை, சைக்கிளில் வரும்போது ஜெபசிந்து டீச்சரின் முகத்தில் காண முடியும். ஸ்டைலாக, திமிராக, கம்பீரமாக, இன்னும் அழகாக அவர் இருப்பதாகத் தோன்றும்.

சைக்கிள் மீதான காதல் அவருக்கு அப்போதுதான் தோன்றி யிருக்கும் என நினைக்கிறேன்.

என்னால், எட்டாம் வகுப்புக்கு மேல்தான் வாடகை சைக்கிள் எடுத்து ஓட்டிக் கற்றுக்கொள்ள முடிந்தது. ஒரு மணி நேரத்துக்கு இரண்டு ரூபாய் என, வாடகைக்கு எடுத்த அந்த மஞ்சள் நிற சைக்கிளில் ஏறி உட்காரும் ஒவ்வொரு முறையும் ஜெபசிந்து டீச்சர்தான் நினைவுக்கு வருவார். உடனே எங்கிருந்தோ ஒரு கம்பீரம் வந்து என் முகத்தில் ஒட்டிக்கொள்ளும். ஓரமாகச் செல்லும் ஆட்களுக்குப் பின்னால் போய் மணியடித்து, அவர்கள் விலகும்போது எனக்குள் ஒரு பெருமிதம் தோன்றும். யானை மேல் உட்கார்ந்து ஊரை வலம் வருவதற்கு, கொஞ்சமும் குறைவு இல்லாத பெருமிதம் அது. பிறகு, சன்னி என்றொரு வண்டியை சில பெண்கள் ஓட்டத் தொடங்கினார்கள். சொந்தமாக ஒரு சைக்கிள் என்ற கனவு, டூ வீலர் கனவாக மாறத் தொடங்கியது.

தான் உண்டு, தன் டெய்லர் கடை உண்டு என அமைதியாக இருந்த சித்ரா அக்கா, ஒருநாள் மொபெட் வாங்கினார். சைக்கிளைவிடக் கொஞ்சம் அகலம், கூடவே பெட்ரோலில் ஓடும் என்பதைத் தவிர, அந்த மொபெட்டுக்கும் சைக்கிளுக்கும் பெரிய வேறுபாடு இல்லை. ஆனால், அந்த வண்டி வந்த பிறகு, சித்ரா அக்காவிடம் நிறைய வேறுபாடுகள் தெரிந்தன. கடைகளில் இருக்கும் நேரம் குறைந்தது. எப்போதும் வண்டியிலேயே சுற்ற ஆரம்பித்தார். நூல் வாங்க, ஊசி வாங்க, லைனிங் வாங்க... எனச் சொல்வ தற்கு ஏதோ ஒரு காரணத்தைத் தேடிக்கொண்டே இருந்தார். இது தொடர்பாக அக்காவுக்கும் அவர் கணவருக்கும் நிறைய சண்டைகள்கூட வந்தன. அக்கா அதைப் பொருட் படுத்தியதாகவே தெரியவில்லை. அரை கிலோமீட்டர் தூரத்தில் இருக்கும் பள்ளியில் இருந்து பிள்ளைகளை வண்டியில் அழைத்துவர ஆரம்பித்தார். பக்கத்து வீடுகளில் யாருக்கு என்ன அவசரம் என்றாலும், அவரது கை உடனே வண்டிச் சாவி இருக்கும் ஆணியை நோக்கி நீளும். வண்டியை தினமும் துடைக்கும் அழகைப் பார்த்து, ‘சித்ரா, புள்ளைங்களைக்கூட இப்படிக் கவனிக்கிறது இல்லை...’ என, பிற பெண்கள் கிண்டல் செய்வார்கள். ஒருநாள்

சண்டையில், "வீட்ல இருக்கிறதே இல்லை. எப்பப் பாரு வண்டியில சுத்திக்கிட்டு..." என்று சித்ரா அக்காவின் கணவர், வண்டியை அடித்து உடைத்தார்.

ஒரே வாரத்தில் புது வண்டி ஒன்று சித்ரா அக்கா வீட்டு வாசலில் நின்றது. கூடவே அக்காவின் கழுத்தில் கவரிங் செயின் ஒன்றும். "செயினை வித்து வண்டி வாங்கணுமா?" என்ற கேள்விக்கு, அவர் பதில் ஏதும் சொல்லவில்லை. நூல் வாங்க, ஊசி வாங்க, பட்டன் வாங்க... என அவர் தூரம் தூரமாகக் கடைகளைத் தேடிச் சென்றுகொண்டே இருந்தார்.

பெண் விடுதலையில், எந்தச் சித்தாந்தங்களையும் போராட்டங்களையும்விட மகத்தான பங்கு ஸ்கூட்டிக்கு உண்டு. ஐந்து கிலோமீட்டருக்கு அப்பாலும் உலகம் இருக்கிறது என அதன் சக்கரங்கள்தான் பெண்களுக்கு உணர்த்தின. என் அம்மா தலைமுறையிலேயே பெண்கள் வேலைக்குப் போகத் தொடங்கிவிட்டார்கள். வீட்டில் இருந்து பேருந்தில் கிளம்பினால் அலுவலகம், அங்கிருந்து

மீண்டும் பேருந்தில் வீடு. இப்படி இருந்த அவர்களை, என் தலைமுறையின் ஸ்கூட்டி பெண்கள்தான் ஒரே பாய்ச்சலில் தாண்டிவிட்டார்கள்.

'7.10-க்கு பஸ்ஸைப் பிடிச்சு 8.30-க்கு வீட்டுக்குப் போய்...' என்ற நெருக்கடிகளில் இருந்து இந்த இரண்டு சக்கரங்கள்தான் எங்களை மீட்டன. ஆண்களின் மாலைப் பொழுதுகள் அவர்களுக்கானதாகவும், பெண்களுக்கு என அப்படிப் பொழுதுகள் இல்லாமல் இருந்த இடைவெளியையும் இந்தச் சக்கரங்கள் நொறுக்கித் தள்ளின. எந்த வேலைக்கும் அப்பா, கணவர், சகோதரன், மகன் என இன்னோர் ஆணைச் சார்ந்திருக்கும் நிர்பந்தத்தில் இருந்தும், அவர்களின் சலிப்பில் இருந்தும் பெண்களைப் பெருமளவு மீட்டெடுத்த பெருமை, டூ வீலருக்கு உண்டு.

நான் தங்கி இருந்த கோடம்பாக்கம் வீடு ஒன்றின்மாடியில், காலையில் இருந்தே அந்தப் பெண், கணவரிடம் கெஞ்சும் குரல் கேட்கும். 'போற வழியில என்னை பஸ் ஸ்டாப்ல விட்டுட்டுப் போயிடுங்களேன்; கோயிலுக்குக் கூட்டிட்டுப் போங்களேன்; மார்க்கெட் வரைக்கும் விட்டுட முடியுமா?' என அந்தப் பட்டியல் நீளும். பதிலுக்கு, அவரது 'வந்து தொலை' என்ற சலிப்பான பதிலையும் கேட்க முடியும். வண்டியில் மனைவி ஏறுவதற்குள், 'கேட்டைத் திற, கேட்டை மூடு, ஒழுங்கா மூடு, சாவியை எடுத்தியா? ஒரு வேலை தனியா பண்ணத் தெரியாது...' எனப் பொரிந்து தள்ளுவார். வண்டியில் முக்கால் பங்கு இடத்தை அவரே அடைத்துக் கொள்ள, மீதி இடத்தில் குறுகிப்போய் உடல் கேரியரில் அழுத்த அவர் உட்கார்ந்திருப்பார்.

இன்னும் ஒருவரையும் எனக்குத் தெரியும். புல்லட் வைத்திருப்பார். அதை, தன் மனைவி தொடுவதைக்கூட விரும்ப மாட்டார். 'இதான் என் பொண்டாட்டி...' என புல்லட் ஸீட்டில் தட்டிச் சொல்வார். பக்கத்துத் தெருவுக்குப் போவதற்கும் புல்லட்டை ஸ்டார்ட் செய்வார். உடன் மனைவி வேகமாக நடந்து வரவேண்டும். அந்த வண்டியில் மனைவியை ஏற்றுவது அவருக்கு மரியாதைக் குறைவாம். இப்போது தோன்றுகிறது. இந்த இரு பெண்களும் ஏன் டூ வீலர் ஓட்டக் கற்றுக் கொள்ளவில்லை என்று?

பெண்கள் எப்போதும், எங்கும், யாரையும் சார்ந்திருக்கத் தேவை இல்லை என்ற மாபெரும் சுதந்திரத்தை இந்தச் சக்கரங்கள் தருகின்றன. நம் வேலைக்காக இன்னொருவரைக் கெஞ்சத் தேவை இல்லை. அவர்கள் அழைத்துப்போகும் நேரத்துக்காகக் காத்திருக்க வேண்டாம். நினைத்த நேரத்தில், நினைத்த இடத்துக்கு சல்லென்று கிளம்பிவிட முடியும். எவ்வளவு பெரிய சுதந்திரம் இது? பெண்ணுக்கு எனப்

பிரத்யேகமாக வண்டியை வடிவமைத்தவருக்கு நன்றி சொல் கிறேன். அவர் வண்டியை மட்டும் வடிவமைக்கவில்லை; ஒரு தலைமுறைப் பெண்களின் வாழ்க்கையையே மாற்றி அமைத்திருக்கிறார்!

'இந்தப் பெண்கள் ஏன் வண்டியில் இவ்வளவு வேகமாகச் செல்கிறார்கள்?' என்ற கேள்வி, சக வண்டி ஓட்டிகளிடம் எப்போதும் இருக்கிறது. அழுத்திவைக்கப்பட்ட எது ஒன்றும் கொஞ்சம் இடைவெளி கிடைத்தாலும் அதிக வேகத்துடன் அப்படித்தான் வெளிப்படும். அதுதான் இயற்கை; அதுதான் அறிவியல்.

இருசக்கர வாகனங்களை, பெண்கள் உபயோகப் படுத்த தொடங்கிய பின்புதான், அவர்களின் வேலை அமைப்பே மாறத் தொடங்கியது. காலமும் தூரமும் ஒரு பொருட்டு அல்ல என்ற நம்பிக்கை, வேலைகளின் எண்ணிக்கையை அதிகரிக்கத் தொடங்கியது. டீச்சர் வேலை, 10 மணிக்கு வருவேன், அஞ்சு மணிக்கு விட்ரணும் என்ற கண்டிஷன்கள் நகரத் தொடங்க... பெண்களுக்கான வேலை இதுதான் என்ற லேபிள் கழன்று விழத் தொடங்கியது.

'புடைவைதான் நல்ல பெண்களுக்கான டிரெஸ். அதைத் தவிர எந்த டிரெஸ் அணிபவர்களும் சாத்தான்கள்...' எனச் சொல்லி வந்த சுசீலா மேரி, தன்னுடைய 45-வது வயதில் சுடிதார் அணியத் தொடங்கினார். சுடிதாரை, சாத்தானிடம் இருந்து பிடுங்கி தேவனிடம் தந்ததும் அந்த டூவீலர்தான். 'புடைவையைக் கட்டிட்டு, அதை இழுத்து இழுத்துவிட்டுக் கிட்டே யாரு வண்டி ஓட்டுறது? சுடிதார் போடுங்க புள் ளைங்களா...' என்று அதன் பிறகு பார்ப்பவர்களிடம் எல்லாம் சொல்ல ஆரம்பித்தார். கிராமம், நகரம் வித்தியாச மின்றி உடை அணிவதில் இருந்த பெண்களின் மனத் தடங்கல்களை உடைத்து எறிந்ததும், இந்தக் குட்டி வண்டிதான்.

சென்னை வந்த புதிதில், பேயிங் கெஸ்ட்டாக தி.நகரில் தங்கியிருந்தபோது, தோழி ஒருத்தி டூவீலர் வாங்கினாள். டிராஃபிக் குறையும் இரவு நேரங்களில், நாங்கள் எங்கள் நகர்வலத்தைத் தொடங்குவோம். இலக்கே இல்லாமல், வழியும் தெரியாமல் இஷ்டத்துக்குச் சுற்றிக்கொண்டிருப்

போம். எத்தனையோ தடவை போலீஸுக்குப் பதில் சொல்லிருக்கிறோம். எங்களை இடிப்பதுபோல் வந்து பயமுறுத்தும் சில வண்டிகளைப் பார்த்துத் திகைத்திருக்கிறோம்; கீழே விழுந்திருக்கிறோம். ஆனாலும் அந்த இரவு பயணத்தை நாங்கள் நிறுத்தவே இல்லை. ஜன்னலுக்கு வெளியே, வீட்டு காம்பவுண்டுக்குள், பயணங்களின் இடையில் சில நிமிடங்கள் என அதுவரை நாங்கள் இரவை வெளியில் இருந்துதான் பார்த்திருக்கிறோம். இரவை இரவுக்குள் இருந்து அதன் அத்தனை அழகோடும் பார்த்தது அந்த நாட்களில்தான். ஆள் இல்லாத கடற்கரை, தூங்கிக் கொண்டிருக்கும் பூங்காக்கள், நெருக்கடி இல்லாத சாலை... என அமைதியில் உறைந்திருக்கும் நகரில், நாங்கள் வெளிப் பார்வைக்கு வெறும் டூவீலரில்தான் சுற்றினோம். ஆனால்,

மனதுக்குள் குதிரையில் நகர்வலம் வரும் பட்டத்து ராணி களாகவே எங்களை நினைத்துக் கொண்டோம்.

வண்டி ஓட்டும் பெண்களின் முகத்தில், அசாத்தியமான ஒரு தன்னம்பிக்கை மிளிர்வதை முதல் பார்வையிலேயே கண்டுவிட முடியும். எந்தப் பிரச்னையாக இருந்தாலும், அவர்கள் திரும்பி சுவரில் தொங்கிக் கொண்டிருக்கும் வண்டிச் சாவியை ஒருமுறை பார்ப்பார்கள். அதில் ஏறி ஒருமுறை உலகைச் சுற்றி வருவதற்குள் பிரச்னை தீர்ந்துவிடும் என்பதாக அல்ல; அந்தச் சின்ன சாவி, அவர்களுக்கு முன் இருக்கும் பரந்த உலகை நினைவுபடுத்தி அளவற்ற நம்பிக்கையைத் தந்துவிடுகிறது. வீட்டுக்குள் பிரச்னை நடந்தால், டக்கென சாவியை எடுத்துக்கொண்டு அந்த இடத்தில் இருந்து எஸ்கேப் ஆகும் ஆண் குணம், பெண்ணுக்கு வருவதே இல்லை. தப்பித்தல் என்பது அவர்கள் இயல்பிலேயே இல்லை. அவர்கள் எதிர்கொள்ளத் தெரிந்தவர்கள்; எதையும்... எங்கேயும்!

கோடம்பாக்கம் மேம்பாலத்தில் சைக்கிளில் டக்கென உள்நுழைந்து செல்லும் வீட்டு வேலை செய்யும் பெண்ணாக இருந்தாலும் சரி, டூவீலரில் செல்லும் கல்லூரிப் பெண்ணாக இருந்தாலும் சரி... வண்டி ஓட்டாத பிற பெண்களோடு ஒப்பிடும்போது இவர்கள் இன்னும் உறுதியோடு இருக்கிறார்கள். ஆண்களுக்கு வெளியேறுதல் என்பது எப்போதும் இயல்பாக இருக்கிறது. நடக்க ஆரம்பித்ததுமே அவர்கள் வீட்டின் மூலைகளை வெறுக்க ஆரம்பிக்கிறார்கள். அவர்களின் கால்களுக்கு இங்கு எல்லைகள் ஏதும் இல்லை. ஆனால், பெண்கள் வீட்டுச் சுவர்களைக் கடப்பதற்கே காலங்கள் காத்திருந்தவர்கள். வண்டியில் பறக்கும்போது முகத்தில் மோதும் காற்றின் சுகத்தை அனுபவிக்கத் துடித்தவர்கள். ஆண்களுக்கு வண்டி என்பது தூரத்தைக் குறைக்கிற, இலக்கை எளிதாக அடைய முடிகிற வாகனம். ஆனால், பெண்களுக்கு அப்படி அல்ல. கூடுதலாக இரண்டு கால்கள்; இன்னும் யோசித்தால் அவை வெறும் கால்கள்கூட அல்ல... இறக்கைகள்!

கணவனிடம் இருந்து பிரிய முடிவெடுத்து குழந்தையோடு தனியாக வாழும் தோழியிடம், 'சமாளிக்க முடியுதா?' என்று கவலையோடு கேட்டதற்கு அவள் சொன்ன பதில், 'வண்டி

இருக்குல்ல... மேனேஜ் பண்ணிப்பேன்'. எதிர்காலத்தில் எல்லாப் பெண்களும் ஒருவேளை வண்டி ஓட்ட ஆரம்பித்தால், திருமணம் செய்வதைப் பற்றி யோசிப்பார்களோ என்றுகூட தோன்றும். பில்லியனில் ஏறுவதைப் பெருமையாக நினைத்தவர்கள், பில்லியனில் உட்கார அவமானத்தைச் சகித்தவர்கள், பின்னால் உட்காருவதற்காக மணிக்கணக்கில் காத்திருந்தவர்கள், அதற்காக நிறைய விட்டுக்கொடுக்க வேண்டியிருந்தவர்கள்... டக்கென ஒருநாள் முன்னால் வந்து டிரைவ் செய்யும்போது வாழ்க்கை மாறித்தான் போகிறது.

சாலையின் சவால்கள், வாழ்க்கையின் சவால்களை வெல்லும் நம்பிக்கையைத் தந்துவிடுகின்றன. எப்போதும் சாகசம் செய்யத் துடிக்கும், அதற்கான வாய்ப்புக்காக ஏங்கும் பெண் மனதுக்கு, டூவீலர் ஆகச்சிறந்த சாதனம். சாலையில் ஒவ்வொரு முறை வளைத்து ஒடித்துத் திருப்பும் போதும், எதையோ, யாரையோ வெற்றி கொள்ளும் சந்தோஷத்தைத் தருகிறது அது.

தன்னை எப்போதும் சார்ந்து இருக்கிறாள் என்று சலிப்புக் கொள்ளும் ஆண் மனம், பெண் தனித்து இயங்கு வதையும் ஏற்றுக் கொள்வதே இல்லை. 'இந்தப் பெண்கள் ஏன் இப்படி வேகமாக வண்டி ஓட்டுகிறார்கள், இவர்களுக்கு எல்லாம் யார் வண்டி வாங்கிக் கொடுத்தார்கள்?' என ஓயாமல் சலம்புவதும், ஒரு பெண் சாலையில் தன்னைக் கடந்து சென்றுவிட்டால் படபடப்பாகி, உடனே விரட்டிச் சென்று திட்டுவதும் இந்த உளவியலில்தான்!

ஒருமுறை தோழிகளோடு டூவீலரில் பாண்டிச்சேரி சென்று விட்டுத் திரும்பும்போது வழிமறித்த காவல் துறையினர், 'பொண்ணுங்களுக்கு இது எதுக்கு வேண்டாத வேலை. போகணும்னா பஸ்ல போக வேண்டியதுதானே. பசங்களை மாதிரி எதுக்கு வண்டி எடுத்துட்டு சுத்திட்டு?' என அறிவுரை கொடுத்தனர். நாங்கள் சென்றது பாண்டிச் சேரிக்காக அல்ல; அந்தத் தூரத்தை எங்கள் வண்டியில் நாங்களே கடப்பதற்காக. நமக்குத்தான் ஆண் - பெண் வித்தியாசம் எல்லாம். வண்டிக்குத் தெரியுமா? பெட்ரோல் போட்டுவிட்டு யார் ஓட்டினாலும் ஓடும்தானே?

பொதுவாகவே... பெண்களுக்கு இதுபோன்ற அறிவுரை

களை அள்ளி வழங்கும் அனைவரும் சொல்வது, 'எல்லாம் உங்க பாதுகாப்புக்குதானே...' என்பதுதான். டூவீலர் என்று இல்லை... 'பெண்களுக்கு வேண்டாம்' என்று இவர்கள் தடுக்கும் எல்லாவற்றுக்கும் பாதுகாப்பு என்பதைத்தான் காரணம் சொல்வார்கள். பெண்கள் வண்டி ஓட்டி விபத்துகளை உருவாக்கியது அரிதிலும் அரிதுதான். பெண்கள் மீது வலுக்கட்டாயமாக நடத்தப்பட்ட விபத்துகளை வேண்டுமானால் அதிகமாகப் பட்டியலிடலாம். இடிப்பது போலவே வருவது, விநோதமான ஹாரன்களால் பயமுறுத்துவது, ஆள் இல்லாத சாலைகளில் பயணம் செய்யும்போது பயமுறுத்துவது போல பின்தொடர்வது, இடித்துக் கீழே தள்ளப்படுவது... என வண்டி ஓட்டும் பெண்கள் சந்திக்கும் பிரச்னைகள் இங்கு அதிகம்.

நண்பனோ, கணவனோ, அண்ணனோ அவர்கள் வண்டி ஓட்டும்போது நாம் பின்னால் உட்காருவதை அவமானமாக நினைத்ததே இல்லை. ஆனால், பெண்களின் பின்னால் வண்டியில் உட்கார, ஆண்கள் தயங்காமல் 'நோ' சொல்வார்கள். கிளம்பலாமா என்று வண்டி அருகே சென்றதுமே, நம் வண்டியின் சாவியை அநிச்சையாக அவர்கள் வாங்கிக் கொள்வார்கள். நம் வண்டியிலும் நாம் பின்னால்தான் உட்கார்ந்தாக வேண்டும். 'நீ சரியா ஓட்ட மாட்ட....' என்று காரணம் சொல்வார்கள். பெண்கள், வண்டி ஓட்டும்போது விபத்துகள் குறைகின்றன. எனவே, பள்ளி வேன்களுக்கு பெண்களை ஓட்டுநராக நியமிக்கலாம் என ஆராய்ச்சி முடிவுகள் சொல்கின்றன. ஆனால், அறிவியலையும் ஆண்கள் நம்ப மறுப்பது பெண்கள் விஷயத்தில்தான்.

அடுத்த முறை சாலையில் ஒரு பெண் உங்களைக் கடந்து வேகமாகச் சென்றால், திட்டுவதற்குக் கெட்ட வார்த்தைகளைத் தேடாதீர்கள். அவளது பாதுகாப்பை அவள் பார்த்துக் கொள்வாள். அவள் வைத்திருப்பது உங்களைப் போல இரண்டு சக்கரங்களும் இன்ஜினும் கொண்ட வெறும் வண்டி அல்ல; அவளிடம் இருப்பது இறக்கைகள். அவை நகர்வதற்கானது அல்ல; பறப்பதற்கானது!

3

"சந்திரா, போன மாசம் 2,000 ரூபா வாங்கினாங்க. திருப்பித் தரவே இல்லை" - நண்பன், பேச்சுவாக்கில் சொன்னான். "பொண்ணுங்களுக்கு என்ன செலவு இருக்கப் போகுது... வாங்கினா, குடுத்துற வேண்டியது தானே?" - நக்கலும் எரிச்சலும் சமவிகிதத்தில் கலந்திருந்த ஒரு குரலில் மேலும் தொடர்ந்தான். "நீங்க வேலைக்கு வர்றதே ச்சும்மா பியூட்டி பார்லர் போகத்தானே! நல்லா ஜாலியா டைம்பாஸ் பண்ண வேலைக்கு வர்றீங்க. அப் புறம் மேடம்... இந்த வாரம் எங்கே ஷாப்பிங்?" - பெண்கள் வேலைக்குப் போவது பற்றிய பொது மதிப்பீடு இதுதான்.

'பஸ்ஸுக்கு காசு இல்லாம, லாரி ஏறித்தான் சென்னைக்கு வந்தேன். திருவல்லிக்கேணி மேன்ஷன்ல ஒண்டிக்கிட்டு, சாப்பாட்டுக்குக் கஷ்டப்பட்டு, வேலை தேடி...' போன்ற வார்த்தைகள் மீசையும் தாடியும் வைத்தவை. ஆண்கள், தங்களுக்கு மட்டுமே பொருத்திக்

கொள்ள முடியும் என அதீதமாக நம்பும் வார்த்தைகளுக்கு, இப்படி மீசை முளைத்து விடுகிறது.

கன்னியாகுமரி எக்ஸ்பிரஸில் அப்பாவோடு சென்னைக்குக் கிளம்பியபோது, அங்கு செய்வதற்கு எனக்கு ஒரு வேலையும் இருக்கவில்லை. ரிப்போர்ட்டர் வேலை கிடைத்திருப்பதாகப் பொய் சொல்லித்தான் கிளம்பினேன். நாகர்கோவில் நண்பர் ஒருவர், சென்னையில் ஒரு பத்திரிகை அலுவலகத்தின் முகவரியைக் கொடுத்து பார்க்கச் சொல்லியிருந்ததால், சின்ன நம்பிக்கை ஒன்று மனதின் ஓரம் இருந்தது. மாம்பலம் ரயில் நிலையத்தை ஒட்டிய ராமேஸ்வரம் தெருவில், அடுக்குமாடிக் குடியிருப்பு ஒன்றில் அந்த அலுவலகம் இருந்தது. இதயம் அதிவேகமாகத் துடிக்க, அப்பாவை வாசலில் நிறுத்திவிட்டு உள்ளே சென்று அங்கு இருந்தவரிடம் (அவர்தான் உரிமையாளர் என்று நினைவு) நாகர்கோவில் நண்பரை நினைவுபடுத்த முயன்றேன். சில தலைப்புகள் கொடுத்து, கட்டுரைகள் எழுதி வந்தால் பார்க்கலாம் என்று சொன்னார். நான் வெளியே வந்து அப்பாவிடம் சொன்னேன், ‘இன்னைக்கே ஜாயின் பண்ணிடச் சொன்னாங்க’. அந்த அப்பார்ட்மென்ட் செக்யூரிட்டி அதே கட்டடத்தில் சில பெண்கள் பேயிங்-கெஸ்ட் ஆகத் தங்கி இருப்பதைச் சொல்ல, அதில் இணைந்து கொண்டேன். ஆபீஸ் மாடியிலேயே இடமும் கிடைத்ததில் அப்பாவுக்குச் சந்தோஷம். அவர் அதே உடையோடு, பையைத் தூக்கிக்கொண்டு, ‘கோயம்பேடு பஸ் ஸ்டாண்டுக்கு எங்க பஸ் ஏறணும்?’ என விசாரித்துக் கொண்டு தி.நகர் பேருந்து நிலையத்துக்கு நடக்கத் தொடங்கினார். மடித்துக் கட்டிய வேட்டி, லூனார் செருப்பு, கண்களில் பயத்துடன் என்னைத் திரும்பித் திரும்பிப் பார்த்தபடி, அவர் சென்று கொண்டே இருந்தார்.

ஒரு ஹால், சின்ன பாத்ரூமைவிடக் கொஞ்சம் பெரிய அறை, ஒரு கிச்சன் அறை... என சிங்கிள் பெட்ரூம் வீடு அது. அதில் ஏற்கெனவே ஏழு பேர் தங்கியிருந்தார்கள். நான் உள்ளே நுழையும்போது நான்கு பெண்கள் தலை வரை போர்த்திக் கொண்டு தூங்கிக் கொண்டிருந்தார்கள். ஜன்னல் வழியாக மாம்பலம் ரயில் நிலையத்தின் மின்சார ரயில்களை வேடிக்கை பார்க்கத் தொடங்கினேன். அம்மா தந்த 3,000 ரூபாயில், அறைக்கும் உணவுக்கும் 2,700 ரூபாய்

கொடுத்தது போக, மீதி 300 ரூபாய் கையில் இருந்தது. இவ்வளவு பெரிய மாநகரத்தில், எனக்கு ஒருவரைக்கூடத் தெரியாது என்ற நினைப்பே விசித்திரமாகவும், பயம் தருவதாகவும் இருந்தது.

ஊருக்குப் போயிருந்த திண்டுக்கல் பெண்கள் மூன்று பேர் அன்று மதியம் அறைக்குத் திரும்பினார்கள். கல்லூரியில் ஒன்றாக எம்.சி.ஏ முடித்து விட்டு, சென்னையில் தங்கி வேலை தேடிக் கொண்டிருந்தார்கள். தூங்கிக்கொண்டிருந்த நான்கு பெண்களுக்கும் கால்சென்டரில் வேலை. ஊரை விட்டு வெகுதூரம் தள்ளி, புரண்டு படுக்க இடம் இல்லாமல் நெருக்கியடித்துப் படுத்தபடி, மின்சார ரயில்களின் பேரிரைச்சலில் திடுக்கிட்டு விழிக்கும் எங்களை இணைத்தது ஒரே கனவுதான். அது 'பணம்'! எங்களிடம் இல்லாததும், எங்களுக்குத் தேவைப்பட்டதும், நாங்கள் சென்னை நோக்கி ஓடிவந்ததும் அதற்காகத்தான்.

அங்கே எங்களில் மூத்தவள் கவிதா. வறுமை காரணமாக இடைவெளிவிட்டுப் படித்ததில், 27 வயதில்தான் எம்.சி.ஏ முடிக்க முடிந்தது. புதன்கிழமை இந்துவின் ஆப்பர்சூனிட்டீஸ் கையில் எடுக்கும்போது அவளுக்குக் கண்கள் பொங்கிவரும், 'இந்த வேலையாவது கிடைக்கணுமே'! வயது அதிகமாக இருந்ததும், அவள் வாயில் வரவே வராத ஆங்கிலமும் அவளது வேலைக்குத் தடையாக இருந்தன. விவசாயியான அப்பாவை ஹாஸ்டல் வாடகைக்காகச் சிரமப்படுத்தும் குற்றவுணர்ச்சி அவளிடம் எப்போதும் இருக்கும். 50 காசை மிச்சம் பிடிக்க, இரண்டு ஸ்டாப் கடந்து நடந்துசென்று பஸ் ஏறுவாள். 'இந்நேரம் வயல்ல எவ்ளோ வெயில்ல நிப்பார் தெரியுமா எங்கப்பா?' என அதற்கு ஒரு காரணம் சொல்வாள்.

மாதம் 9,000 ரூபாய் சம்பளத்தில் கால் சென்டரில் வேலை பார்த்த லெஷ்மி, ஊரில் தன் வீட்டை ஒவ்வொரு செங்கல்லாக எழுப்பிக் கொண்டிருந்தாள். தம்பியை இன்ஜினீயரிங் படிக்க வைக்கும் பொறுப்பும் அவள் தலையில் இருந்தது. லெஷ்மி, ஊருக்குப் போகும்போது ஹோம்மேட் பிரவுன் பிரட் வாங்கி வருவாள். நைட் ஷிஃப்ட்டில் ஆபீஸ் கேன்டீனில் சாப்பிட காசு இருக்காது என்பதால், அதில் இரண்டு ஸ்லைஸ் பிரட்தான் அவளது

இரவு உணவு. எக்ஸ்பைரி தேதி பார்த்துச் சாப்பிடுபவர்கள்கூட அவள் அளவில் வசதியானவர்கள். தொடர்ச்சியாக அரிசி உப்புமா சாப்பிட்டு வாழ்க்கை நரகமாகும் நாட்களில், எதிரே இருந்த அன்பு மெஸ்ஸுக்குச் சாப்பிடப் போவோம். ஆளுக்கு இரண்டு பரோட்டா, ஒரு ஆம்லெட் என பத்து ரூபாய்தான். அதற்கே லெஷ்மி இரண்டு நாட்கள் புலம்பிக் கொண்டிருப்பாள்.

மிகுந்த அலைச்சலுக்குப் பின் எனக்கு வேலை கிடைத்து, எக்மோர் விடுதி ஒன்றுக்கு இடம் பெயர்ந்தேன். பகலில் மின்சாரம் துண்டிக்கப்படும். மணி அடிக்கும்போது சாப்பாடு எடுத்து வைத்துக் கொள்ளாவிட்டால், அன்றைக்குப் பட்டினி, எல்லா தேவைகளுக்கும் சேர்த்து ஒரு நாளைக்கு ஒருவருக்கு இரண்டு பக்கெட் தண்ணீர்... என வதை முகாம் போலவே இருந்தது அந்த விடுதி. அறைத் தோழி கல்பனாவுக்கு, காலை 6 மணி ஷிஃப்ட். மதியம் வரும்போது அவளுக்கு உணவு இருக்காது. ஒரு நாள், பசி வேகத்தில் வார்டனுக்கு வைத்திருக்கும் உணவை கிச்சனில் போய் எடுத்துவிட்டாள். வாடிக்கைத் திருடர்கள் எல்லாம் ஜாலியாக இருக்க, வழி இல்லாமல் ஒரு நாள் திருடுபவர்கள் மாட்டிக்கொள்வது வழக்கம் தானே? வார்டன் எதுவும் சொல்லவில்லை. ஆனாலும் அன்றைக்கே கல்பனா அறையைக் காலி செய்துவிட்டாள்.

லட்சுமணப் பெருமாளின் சிறுகதை ஒன்றில், தீப்பெட்டித் தொழிற்சாலையில் வேலை செய்யும் பெண் ஒருத்தியின் ஆகப் பெரிய பிரச்னை, அணிவதற்கு உள்பாவாடை இல்லாமல் இருப்பது. கைக்குழந்தையைத் தூக்கிக்கொண்டு வேலைக்கு வருவாள். அவள் கணவனோ, ஒரு நோயாளி. அவள் வாங்கும் கொஞ்சம் சம்பளமும் கணவனது நோய்க்கே போய்விட, பாவாடை வாங்க முடியாமலே போய்க் கொண்டிருக்கும். சிறுநீர் கழிக்க ஒதுங்கும் இடத்தில் அவளது கிழிந்த பாவாடையை உடன் வேலை பார்க்கும் பெண் பார்த்துக் கிண்டல் செய்ய, அவமானத்தால் பாவாடையை அவிழ்த்து எறிந்துவிட்டுப் பாவாடைக் கயிற்றில் புடைவையைச் சுற்றிக்கொண்டு வேலை செய்வாள். அவளிடம் இருந்தது, அந்தக் கிழிந்த பாவாடை மட்டும் தான்.

அடுத்த நாள் கணவனது பழைய அண்டர் வேரைப் போட்டு அதன் மேல் புடைவை கட்டிக்கொண்டு வருவாள். யாராவது பார்த்துவிட்டால் சிரித்துவிடுவார்களே என்ற அச்சத்தில், வேலையே செய்ய முடியாமல் தடுமாறுவாள். அந்த உடையோடு சிறுநீர் கழிக்கவும் முடியாது. மறைவாகப் போய் அண்டர்வேரைக் கழற்றி எறிந்துவிட்டு, அந்தக் கயிற்றில் புடைவையைச் சுற்றிக் கொண்டு உட்காருவாள். கொஞ்ச நேரத்தில் அங்கு வரும் மேலாளர் கையில், அவள் கழற்றிப்போட்ட அண்டர்வேரும், முந்தைய நாள் கழற்றிப் போட்ட பாவாடையும் இருக்கும். பாவாடை இவளுடையது எனச் சில பெண்கள் காட்டிக்கொடுத்துவிட, 'அண்டர்வேர் பக்கத்துல கிடக்குனா, எவன் வந்தான்?' என அவர் கத்த, அவமானம் தாங்காமல் குழந்தையைத் தூக்கிக்கொண்டு வெளியேறுவாள்.

வழியில் பக்கத்து வீட்டுக்காரர் எதிரே வருவார். அவளது கணவர் இறந்துபோய் விட்டதாகக் கூற, எந்தச் சலனமும் இன்றி அவரது சைக்கிளில் ஏறி உட்காருவாள். 'உன் பெரியப்பா மகனுக்குத் தகவல் சொல்லி அவன் வந்துட்டான். சடங்கு செய்ய உனக்கு ஒரு புடைவை, ஜாக்கெட், பாவாடை எடுக்கிறேன்னு சொன்னான். நான்தான் பாவாடை எதுக்கு? புடைவை, ஜாக்கெட் போதும்னு சொல்லிட்டேன்' எனச் சொல்ல, அவள் வெடித்து அழத் தொடங்குவாள். வெகுநாட்கள் தொந்தரவு செய்த கதை இது!

உண்மையில் வேலை செய்கிற பல பெண்களின் நிலை இங்கே இதுதான். நான் வேலை பார்த்த பழைய அலுவலகத்தின் அக்கவுன்ட் பிரிவில், ஒரு பெண் வேலை செய்தார். பல வருடங்களாக வேலை செய்வதால் நல்ல சம்பளம்தான் அவருக்கு. குதிகால் வெடிப்பால் நடக்க முடியாமல் அவ்வளவு சிரமப்படுவார். ஒரு பஸ் ஏறி, அடுத்து ரயில் பிடித்து, மீண்டும் ஷேர் ஆட்டோவில் வீடு செல்லும் தூரம். 'கால் வலிக்காத மாதிரி நல்ல செருப்பு ஒண்ணு வாங்கிக்க வேண்டியதுதானே?' என்று கேட்டால், 'அடுத்த மாசம் பார்த்துக்கலாம்' எனச் சிரிப்பார். இதே போன்று செருப்புகூட இல்லாமல் வேலை செய்யும் ஆண்களும் அநேகம் பேர் இருக்கிறார்கள். மறுக்க முடியாது தான். ஆனால், அவர்களுக்குக் கிடைக்கிற 'உழைப்பாளர்' அங்கீகாரம் பெண்களுக்குக் கிடைப்பதே இல்லை!

தோழி ஒருத்தியின் கணவர் எப்போது சண்டை வந்தாலும், 'பிடிக்கலைன்னா வீட்டை விட்டுப் போ. இது என் வீடு' என்று சொல்வார். 'எனக்குனு ஒரு வீடு இருந்தா, இதையெல்லாம் கேட்கணுமா?' என்று அழுவாள். 'இவர் வீட்டுக்கு ஈ.எம்.ஐ கட்டும்போது, நான் பசங்க ஸ்கூல் ஃபீஸ், வீட்டு வாடகை, சாப்பாடுனு செலவு பண்ணேன். அதைப் பண்ணாம நானும் என் பேர்ல வீடு வாங்கியிருக்கணும். இன்னிக்கு எனக்குனு ஒண்ணும் இல்லை' எனப் புலம்புவாள். இன்றைக்கு வேலைக்குப் போகிற பெண்களில் எத்தனை பேரால் தன் பெயரில் வீடோ, சொத்தோ வாங்க முடிந்திருக்கிறது? ஐந்து ரூபாய் இல்லாமல் கிண்டியில் இருந்து வள்ளுவர் கோட்டம் வரை நடந்து சென்ற

நாட்களை நான் கடந்திருக்கிறேன். அதேபோன்ற தூரங்களை வேறு வேறு திசைகளில் இருந்து, என் தோழிகள் கடந்திருக்கிறார்கள்.

வாழ்க்கை இங்கு எல்லோருக்கும் முள்ளையும் பூவையும் விரவித்தான் வைத்திருக்கிறது. பெண்களுக்கு என அது எந்தப் பூப்பாதையையும் தனியாக நட்டு வைத்திருக்கவில்லை. துன்பங்களை, வாழ்க்கையின் ஒரு பகுதியாக பெண்கள் எடுத்துக் கொள்வதால், அவை பற்றி அதிகம் பேசுவது இல்லை.

சில ஆண்டுகளுக்கு முன்பு நாளிதழ் ஒன்றில் வேலை செய்தபோது, எனக்கு மாதச் சம்பளம் 9,000 ரூபாய். ஏகப்பட்ட குடும்பக் கடமைகளோடு இருந்த காலம் அது. 10-ம் தேதியிலேயே பஸ்ஸுக்குகூட காசு இருக்காது. நண்பர்களிடம் கடன் வாங்குவது, பைக்கில் தொற்றிக் கொள்வது என ஓட்டிக் கொண்டிருந்தேன். கஷ்டத்தைச் சொல்லி கடன் கேட்க தன்மானம் இடம் தராது. இதற்காக நட்பு என ஒன்றைப் பிடிக்கிறதோ, இல்லையோ பராமரிக்க வேண்டும். எல்லோரிடமும் இந்த நட்பு சாத்தியப்படாது. இரண்டாவது நபருடன் பைக்கில் ஏறினாலே, பேர் ரிப்பேர் ஆகிவிடும். ஒழுக்கமாக ஒருவர் பைக்கில் ஏறலாம் என்றால், அவரோடு காதல் என்று கதை கட்டிவிடுவார்கள். ஆண்-பெண் நட்பு, அலுவலக நட்பு என்பதெல்லாம் இன்னும்கூடப் பேச்சு அளவில்தான். உண்மையில் உடன் இருக்கும் சாத்தான்கள் அதை ஒருபோதும் நம்புவது இல்லை.

காசு இல்லாத நாட்களில் இன்னொரு சிக்கலும் உண்டு. அலுவலக நண்பர்கள், வெளியே சாப்பிடக் கூப்பிடுவார்கள். அவர்கள் காசில் சாப்பிடக் கூச்சமாக இருக்கும். எவ்வளவு தவிர்த்தாலும், ‘காசை மிச்சம் பிடிச்சு வெயிட்டான மாப்பிள்ளையா கல்யாணம் பண்ணிக்கப் போறியா?’ என சூழ்நிலை புரியாமல் பேசுவார்கள். இதைத் தவிர்க்க இன்னும் கடன் வாங்க வேண்டியிருக்கும். பெண்களுக்குக் குடும்பப் பொறுப்பே இல்லை என்கிற அவர்களது பொதுப்புத்தியின் விளைவை நாம் சுமக்கவேண்டியிருக்கும். ‘ஆயில் எனக்கு அலர்ஜி நண்பா. நான் பஜ்ஜி சாப்பிடுறது இல்லை’ என எவ்வளவு நடித்தாலும், மாலையில் டீ சாப்பிடக் கட்டாயப்படுத்தி அழைத்துப் போவார் அந்த

நண்பர். பர்ஸ் வறண்டு இருந்த ஒரு நாளில், 'ஆண்-பெண் சமத்துவத்தைப் பெண்கள் பேசுறதெல்லாம் சரிதான். முதல்ல தன்னோட சாப்பாட்டுக்குச் சம்பாதிக்க ஆரம்பிக் கணும். ஆம்பளை காசுல தின்னுட்டு உரிமை கேட்டா எப்படி?' என்று அவர் பேசிக்கொண்டே செல்ல, இயலாமையில், அவமானத்தில் அமைதியாக உட்காரத்தான்

முடிந்தது. அதன் பிறகு யாரோடு சாப்பிட்டா லும் வலிந்து நான் காசு கொடுக்க ஆரம்பித்தேன். இப்போது வேறு மாதிரியான பிரச்னை. நம் பணத்தை நம்மிடம் திருப்பித் தந்துவிட்டு, ஆண்கள்தான் காசு கொடுப்பார்கள். 'உன் காசுல நான் சாப்பிடணுமா?' என்பதாக இருக்கும் அந்தப் பார்வை. ஆக, எங்கிட்டு போனாலும் அடி பெண்களுக்குத் தான்!

அதிகாலை வேளைகளில் விழுப்புரம், வேலூர், ஆம்பூர், அரக்கோணம் ரயில் நிலையங்களில் சென்னை நோக்கிய ரயில்களில் ஏராளமான பெண்கள் ஏறுவார்கள். டவல் கட்டிய ஈரத் தலையோடு ஏறும் பெண்களும் உண்டு. மேலே லக்கேஜ் வைக்கும் இடங்களில் படுத்துத் தூங்கத் தொடங்கு வார்கள். இடம் கிடைக்காத பெண்கள் நின்றுகொண்டே தூங்கி விழுவார்கள். சென்னை வருவதற்கு அரை மணி நேரம் முன்னதாக எழுந்து தலை சீவி, பவுடர் இட்டு, கொண்டுவந்த டிபனை சாப்பிட்டு அரக்கப்பரக்க ரயில் நிலையங்களில் இறங்கி, அடுத்த பேருந்தைப் பிடித்து அலுவலகங்களுக்குச் செல்வார்கள். காலை 5 மணிக்கு ரயில் பிடிக்க வேண்டுமானால், 3 மணிக்கேனும் இவர்கள் எழுந் திருக்க வேண்டும். மொத்தக் குடும்பத்துக்கும் உணவு சமைத்து பாக்ஸில் அடைத்து, கர்ச்சீஃப் வைத்தால்தான் கிளம்ப முடியும். இரவில் இதேபோல் பஸ் பிடித்து, ரயில் பிடித்து, வீடு சென்றால் இவர்களுக்கு என்றே வேலைகள் ரயிலைவிட நீளமாகக் காத்திருக்கும். அடுத்த முறை இந்தப் பெண்களில் யாரையேனும் சந்தித்தால் மறக்காமல் உங்கள் பழைய வசனத்தை ஒப்பியுங்கள் பார்ப்போம்...

'உங்களுக்கு என்ன மேடம், டைம்பாஸுக்கு நல்லா ஜாலியா வேலைக்குப் போய்ட்டு, புடைவை வாங்கி... நாங்கல்லாம் அப்படியா?'

4

திருச்சி மலைக்கோட்டை ரயில் மெதுவாகக் கிளம்ப ஆரம்பித்ததும், அந்த இளம்பெண்ணும் ஆணும் ஓடிவந்து ஏறினார்கள். அந்தப் பெண் மூச்சுவாங்க பொத்தென்று இருக்கையில் விழுந்தாள். அவன் சிரித்துக்கொண்டே அவளுக்குத் தண்ணீர் பாட்டில் திறந்து தந்தான்; அவளது தோள் பையைக் கழற்றிவைத்தான். சுற்றியிருந்தவர்களைப் பற்றி கவலைப்படாமல் இருவரும் உற்சாகமாகப் பேசிக்கொண்டிருந்தார்கள். பக்கத்தில் இருந்த பெரியவர் கடுப்பாகி, ஆனால் அதை வெளிக்காட்டிக் கொள்ளாமல், 'என்ன தம்பி... இப்பத்தான் கல்யாணம் ஆகியிருக்கா?' எனக் கேட்டார். கல்யாணம் முடிந்து கொஞ்சம் நாளானால், சிரித்துப் பேச மாட்டார்கள் என்ற அனுபவம் போல அவருக்கு. அவர்கள் ஒருவரை ஒருவர் பார்த்து மீண்டும் சிரித்தார்கள். 'இல்லே அங்கிள்... ரெண்டு பேரும் ஒரே ஆபீஸ்ல ஒர்க் பண்றோம். ஃப்ரெண்டு கல்யாணத்துக்குப் போயிட்டு வர்றோம்' என்று அவன் பதில்

சொன்னான். 'எனக்குப் படுக்கணும்' என்று சொன்ன அந்தப் பெரியவர், அவர்களை லோயர் பெர்த்தில் இருந்து எழுப்பிவிட்டு படுத்துக்கொண்டார். அவர்கள் எதிரெதிர் அப்பர் பெர்த்களில் படுத்துக்கொண்டு விடிய, விடிய பேசிக் கொண்டே வந்தார்கள். விழிப்பு வரும்போது எல்லாம், என்னால் அவர்களது சிரிப்பு சத்தத்தைக் கேட்க முடிந்தது.

அதிகாலை... செங்கல்பட்டு ஸ்டேஷனில் டீ சாப்பிட இறங்கியபோது, அந்தப் பெண் டீ கிளாஸின் சூட்டை, அவன் கன்னத்தில் வைத்துச் சிரித்தாள். தாம்பரம் ரயில் நிலையத்தில் அவள் இறங்க, அவளது பையைத் தூக்கிக் கொண்டு அவனும் உதவிக்கு இறங்கினான். விடைபெற தலையசைத்தவள், ஒரு விநாடி யோசித்துவிட்டு, அவனை கட்டிக்கொண்டு உதட்டில் முத்தமிட்டாள். 'லவ் யூ டா... சொல்லாமப் போக முடியலை' என அவன் முகம் பார்த்து நின்றாள். அவன், அதை எதிர்பார்க்கவில்லை என்பதுபோல ஒரு ரியாக்ஷன் தந்தபடி, நகரத் தொடங்கியிருந்த ரயிலில் ஏறினான். அவன் முகத்தில் சின்னதாக வெட்கமும் சிரிப்பும் பரவத் தொடங்கின. மாம்பலம் ரயில் நிலையத்தில் நான் இறங்கும் வரையிலும், அந்தச் சிரிப்பு அவன் முகத்தில் அப்படியே இருந்தது.

காதல் அப்படித்தான். அது ஆண், பெண் வித்தியாசமின்றி ஒரு நொடியில் மலர்த்திவிடும். அந்தப் பயணத்தில் படுத்தவுடன் தூங்கிப்போகாமல், இரவு முழுக்க அவன் பேசிக்கொண்டே வந்தது அவளை ஈர்த்திருக்கலாம். இறங்கும்போது கை கொடுத்து இறக்கிவிட்டது, இருளில் செருப்பைத் தேடியபோது இயல்பாக அவன் வந்து உதவி செய்தது... என ஏதோ ஒன்று அவளை நெகிழ்த்தியிருக்க வேண்டும். ஏனெனில், காதல் தோன்றுவதற்கு பெரிதாகக் காரணம் எதுவும் தேவை இல்லை. இருவரும் ஆண், பெண் என்கிற அடிப்படைக் காரணம், ஏற்கெனவே பொருந்திப் போய் விடுகிறது.

மொபைல் தொலைந்துபோனதால், என்ன செய்வது எனப் புரியாமல், நண்பனை அழைத்தேன். அவன் எண் மட்டுமே நினைவில் இருந்தது. 'சிக்ஸ் தர்ட்டிக்கு வடபழநி போலீஸ் ஸ்டேஷன் வந்துடு. ஒரு கம்ப்ளெய்ன்ட் குடுத்து வெச்சிடலாம்' என அவன் சொன்னதை நம்பி, 8.30 மணி

வரை ஸ்டேஷன் வாசலிலேயே காத்துக்கிடந்தேன். அவன் மறந்து போயிருப்பான்; அவனுக்கு இது வழக்கம்தான். நான் புகார் கொடுத்துவிட்டு வெளியே வந்தால், பக்கத்தில் கையேந்தி பவனில் நண்பனோடு சாப்பிட்டுக்கொண்டிருந் தான். டென்ஷனோடு அவனை நோக்கிச் சென்றால், 'வாம்மா... சாப்பிடுறியா' எனச் சிரித்தான். அந்தச் சிரிப்புக்கு முன்னே, அவன் காக்கவைத்தது பெரிதாகத் தெரியவில்லை. முன்னிரவில் ஆரம்பித்து நள்ளிரவு வரை, வடபழநியில் இருந்து கோடம்பாக்கம் வீடு வரை அவனோடு பேசியபடி நடந்து கொண்டிருந்தேன். அந்த இரவில், அந்த உரையாடலில் அவன் மீது காதல் வந்தது. ஆனால், சொல்லத் தயக்கமாக இருந்தது. பொதுவாகவே அதிகம் பேசும் ஆணையும், தன்னைப் பேச அனுமதிக்கும் ஆணையும், யோசிக்காமல் பெண்கள் காதலிக்கத் தொடங்குகிறார்கள்.

மறுநாள் காலை அவனை வீட்டுக்கு வரச் சொன்னேன். தூங்காமல் சிவந்த கண்களோடு, அதிகாலை காலிங் பெல் அடித்தான். 'ஏதோ சொல்லணும்னு சொன்னியே... என்னா?' என்று கேட்டுவிட்டு பால்கனியில் நின்று கொண்டான். உலகின் அதிகமாகப் போரடிக்கிற விஷயங் களைப் பேசிக்கொண்டிருந்தோம். ஆனால், 'உன்னைக் காதலிக்கிறேன்' என்று சொல்ல முடியவில்லை. ஒரு தேநீர் போடும் அவகாசத்தை வாங்கிக்கொண்டு கிச்சனுக்குள் நுழைந்தேன். தேநீரோடு திரும்பி வருவதற்குள், ஹாலில் தூங்கிக் கொண்டிருந்த தம்பிக்கு அருகே படுத்து அவனும் தூங்கிப் போயிருந்தான். அந்த இன்னொசென்ஸ், அவனை இன்னும் அதிகம் பிடிக்க வைத்தது. அவன் விழிக்கும் வரை காத்திருந்து, கண் திறந்த விநாடியில் காதலைச் சொன்னேன். 'என் வாழ்வின் ஆகச் சிறந்த காதல் அது...' என்று, இப்போதும் அதைச் சொல்லலாம். நாங்கள் திருமணம் செய்து கொள்ளவில்லை என்பதுதான் அந்தக் காதலை இன்னும் அழகாக்குகிறது!

காதல் எப்போதும் கற்பனைகளாலும் பைத்தியக்காரத் தனங்களாலும் நிறைந்த உலகம். ஆனால், இருவர் இணைந்து வாழ்வதற்குப் பெரும் இடைஞ்சலாக இருப்பது இந்தப் பைத்தியக்காரத்தனம்தான். காதல் மலரும் நொடியைப் புரிந்து கொள்வதுபோல், அது விலகும் நொடியையும்

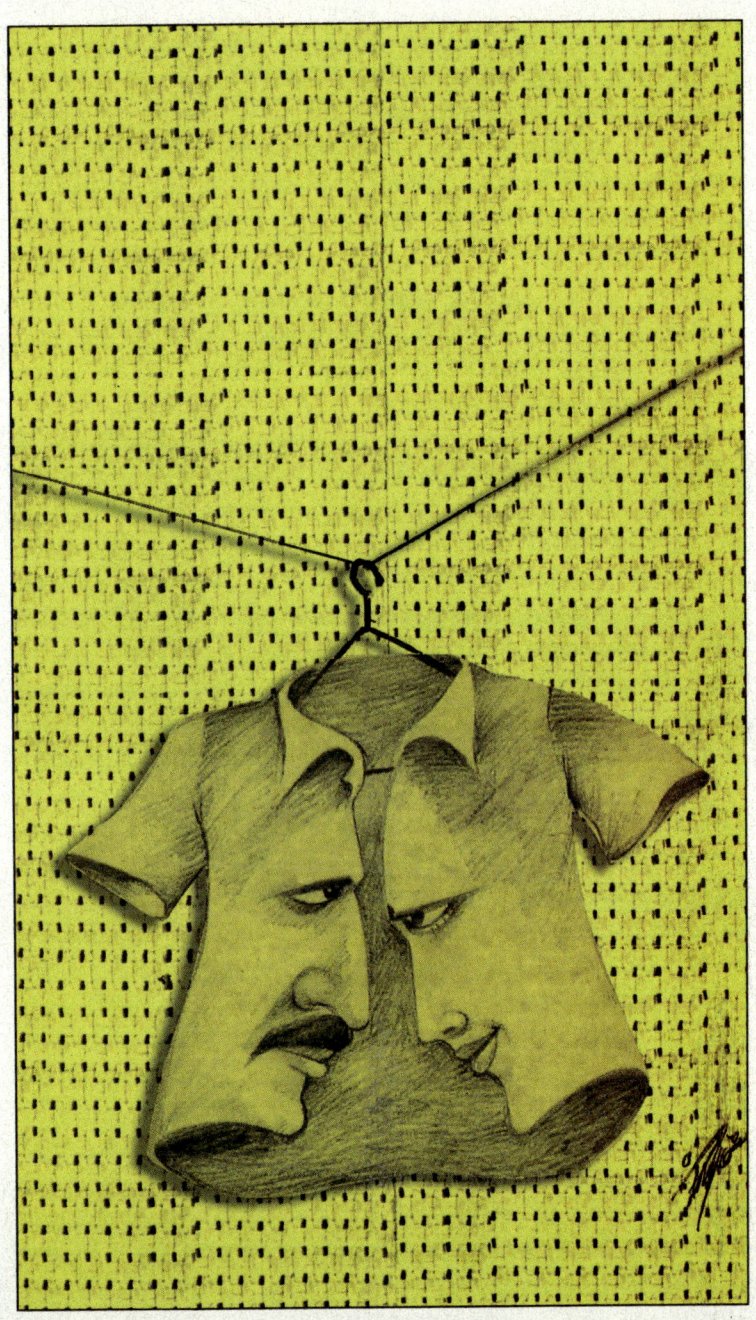

புரிந்துகொண்டு இயல்பாக எடுத்துக் கொள்பவர்கள்தான், காதலிக்கத் தகுதியானவர்கள். ஏனெனில், காதல் என்கிற அழகான, மிகச் சாதாரண ஓர் உணர்வை, மிகப் புனிதமான இடத்தில் வைத்துத் தேவைக்கு அதிகமாகக் கொண்டாடிக் கொண்டிருக்கிறோம். இங்கு புனிதமாக்கப்பட்ட எல்லா உணர்வுகளும், பெண்களுக்குப் பெரும் சிக்கலை உண்டாக்கி விடுகின்றன.

அவர், என் அம்மா வயதுப் பெண். வாழ்வில் அவர் அதிகம் நேசித்தது, கறுப்பு நிற லெதர் வாட்ச். வீட்டில் தூங்கும்போது, சாப்பிடும்போதுகூட அந்த வாட்ச் அவர் கையில் இருக்கும். அதிர்ந்துகூடப் பேசாத அவரது கணவர், ஒருநாள் அந்த வாட்ச்சை வீட்டு வாசலில் காலில் போட்டு மிதித்து நசுக்கி உதைத்தபோது, அக்கம் பக்கத்தினர் அரண்டு போனார்கள். அடுத்த ஒரு வருடத்தில்... இறந்து கிடந்த மனைவியின் கையில், அவர் அதே கறுப்பு நிற புதிய லெதர் வாட்ச் ஒன்றைக் கட்டியபோது, அன்றைய மாலை செய்தித்தாள்களின் பக்கங்களில் அவர் இடம்பிடித்திருந்தார். 'இறந்த மனைவிக்கு வாட்ச் கட்டி அழுத கணவர்' என்ற செய்தி, ஒரு செய்தியாளரான என்னுள் ஆர்வத்தைத் தூண்டவே அவரைச் சந்தித்தேன். திருமணத்துக்கு முந்தைய மனைவியின் காதல் பற்றி வெளிப்படையாகப் பேசினார். 'அவ வீட்டுல காதலை ஏத்துக்காம, எனக்குக் கட்டி வெச்சிட்டாங்க. கல்யாணத்துக்குப் பிறகும் என்னை அவ பக்கத்துலயே விடலை. முதல் பிள்ளையே நாலு வருஷம் கழிச்சுத்தான் பிறந்தான். அவ கட்டியிருந்த வாட்ச் 'அந்தப் பையன்' வாங்கிக் கொடுத்ததாம். எனக்கு அவளைக் கல்யாணம் கட்டிவெச்சதால என்கூட இருந்தா. பிள்ளைங்க வளர்ந்ததுக்கு அப்புறம் என்கிட்ட பேசறதையும் நிறுத்திட்டா. நானும் என்னென்னவோ சமாதானப்படுத்திப் பார்த்தேன். முடியலை. அந்தக் கோபத்துலதான் வாட்ச்சை ஒருநாள் உடைச்சேன். அன்னையில இருந்து எனக்கும் மனசே சரியில்லை. நான் வாட்சை உடைச்சிருக்கக் கூடாது. அதான்... அவ செத்த பிறகாவது வாட்ச்சோடு போகட்டும்னு...' என்று கண்கள் கலங்கினார். இப்படி ஒரு கணவனைக் காதலிக்கத் தவறியதை நினைத்து, அந்தப் பெண்ணுக்காக வருந்தத்தான் முடிந்தது. வாழ்க்கையில் ஒரு

தடவைதான் காதல் வரும் என, அந்தப் பெண் ஏன் முடிவு செய்தார்?

கடந்து போகக்கூடிய காதல், திருமணத்துக்கான காதல்... எனக் காதலை இரண்டாகப் பிரித்துப் பேசிவிடுவது எளிது எனத் தோன்றுகிறது. ஏனெனில், ஆண், பெண் இருபாலருமே திருமணத்துக்கு முன்பு பல காதல்களைக் கடந்துதான் வருகிறார்கள். ஆண்கள், ஆறு பெண்களைக் கடந்து வந்தால், பெண்கள் மூன்று ஆண்களைக் கடந்து வந்திருப்பார்கள். காதலித்து திருமணம் செய்த தோழி ஒருத்தியிடம், 'உன் காதலைப் பத்தி சொல்லு?' என்று யாராவது கேட்டால், 'எந்தக் காதலைப் பத்தி சொல்லணும்?' என்றுதான் கேட்பாள். ஒன்பதாவது படிக்கும்போது ஒரு பையன், அப்புறம் காலேஜ்ல வினோத், கொஞ்ச நாள் சூரஜ், அப்புறம்தான் சுரேஷ் புரபோஸ் பண்ணினார்; கல்யாணம் பண்ணிக்கிட்டோம். இப்ப சுரேஷ் லவ் பத்தித்தான் சொல்லணும்ல?' எனச் சிரிப்பாள். இவள் சொல்லி விட்டாள். பல பெண்கள் சொல்லத் தயங்குகிறார்கள்... அவ்வளவுதான் வித்தியாசம்.

திருவல்லிக்கேணியில் என் பக்கத்து வீட்டுப் பெண் நந்தினி. அவருக்கு அரசு வங்கி ஒன்றில் வேலை. மூன்று ஆண்டுகள் உருக்கமான காதலுக்குப் பிறகு, காதலன் ஜாதியைக் காரணம் காட்டிவிட்டுப் போய்விட, வீட்டில் பார்த்த மாப்பிள்ளையைக் கல்யாணம் செய்துகொண்டார். அவர் கணவர் பள்ளி ஆசிரியர். அவர், தன் காதலி பற்றி உள்ளம் உருகிய ஒருவேளையில், நந்தினியும் தன் காதல் பற்றி சொல்ல, எழுந்து நேராகச் சென்று ஒரு தூணில் முட்டி அழுதிருக்கிறார். 'எவ்வளவு தூரம் பழகுனீங்க, என்னலாம் பண்ணீங்க?' என்ற ரீதியில் அடுத்தடுத்த நாட்கள் கேள்விகள் கேட்டு தன் நிம்மதியையும் கெடுத்துக் கொண்டவர், ஒரு கட்டத்தில் தூக்கில் தொங்கிவிட்டார். மூன்று ஆண்டுகள் தனிமைக்குப் பிறகு, நந்தினிக்கு வேறு ஒருவரைத் திருமணம் செய்து வைத்தார்கள். அவரிடம் நந்தினி, தன் பழைய வாழ்க்கை பற்றி சொன்னது இவ்வளவுதான். 'படிச்சவுடனே கல்யாணம் பண்ணிக் குடுத்தாங்க. அவர் ஆக்சிடென்ட்ல ஒரே வாரத்துல செத்துப் போயிட்டார்'.

காலம் மாறிவிட்டது. 'சின்னத்தம்பி' குஷ்பு போல ஆண் வாசனையே படாத பெண்களைத் தேடிப்பிடித்துத் திருமணம் செய்ய முடியாது என ஆண்களுக்குத் தெரிகிறது. ஆனாலும் ஏற்றுக்கொள்ள மறுக்கிறார்கள். தன் பழைய காதல்கள் பற்றி பெருமையாக மனைவியிடம் சொல்லி விட்டு, 'உனக்கு அப்படி எதாவது இருக்குதா?' எனக் கேட்கும் தருணம் முக்கியமானது. 'இருக்கக் கூடாதுனு சொல்லலை, இல்லாட்டி நல்லா இருக்குமேனுதான் சொல்றேன்' மொமன்ட் அது. 'ச்சே... ச்சே... அப்படி எல்லாம் பண்ணா எங்க வீட்ல கொன்னுருவாங்க. காலேஜ்ல ஒரு பையன் போன் நம்பர் கேட்டான். நான் குடுக்கலை. எங்க வீட்ல திட்டுவாங்கனு சொல்லிட்டேன்... அவ்ளோதான். அதுக்கு அப்புறம் என்கேஜ்மென்ட் முடிஞ் சதும் உங்ககிட்ட பேசினதுதான்' - எவ்வளவு ஆசுவாசமான பதில் இது.

கேட்பவருக்கும் சொல்பவருக்கும் தெரியும்... இது பெரிய பொய் என்று. ஆனாலும், இந்தப் பொய்களில்தான் பல குடும்பங்கள் ஓடிக்கொண்டிருக்கின்றன. 'ஸ்டில் ஆல் கோவலன்ஸ் வான்ட் கண்ணகிம்மா' என, கவிதா கிண்டலாகச் சொல்வதில் உண்மை இல்லாமல் இல்லை!

அப்பாவின் காதல் கதைகளை உட்கார்ந்து ஆர்வமாகக் கேட்கும் பிள்ளைகள் எவரும் அம்மா பக்கம் திரும்பி, 'உனக்கு எதாவது இருக்குதா?' எனக் கேட்பதே இல்லை. இருந்துவிட்டால் என்னாவது என்கிற பயத்தில், இருக்காது என நமக்கு நாமே சமாதானம் சொல்லிக்கொள்கிறோம். 'ஓடுகிற தண்ணியில உரசி விட்டேன் சந்தனத்தை... சேர்ந்திச்சோ, சேரலியோ...' என்கிற பாடலை எப்போது கேட்டாலும், அம்மா சிரித்தபடியே எழுந்து ஓடிவிடுவார். வெகுநேரத்துக்கு அவர் முகத்தில் மகிழ்ச்சி ததும்பும். கொஞ்சம் குடைந்து கேட்டால், ஓர் அழகிய காதல் கதைகூட அதற்குப் பின்னால் இருக்கலாம். 'அம்மா' என்கிற பதவிக்கு அது அத்தனை உவப்பானது இல்லை என்பதால், அதைக் கண்டுகொள்ளாமல் விட்டுவிடுவதே சரி.

பழைய காதலைச் சொல்வது மாத்திரம் அல்ல. 'நான் உன்னைக் காதலிக்கிறேன்' என நேசிப்பவனிடம் சொல்வது கூட, அந்த மலைக்கோட்டை ரயில் பெண்ணைப்போல,

எல்லா பெண்களுக்கும் சாத்தியம் இல்லை. நாமாகச் சொன்னால் எதாவது நினைத்து விடுவானோ எனக் காத்துக்கிடக்க வேண்டியிருக்கிறது. கல்லூரித் தோழிகள் சந்திப்பு ஒன்றில், அவரவர் முதல் காதல் பற்றி செருகிய கண்களோடு பேசிக் கொண்டிருந்தோம். 'நாலு வருஷம் குமாரை லவ் பண்ணேன்ல. பஸ் ஸ்டாண்டு, லைப்ரரி,

வீடுனு பின்னாடியே திரிஞ்சான். கடைசி வரைக்கும் ஒரு முத்தம்கூட குடுக்கலை... பாவி' என சித்ரா சொன்னதும், நாங்கள் விழுந்து விழுந்து சிரித்தோம். ஏனெனில், முதல் காதலன்கள் அம்மாஞ்சிகளாக வாய்ப்பது பொதுவிதி போல. 'அவன் பக்கத்துல உட்காந்திருக்கும்போது எல்லாம் டக்குனு கன்னத்துல ஒண்ணு குடுத்துடலாமானு தோணும். அவன் பயந்துட்டா என்ன பண்றது?' - கிடைக்காத முத்தம் பற்றின ஏக்கம் ஒன்று அவளிடம் இப்போதும் இருக்கிறது.

பெண்கள் உண்மையில் வெளிப்படையாக இருக்கவும் பேசவுமே விரும்புகிறார்கள். காதலை உடனே ஏற்றுக் கொண்டால், உடனே பைக்கில் ஏறி உட்கார்ந்தால், உடனே சினிமாவுக்குச் சென்றால், உடனே கட்டிப்பிடித்தால், முத்தம் கொடுத்தால், அடிக்கடி பார்க்க விரும்பினால்... ஆண்கள் என்ன நினைப்பார்களோ என்ற பயத்தில் 'நான்லாம் அப்படி இல்லை. எங்க வீட்ல அப்படி வளக் கலை. வீட்டுக்குத் தெரிஞ்சுது... அவ்ளோதான்! நான் ஒண்ணும் நீங்க நினைக்கிற மாதிரி பொண்ணு இல்லை...' என வசனம் பேசுகிறார்கள். மூளை பிதுங்கி வெளியே வழிகிற பெண்கள்கூட காதல் என்று வந்தால், 'சந்தோஷ் சுப்ரமணியம்' ஜெனிலியா போல கொஞ்சிக் கொஞ்சிப் பேச ஆரம்பிக்கிறார்கள். 'அவ குழந்தை மாதிரிடா' என ஆண்கள் சொல்லக்கேட்டுச் சந்தோஷப்பட்டுக் கொள் கிறார்கள்.

வாட்ஸ் அப், ஃபேஸ்புக்... போன்ற தகவல் தொழில் நுட்பங்கள் காதல் சொல்வதை எளிதாக்கி விட்டன. 'ஐ லவ் யூ' என மெசேஜ் அனுப்பிவிட்டு, பதில் வந்தா நல்லது... வராட்டி ரொம்ப நல்லது' என்று ஆஃப்லைன் போய் விடலாம். ஆனால், காதல் என்ற சப்ஜெக்ட்டுக்குள்தான் இவ்வளவும் பேச முடியும். திருமணம் என வந்துவிட்டால், ஆண்-பெண் இருவருமே யோசிப்பது வேறுதான். சிவந்த நிறமுடைய, படித்த, அழகான, குடும்பப்பாங்கான பெண் என்கிற ஆணின் தேடலுக்கு சற்றும் குறைந்தது அல்ல... நல்ல வேலையில் இருக்கிற, நிறைய சம்பாதிக்கிற, உயரமான ஆண்... என்கிற பெண்ணின் தேடல்களும். ஆணுக்குத் தேவை, வீட்டைப் பார்த்துக் கொள்கிற அடங்கிய பெண்; பெண்ணுக்குத் தேவை தன்னைப் பார்த்துக் கொள்ளக்கூடிய,

நாய்க்குட்டி போல தடவிக் கொடுக்கக்கூடிய ஓர் ஆண். தன்னைவிட அதிகம் சம்பாதிக்கும் பெண்ணை, ஆண் காதலிப்பது இல்லை என்ற உண்மையைச் சொல்லும் போதே, தன்னைவிட குறைவாகச் சம்பாதிக்கும் ஆண் மேல் பெண்ணுக்குக் காதலே வருவது இல்லை என்பதையும் சொல்லியாக வேண்டும். திருமணத்துக்கான காதல் என்பது பரஸ்பரத் தேவைகளின் அடிப்படையிலான ஓர் ஏற்பாடு தான். ஆனால், அப்படிச் சொல்லிக்கொள்ள சங்கடப்பட்டு, அதை காதல் என்கிறோம்.

அசிஸ்டென்ட் டைரக்டர் கார்த்தியை மூன்று ஆண்டுகள் காதலித்த ராஜி, தன் மேலதிகாரி புரபோஸ் செய்ததும் அதை உடனே ஏற்றுக் கொண்டாள். ஒரே நாளில் கார்த்தியை விலக்கினாள். 'இவன் எப்ப படம் எடுத்து, நான் எப்ப செட்டில் ஆகிறது?' எனக் காரணங்கள் சொன்னாள். எல்லா பெண்களும் ராஜி போல எனச் சொல்லவில்லை. விட்டுப்போன காதலனுக்காகக் குழந்தை யோடு காத்திருக்கும் பெண், காதலனை நம்பி வீட்டைவிட்டு வெளியேறி தெருவில் நிற்கும் பெண்... என நம்மைச் சுற்றி நிறையப் பேர் இருக்கிறார்கள்தான். உடல்ரீதியான சிக்கல்கள் பெண்ணுக்கு அதிகம் என்பதால், நான் அவர்கள் பக்கம் நின்று பேசிக் கொண்டிருக்கிறேன். ஆனால், ராஜி போன்ற பெண்களையும் கணக்கில்கொண்டு பேசுவதே சரி.

'காதல்ல தோத்தா, பொண்ணுங்க என்ன பண்ணுவீங்க?' என்ற கேள்வியை நண்பர்கள் எப்போதும் கேட்கிறார்கள். தாடி வைப்பது, தண்ணியடிப்பது, ஆசிட் வீசுவது போன்ற வெளிப்படையான புலம்பலோ, எதிர்ப்போ இல்லாததால், பெண்களுக்கு வலிக்கவே வலிக்காது என முடிவு செய்து விடுகிறார்கள்.

நாங்கள் காதலிக்கிறோம் என்பதையே பகிரங்கமாகச் சொல்ல உரிமை இல்லாத ஒரு சமூகத்தில், அதன் வலிகளைப் பகிரங்கமாக வெளிப்படுத்த வேண்டும் என எதிர்பார்ப்பது அநீதி இல்லையா? வலி இருவருக்கும் பொதுவானது. பகிர அனுமதி மறுக்கப்பட்ட இடங்களில் கூடுதலாகவே வலிக்கும்தானே. ஆண்கள், தாங்கள் காதலித்த பெண்களை தங்களுக்கான உடைமையாகப் பார்ப்பதால்,

பொருள் கைவிட்டுப்போன பதற்றத்தோடு ஒரு காதல் தோல்வியை அணுகுகிறார்கள். 'என்னை விட்டு எப்படிப் போலாம்?' என பாதுகாக்கும் உடைமை திருடு போனால் எஜமானன் அடையும் பதற்றம் அது. பெண்களுக்கு அந்தப் பதற்றம் இல்லை. எனவே, இன்னும் எளிதாகக் கடந்துபோக முடிகிறது. அவ்வளவுதான்... ஆமென்!

5

ஹாஸ்டலில் இருக்கும்போது ஞாயிறு மதியம் எங்கள் பொழுதுபோக்கு, சிவாஜி, எம்.ஜி.ஆர் நடித்த படங்களின் சி.டி-க்களை கம்ப்யூட்டரில் போட்டுப் பார்ப்பதுதான். அன்றைய ஞாயிறு மதியம் நாங்கள் தேர்ந்தெடுத்தது, 'தில்லானா மோகனாம்பாள்'. ஒரு காட்சியில், ரயிலில் இருந்து சிவாஜி இறங்கி பத்மினி இறங்குவதற்காக கையை நீட்டுவார். பத்மினி அவர் கையைப் பிடிக்க வெட்கப்பட்டு தலையைக் கோணி வெட்டி வெட்டி இழுப்பார். இந்தக் காட்சியைத் திரும்பத் திரும்பப் பார்த்துக் கொண்டிருந்தோம். 'யாராவது ஒருத்தன் தொட்டா, ஃபிட்ஸ் வருமா என்ன?' என பீனா கேட்டபோது, அடக்க முடியாமல் சிரித்தோம்.

பத்மினி காலம்தொட்டு இன்று வரை ஆணின் சாதாரணத் தொடுகையை பெண்கள் கிளர்ச்சியாக, விரும்பத்தகாததாக ஏன் எடுத்துக் கொள்கிறோம்? ஆண்களுமே அந்தத் தொடுகையை தனக்குக் கொடுக்கப்பட்ட

'சிக்னல்' என ஏன் புரிந்து கொள்கிறார்கள்? எல்லா சினிமாக்களிலும் ரயில் ஏற, பேருந்து ஏற உதவி செய்கிற ஆண்களை, ஏன் பெண்கள் காதலித்து விடுகிறார்கள்? வீட்டில் உள்ள ஆண்களைத் தவிர்த்து பார்க்கிற, பேசுகிற முதல் ஆணிடமே ஏன் காதல் வந்து விடுகிறது? ஓர் ஆணோடு நட்பு மட்டுமே ஏன் சாத்தியப்படுவது இல்லை என்பதைப் பற்றியெல்லாம் வெகுநேரம் பேசிக்கொண் டிருந்தோம்.

ஆண் - பெண் நட்பு குறித்து வெவ்வேறு தோழிகளிடம், வெவ்வேறு விதமாக, வெவ்வேறு தருணங்களில் பேசி யிருக்கிறேன். 'இருக்கு... ஆனா இல்ல' என்பதாகத்தான் எங்கள் பேச்சு முடியும்.

கடந்த மாதம் மருத்துவப் பரிசோதனைக்காகச் சென்றி ருந்தேன். ரத்தப் பரிசோதனைக்காக ரத்தம் சேகரிப்பவர் ஒரு பெண். அவருக்கு எதிரே ஓர் ஆண் முழுக் கை சட்டை அணிந்து அமர்ந்திருந்தார். முழங்கைக்கு அருகில் ரத்தம் எடுப்பதற்காக மடக்கிவைத்த அவர் சட்டையை, அந்தப் பெண் இன்னும் கொஞ்சம் மேலே ஏற்றினார். அவரோ கூச்சத்தில் கையை நீட்டவே தயங்கிக் கொண்டிருந்தார். 'சிஸ்டர் ஜென்ட்ஸ் யாரும் இல்லையா?' எனத் தயக்கத்தோடு கேட்டார். 'உங்களை நான் என்ன பண்ணிடப்போறேன்? கொஞ்சம் பிளட் எடுத்துட்டு விட்டுடுவேன் சார்...' எனச் சிரித்துக் கொண்டே அவரை சஜகமாக்க முயன்றார் அந்தப் பெண்.

தொடர்ந்து எக்ஸ்-ரே எடுக்கச் சென்றிருந்தேன். அங்கே இரண்டு பெண்கள் வந்தார்கள். 'உங்க டிரெஸைக் கழட்டிட்டு, இதைப் போட்டுட்டு வாங்க' என பச்சை நிற கவுன் ஒன்றை எக்ஸ்-ரே நிலைய ஊழியர் அந்தப் பெண்ணிடம் கொடுக்க, அந்தப் பெண் மாற்றிக் கொண்டு வந்தார். கவனிக்க... அந்த எக்ஸ்-ரே ஊழியர் ஓர் ஆண். எக்ஸ்-ரே எடுத்து முடிந்ததும் அந்தப் பெண் வெளியே வர, பின்னால் வந்த அந்த டெக்னீஷியன், 'மேடம்... எக்ஸ்-ரேல பிரா ஹூக் தெரியுது. அதைக் கழட்டிடுங்க. இன்னொரு தடவை எடுத்துடலாம்' எனச் சாதாரணமாகச் சொன்னதும், அதைவிட சாதாரணமாக அந்தப் பெண் அறையில் போய் மாற்றிவிட்டு வந்தார்.

இதே பெண்கள், மருத்துவமனையில் இருந்து பேருந்தில் திரும்பிச் செல்லும்போது, ஓர் ஆண் தெரியாமல் இடித்து விட்டால், எப்படி ரியாக்ட் செய்வார்கள் என யோசித்துப் பார்க்கிறேன். இனி வாழ்நாளில், அவன் பேருந்து ஏறவே யோசிக்கும் அளவுக்கு வசை இருக்கும். குழந்தைப் பேறு மற்றும் இன்னபிற உடல் மாற்றங்களால், பெண்களுக்கும் தன் உடல் குறித்த கூச்சம் ஒரு கட்டத்தில் இல்லாமல் போய்விடுகிறது. ஆனால் இயல்புக்கு மாறாக, உடல் பற்றிய அதீதக் கவனத்தோடு எப்போதுமே இருக்க வேண்டி யிருக்கிறது. எவ்வளவு பெரிய முரண் இது!

ஒன்றாவது படிக்கும் மகள், 'பாய்ஸ் எனக்குப் பிடிக்கவே இல்லை. கேர்ள்ஸ் மட்டும்தான் ஃப்ரெண்ட்ஸ்' எனத் தீர்மானமாகக் கூறுகிறாள். 'பாய்ஸ், கேர்ள்ஸ் வித்தியாசம் எல்லாம் இல்லை. நீங்கள்லாம் குழந்தைங்க' எனச் சொல்லிக் கொடுத்தால், 'கேர்ள்ஸ் கேர்ள்ஸோடத்தான் பேசணும். பாய்ஸ் பாய்ஸோடத்தான் பேசணும்' என உடனே மறுக்கிறாள். இதுக்கு மேல இதுல பேச ஒண்ணும் இல்ல என்பதுபோல் இருக்கிறது அவள் குரல். ஆரம்பமே இப்படி என்றால், சக ஆணை நட்பாகப் பார்க்க இவளாவது கற்றுக் கொள்வாளா எனப் பயம் வருகிறது. பள்ளிகளும் இதில் முக்கியப் பங்கு வகிக்கின்றன. அங்கே 'ஏய்... பாய்ஸ்கூட உனக்கு என்ன பேச்சு?' என்றுதான் அதட்டுகிறார்கள். தவறு செய்த மாணவியை, மாணவன் பக்கத்தில் உட்காரச் சொல்வதுதான் இன்றைக்கும் அதிகபட்ச தண்டனை.

பள்ளிகள், பிள்ளைகளுக்குப் பாடம் சொல்லிக் கொடுப்ப தற்கு முன், கற்றுக்கொள்ள வேண்டியவை ஏராளம். நான் படித்தது கோ-எஜுகேஷன் பள்ளிகளில்தான். நாங்கள் மாணவர்களுடன் பேசக் கூடாது என எழுதப்பட்ட சட்டமே பள்ளியில் இருந்தது. உணவு இடைவேளையில் மாணவர்கள் வகுப்பில் இருக்க, நாங்கள் கலையரங்கத் துக்குச் சென்றுவிட வேண்டும். ஒரு பீரியடுக்கு டீச்சர் வரவில்லை என்றாலும், மாணவிகள் உடனடியாக வகுப்பை விட்டு வெளியேற வேண்டும். ப்ளஸ் டூ வரை இதே கதை தான். இதனாலேயே நாங்கள் வீட்டுக்கு நடந்து செல்லும் வழியில், ஸ்டேஷனரி கடையில் எனத் திருட்டுத்தனமாக

மாணவர்களுடன் பேச ஆரம்பித்தோம்.

இப்போது சென்னையிலும் பார்க்கிறேன்... மாலை பள்ளிகள் விடும் நேரங்களில் தெருக்களிலும், காபி ஷாப்களிலும் மாணவர்கள் யூனிஃபார்ம்களில் ஜோடி, ஜோடியாகப் பேசிக் கொண்டிருக்கிறார்கள். இரண்டு மாணவிகள் பேசுவது போலவோ, இரண்டு மாணவர்கள் பேசுவது போலவோ ஒரு மாணவனும் மாணவியும் பேசுவது இயல்பாகவே இல்லை. அவன் தேவை இல்லாமல் அவள் தோளைத் தட்டுகிறான். அவள் தேவை இல்லாமல் சிரிக்கிறாள். எதிர்பாலினரிடம் பேசும் கவர்ச்சியும் கள்ளத் தனமும்தான் அதில் இருக்கின்றன. ஆண் - பெண் நட்பை வீடுகளும் பள்ளிகளும் ஆரோக்கியமாக அங்கீகரித்தாலே, காபி ஷாப் கள்ளத்தனங்கள் குறைந்துவிடும் எனத் தோன்றுகிறது.

சிந்து எங்களோடு ஆறாம் வகுப்பில் இருந்து ப்ளஸ் டூ வரை ஒன்றாகப் படித்தவள். ப்ளஸ் டூ கணித டியூஷன் போகும் வழியில், ஒரு பையன் அறிமுகமானான். சாதாரணமாக அவன் சிரிக்க, பதிலுக்கு இவள் சிரிக்க, ஒரே வாரத்தில் காதலிப்பதாக முடிவு செய்து விட்டார்கள். நாங்கள் எங்கள் பங்குக்கு அதை ஊதிப் பெருக்கினோம். டியூஷனை கட் அடித்துவிட்டு, அவனோடு ஊர் சுற்ற ஆரம்பித்தாள். அரையாண்டு தேர்வு விடுமுறையில் அந்தப் பையனோடு ஓடியே போனாள். எங்கள் செட்டில் இப்போது வரை இன்னும் பலர் கல்யாணமே செய்து கொள்ளாமல் பேச்சுலர் உற்சாகத்தை அனுபவித்துக் கொண்டிருக்க, சிந்து 12 வயதுப் பெண்ணுக்கு இப்போது அம்மா. 'உங்களை மாதிரி படிச்சிருக்கணும்; வேலைக்குப் போயிருக்கணும்...' எனப் பார்க்கும்போது எல்லாம் புலம்புவாள். 'எப்படிடீ ஓடிப்போன?' என நாங்கள் உசுப் பேற்றியதை மறந்து மனசாட்சியே இல்லாமல் கேட்கும்போது, 'தெரியலடீ. அவன் பேசினது பிடிச்சிருந்திச்சு. கூடவே இருக்கணும்னு தோணிச்சு. அதான் கிளம்பினேன். இப்ப ரெண்டு பேருமே வருத்தப்படுறோம்' எனப் புலம்புவாள்.

ஆணுடனும் நட்பு சாத்தியம் எனச் சொல்லித்தரப் பட்டிருந்தால், தனக்கு அந்த வயதில் வந்தது காதல் அல்ல என சிந்துவுக்குப் புரிந்திருக்கும். சினிமாவில் ஆண்களும்

பெண்களும் கல்லூரிப் படிக்கட்டில் உட்கார்ந்து 'மாமா, மச்சான்' எனப் பேசுவதை வைத்து ஆண்-பெண் நட்பு சாத்தியம்தான் என்று நினைக்கிறோம். ஆனால், யதார்த்தத்தில் இதுவரை அது சாத்தியப்படவே இல்லை. 'இவன் மேல வந்திருக்கிறது லவ் இல்லை. ஜஸ்ட் பிடிச்சிருக்கு... அவ்ளோதான்!' என வித்தியாசப்படுத்தத் தெரிகிறதே தவிர, அதை நட்பாகக் கொண்டு போவதில் ஆண்-பெண் இருவருமே தோற்றுக்கொண்டே இருக்கிறோம். ஒரே பேருந்தில் பேசிக்கொண்டே பயணம் செய்த, ரோட்டில் அடிபட்டு விழுந்து கிடந்ததும் ஓடிவந்து மருத்துவமனையில் சேர்த்த, சிக்கலான நேரங்களில் தோள்கொடுத்த ஏராளம் ஆண் நண்பர்கள் எனக்கும் இருந்திருக்கிறார்கள். ஆனால், அதற்கு ஆயுள் அதிகம் இருப்பதே இல்லை. ஓர் ஆணுக்கும் ஆணுக்கும் இடையே வராத, ஒரு பெண்ணுக்கும்

பெண்ணுக்கும் இடையே வராத ‘பொஸஸ்’, ஓர் ஆணும் பெண்ணும் நட்பாகும்போது மட்டும் ஏன் வநது தொலைக்கிறது?

திருமணமான ஒரு நண்பனை எப்போது போனில் அழைத்தாலும், தவறாமல் மனைவியிடம் போனைத் தருவான். அவனிடம் பேசியதை பேலன்ஸ் செய்ய, அவன் மனைவியிடம் நான் பேசியே ஆக வேண்டும். மனைவி இல்லாத நேரங்களில் அரசியல், சினிமா, வேறு நண்பர்கள் என மணிக்கணக்காகப் பேசுபவன் மனைவி இருந்தால், ‘அப்புறம், அப்புறம்’ என இழுப்பான். கல்லூரி நாட்களில் இருந்தே என்னை எருமை, குரங்கு என வகை வகையாக அழைத்துப் பழக்கமுள்ள இன்னொரு நண்பன், மனைவி அருகே இருக்கும்போது, ‘சொல்லுங்க ப்ரியா சொல்லுங்க’ எனக் கொல்கிறான். இன்னும் சில நண்பர்கள் உண்டு. வீட்டில் குடும்பத்தோடு இருந்தால், நம் போனை எடுக்கவே மாட்டார்கள். ஆனாலும் அவர்களும் நானும் மறக்காமல் ‘நாங்கள் சிறந்த நண்பர்கள்’ எனச் சொல்லிக்கொண்டே இருக்கிறோம். ஆண்- பெண் நட்பு எந்தக் காலத்திலும் இயல்பாகவே இல்லை. அது பாவனையோடும் பதற்றத் தோடும்தான் இருக்கிறது. இதையெல்லாம் கடந்து நட்பைச் சாத்தியப்படுத்த முடிந்தவர்கள் உண்மையில் பாக்கிய வான்கள்தான்!

நண்பர் என நினைத்து ஒருவரிடம் வெகுநாட்கள் நான் பேசிக் கொண்டிருந்தேன். அலுவல் சம்பந்தமாக காபி ஷாப்பில் அவரை அடிக்கடி சந்திப்பது வழக்கம். ஒருமுறை உடல்நலம் சரியில்லாத நேரத்தில், ஒரு டி.வி.டி தருவதற்காக அவரை என் வீட்டுக்கு வருமாறு அழைத்தேன். வீட்டுக்கு வந்தவர் திருதிருவென முழித்துக் கொண்டிருந்தார். காபி சாப்பிட்டு விட்டுக் கிளம்பியவர், தெருமுனையில் போய் போன் செய்தவர், ‘வீட்டுக்குக் கூப்பிட்டீங்க... வீட்ல உங்க பொண்ணு, அம்மால்லாம் இருக்காங்க’ என்றார். வீட்டுக்கு அழைத்தாலே, ‘அவ என்னைக் கூப்பிட்டா’ என சென்ட் அடித்து விட்டுத்தான் வருவார்கள்போல. நான் அப்படியே திரும்பி சுவரில் முட்டிக்கொண்டேன். இப்படியும் நண்பர்கள்(?) இருக்கத்தான் செய்கிறார்கள்!

ஊரில் நூலக வாசலில் மாலையில் இளைஞர்கள் கூடுவார்கள். பேப்பரை கையில் வைத்தபடி போகிற வருகிற பெண்களைக் கிண்டல் செய்வதுதான் அவர்களின் பொழுதுபோக்கு. அந்தக் கிண்டல் எங்களைக் காயப் படுத்தாத அளவில் இருக்கும் என்பதால், நாங்களும் அதை ரசிக்கவே செய்தோம். ஒரு மாலையில் அதில் ஒருவன், எங்களிடம் தனியாகச் சிக்கிக்கொள்ள, ரேகா அவனைப் போகவிடாமல் கை வைத்துத் தடுத்தாள். அவன் வெட்கப் பட்டு அங்கிருந்து ஓட முயல, 'அங்க உட்காந்திருக்கும்போது அவ்ளோ பேசுவீங்க... இப்ப பேசுங்க' என மீண்டும் அவனை நகரவிடாமல் நிறுத்த, முகம் வியர்க்கத் தெறித்து ஓடினான். ஓடியவன் அதோடு விடவில்லை. வீட்டில் போய் அவன் அம்மாவிடம் சொல்ல, அவர் எங்கள் எல்லோர் வீட்டுக்கும் வந்து 'பயலுகளைக் கிண்டல் பண்ற மாதிரியா பொண்ணுங்களை வளப்பீங்க?' எனச் சொல்லிச் சென்றார். இப்போது ஊருக்குப் போனாலும் எங்களில் யாரைப் பார்த்தாலும் தலை குனிந்து சிரித்தபடி அவன் விலகிச் செல்வான்.

பெண்கள்தான் அதிகம் கூச்சப்படுபவர்கள் எனப் பொதுவான கருத்து இங்கே இருக்கிறது. உண்மையில் ஆண்கள்தான் கூச்ச சுபாவம் உள்ளவர்கள்; தனக்குள் சுருங்கிக் கொள்கிறவர்கள். நான்கு பெண்களுக்கு இடையே ஓர் ஆண் நுழைந்தால், பூனையைக் கண்ட எலிபோல சிதறி ஓட முயல்கிறான்.

எனக்கு ஒரு நண்பன் இருக்கிறான். 'ஏய் வெட்டுவேன்டா... குத்துவேன்டா' டைப்பில் அவனது ஃபேஸ்புக் ஸ்டேட் டஸ்கள் இருக்கும். பெண்களைக் கவிழ்ப்பது தொடர்பான சந்தேகங்களுக்கு நண்பர்கள் அவனைத்தான் அணுகுவார்கள். அவனை 'ஒரு டீ சாப்பிடலாம்... வாப்பா' என அழைத்துச் சென்றால், டீக்கடையில் காசைத் தொலைத்துவிட்டுத் தேடுபவன் போல குனிந்த தலை நிமிராமல் உட்கார்ந் திருப்பான். அவனால் பெண்ணின் முகத்தைப் பார்த்து ஒரு நிமிடத்துக்கு மேல் பேசவே முடியாது. அரசியல், இலக்கியம், சினிமா... என நண்பர்கள் கூட்டத்தில் பிரசங்கிக்கும் இன்னொரு நண்பர், கூட்டத்தில் ஒரு பெண் நுழைந்தால், பின்னால் குதித்து ஓட வழி இருக்கிறதா எனத் தேடுவார்.

பெண்கள் அருகில் வந்தாலே கை நடுங்குகிற, இதயம் படபடக்கிற, பெண் பக்கத்தில் உட்கார்ந்தால் 10 அடி பாய்ந்து ஓடுகிற ஆண்கள்தான் இங்கு அதிகம்.

பெண்ணாக நட்பு கோரிக்கையோடு வந்தால்கூட, அதை நம்ப மறுக்கிறார்கள். தன்மீது அதிக அக்கறை எடுத்துக் கொள்வதாக நினைத்துத் தடுமாறுகிறார்கள். பெண்கள்

தன்னிடம் அன்பாக எதைச் சொன்னாலும் அதைக் காதலாகப் புரிந்து கொள்கிறார்கள். எதிலும் விதிவிலக்குகள் இருப்பதைப் போல் இதிலும் உண்டு. பெண்கள், ஆண்களின் இந்தச் சிக்கலை இன்னும் அதிகமாக்கிவிடுகிறார்கள். ஆண், தன்னிடம் நட்பாக இல்லை, அதைத் தாண்டிய ஒன்று அவனைச் செயல்படுத்துகிறது என்பது தெரிந்தும் அதைக் கண்டுகொள்ளாமல் இருப்பார்கள்.

உறவுகளைக் கையாள்வதில், ஆண்களைவிட பெண்கள் திறமையானவர்கள். பல்லாயிரக்கணக்கான ஆண்டுகளாக உறவுகளைக் கையாண்ட அனுபவம் பெண்களிடம் இருக்கிறது. ஆண்களின் இந்தப் பதற்றத்தை வெகு எளிதாகச் சரி செய்துவிட முடியும். காதலைவிட அழகானது நட்பு எனில், அது ஓர் ஆணுக்கும் பெண்ணுக்கும் இடையே மலரும்போது இன்னும் அழகாகத்தானே இருக்கும்? ஆணோ, பெண்ணோ பால் பேதம் இன்றி கை கோத்து, தோள் சாய முடிகிற ஒரு நன்னாளில், 11-ம் வகுப்பில் 'ஓடிப்போகிற' அபத்தங்களுக்கு முடிவு கட்டியிருப்போம்!

6

'**அ**க்கா... சேர் எடுத்துக்கிறேன்' எனப் பக்கத்து வீடுகளில் இருக்கும் நாற்காலிகளை சசிகலா எடுத்துக்கொண்டு போனால், அன்றைக்கு அவளைப் பெண் பார்க்க வருகிறார்கள் என அர்த்தம். இந்தக் காட்சி, கடந்த 10 வருடங்களாக மாதம் ஒரு முறையாவது காணக்கிடைப்பது. 'இதுவரைக்கும் எத்தனை பேர் உன்னைப் பொண்ணு பார்க்க வந்திருப்பாங்க?' என்று கேட்டால், சசிக்கும் சரியான கணக்கு தெரியாது. 'முதல்ல ஒருத்தன் வரும்போது, எனக்கு 19 வயசு; இப்ப 30 ஆவுது. மாசம் ஒண்ணுனா... நீயே கணக்குப் பார்த்துக்கயேன்' என்பாள். நமக்குத்தான் தலைசுற்றும். பிரச்னை... அவளின் உயரம். கிட்டத்தட்ட ஆறரை அடி. வந்த மாப்பிள்ளைகள் எல்லாம் அவளைக் கழுத்து வலிக்க நிமிர்ந்து பார்த்துவிட்டுத் தெறித்து ஓடினார்கள். காலை வளைத்தபடி, சற்று கூன்போட்டு என எப்படி நின்று பார்த்தும், சசிக்குக் கல்யாணம் நடந்தபாடில்லை.

ஒவ்வொரு முறையும் புடைவை கட்டி எதிர்பார்த்து நின்று ஏமாறுவது சலிப்பான விஷயம்தான். இருப்பினும், அவளைவிட உயரமான ஒருவனைக் கண்டெடுக்கும் வரை அவள் அப்படித்தான் நின்றாக வேண்டும். என்றோ ஒருநாள் 'சசியைப் பிடித்திருக்கிறது!' என்று ஒருவன் சொன்னால், 'சசிக்கு அவனைப் பிடித்திருக்கிறதா?' என்ற கேள்வியே எழாது. 'விடாதே அமுக்கு!' என அவனை அவள் தலையில் கட்டிவைத்து விடுவார்கள். இது 2014-ல் திருநெல்வேலியில் ஒரு பெண்ணின் கதை.

சென்னையில் மீடியா ஒன்றில் வேலை செய்கிறாள் திவ்யா. சொந்த ஊர் விருதுநகர் அருகில் ஒரு கிராமம். மாடலிங் போட்டோகிராஃபர் ஒருவரோடு காதல். இருவரும் சென்னையில் ஒரே வீட்டில் லிவ்விங் டுகெதர்! 'எங்க வீட்ல இவனைக் கல்யாணம் பண்ணிக்கிறதுக்கு சத்தியமா அக்செப்ட் பண்ண மாட்டாங்க. என்னாலயும் அப்பாவை எதிர்த்துப் பேச முடியாது' என்ற முரணோடுதான் அந்தக் காதலில் அவள் பயணித்துக் கொண்டிருக்கிறாள். சமயங்களில் ஊரில் அவளுக்கு மாப்பிள்ளை பார்த்திருப்பதாக, அப்பா தகவல் சொல்வார். 'என்னைக்குனு சொல்லுங்கப்பா... வர்றேன்!' எனப் பொறுப்பாகக் கிளம்பிச் செல்வாள். புடைவை கட்டி, பூ வைத்து மாப்பிள்ளை பார்ப்பதற்காகக் கொஞ்ச நேரம் நின்றுவிட்டு திரும்பி வருவாள். ஆனால், திருமணத்துக்குப் பிறகு மாப்பிள்ளையோடு மும்பை போக மாட்டேன், மாப்பிள்ளை பார்க்கும் வேலை எனக்குப் பிடிக்கவில்லை, அவரோடு பேசிப் பார்த்தேன், செட் ஆகலை... என்று ஏதேதோ காரணம் சொல்லி, ஒவ்வொரு மாப்பிள்ளையையும் தட்டிக்கழித்துவிடுவாள். அவள் வீட்டில் தொடர்ந்து மாப்பிள்ளை பார்த்துக்கொண்டுதான் இருக்கிறார்கள். அவளும் விடாமல் போய் காபி கொடுத்துக்கொண்டுதான் இருக்கிறார்கள். மற்ற சமயங்களில் போட்டோகிராஃபரோடு 'கோயிங் ஸ்டெடி'!

இந்த நாடகத்தின் முடிவு என்னவாக இருக்கும் என்பது திவ்யாவுக்கும் சஸ்பென்ஸ்தான். இதில் அந்த போட்டோகிராஃபர் காதலனின் மனநிலைதான் என்னை யோசிக்கவைத்தது. 'பெண் பார்க்க' என அவள் ஒவ்வொரு முறை ஊருக்குக் கிளம்பும்போதும், அவன் வயிற்றில்

நெருப்பைக் கட்டிக்கொண்டு அல்லாடுவானாம். இந்த வகைப் பெண்களுக்கு, பெண் பார்க்கும் படலம் ஒரு ஜாலி ஷோ. 'வேண்டாம்னு வீட்ல சொன்னா, கேக்க மாட்டாங்க. அப்போ 'சிரிச்சாப் போச்சு' கேம் ஷோ கணக்கா சிரிக்காம காபி குடுத்துட்டு வந்துர்றது பெட்டர்!' என எளிதாக அணுகுகிறார்கள்.

யதார்த்தம் என்னவெனில், திவ்யாவும் சசிகலாவும் ஒரே காலகட்டத்தில் அருகருகே வசிக்கிறார்கள் என்பதுதான். 'அவனைப்போல வீடு, அவனைப்போல வேலை, மூணு வருஷத்துக்கு அப்புறம்தான் கல்யாணம்' என அப்பாவை நிமிர்ந்து பார்த்து அதீத நம்பிக்கையில் ஒரு பெண் சொல்லிக் கொண்டிருக்கும்போதே, 'ப்ளஸ் டூ முடிச்சாச்சுல்ல. இனி எதுக்குப் படிப்பு? அடுத்த வாரம் மேலூர்க்காரங்களை வரச் சொல்லிருக்கேன். கல்யாணத்தை முடிச்சுப்புடுவோம்!' என்ற அதட்டலான அப்பாவின் குரலுக்குத் தலையாட்டும் பெண்கள் பெருமளவில் இங்கு இருக்கிறார்கள். பெண் பார்க்கும் படலத்தில் ஒரு பெண் காட்டும் இமேஜ் என்பது, அவள் உண்மையான முகம் அல்ல என்பது, இன்றைய இளைஞர்களுக்கும் தெரியும்!

பெண்களுக்கு எந்தக் காலத்திலும் உடன்பாடே இல்லாத இந்தப் பெண் பார்க்கும் நிகழ்வை, காதல் திருமணங்களும் கட்டிக் காப்பாற்றுவதுதான் பெரிய முரண்.

சவீதாவும் சுரேஷும் ஆறேழு வருடக் காதலர்கள். ஒரே சாதி. பையன் வீடு தங்களுக்கு சம அந்தஸ்தான குடும்பம் என்பதால், சவீதா வீட்டில் சம்மதித்துவிட்டார்கள். 'எங்க அப்பா-அம்மாவைக் கூட்டிட்டு வர்றேன். அவங்களுக்குப் பிடிக்கிற மாதிரி நடந்துக்கோ ப்ளீஸ்' என்ற கோரிக்கையோடு சுரேஷ், சவிதாவைப் பெண் பார்க்க வருவதாகச் சொன்னான். 'பொண்ணு குண்டா இருந்தா எங்கம்மாவுக்குப் பிடிக்காது. ஸ்லிம்மாத் தெரியுற மாதிரி டிரெஸ் பண்ணிக்கோ' என அவன் சொன்னதுதான் அவளை டென்ஷனாக்கிவிட்டது. ஒரே வாரத்தில் எப்படி ஒல்லியாவது?

சுரேஷின் அம்மா, அப்பா, அண்ணன், அண்ணி... என ஒன்பது பேர் பெண் பார்க்க வர, சின்னத் தொப்பையை மறைக்க வயிற்றை எக்கி மூச்சைப் பிடித்துக்கொண்டு

வெளியே வந்தாள் 'மங்களகரமான' சவீதா. வந்தவர்களுக்கு வணக்கம் சொல்லி, காபி கொடுத்து, பவ்யமாக உட்கார்ந்து, கேள்விகளுக்குச் சின்னச் சிரிப்புடன் பதில் சொல்லி... எவ்வளவு நேரம்தான் மூச்சைப் பிடித்துக்கொண்டே இருப்பது? தொந்தி எட்டிப் பார்த்துவிட்டது. சவீதாவை தலை முதல் கால் வரை ஸ்கேன் பண்ணிக்கொண்டே இருந்த சுரேஷின் அம்மா, சில நிமிட இடைவெளிகளில் 'முளைத்துவிட்ட' தொந்தியைக் கண்டுபிடித்துவிட்டாள். 'பொண்ணு குண்டா இருக்காளே..! இப்பவே இப்படினா, ரெண்டு குழந்தை பெத்துட்டா உனக்கு அக்கா மாதிரி இருப்பாடா!' என அத்தனை பேர் முன்னிலையிலும் சுரேஷிடம் சொல்ல, பெண் வீட்டார் முகங்கள் இறுக, அந்தக் கல்யாணத்தை நடத்தி முடிப்பதற்குள் சுரேஷ்-சவீதா இடையிலான காதல் கரைந்துவிட்டது!

பெண் பார்ப்பது, பெரும்பாலான குடும்பங்களில் இன்றைக்கும் ஒரு சாதாரண நிகழ்வு இல்லை. மாப்பிள்ளை வீட்டார் வந்து போவதற்குள் பெண்ணின் உறவினர்களே பெண்ணைப் படுத்தி எடுத்துவிடுவார்கள். 'ஏன் இவ்ளோ கறுப்பா இருக்க... பவுடர் போடு' என அன்று காலையில்தான் அவள் கறுப்பாக இருப்பதைக் கண்டுபிடித்ததுபோல் நடந்துகொள்வார்கள். 'போயிட்டுச் சொல்றோம்' என அவர்கள் எழுந்து போனால், அந்தப் பெண்ணின் கதை அவ்வளவுதான். மூணாவது படிக்கும்போது உள்ளாடை அணியாமல் வாசலில் நின்றது வரை நினைவுபடுத்தப்பட்டு, அதனால்தான் மாப்பிள்ளைக்குப் பிடிக்கவில்லை என அவள் திட்டு வாங்க வேண்டியிருக்கும்.

விவாகரத்து ஆன / கணவனை இழந்த பெண்களின் இரண்டாவது திருமணத்திலும், இந்தப் பெண் பார்க்கும் நிகழ்வு நிச்சயம் இருக்கும். முதல் திருமணம் பற்றி, முதல் கணவனைப் பற்றி விலாவாரியாக அங்கு பேசப்படும். அவளது மனநிலையைக் கருத்தில்கொள்ளாமல், நடுவில் நிற்கவைத்து, 'இரண்டாவது கல்யாணம் பண்ணிக்கிறதே தப்போ?!' என்ற குற்றவுணர்வை உருவாக்கிவிடுவார்கள்.

நிம்மிக்குத் திருமணமாகி இரண்டு வருடங்களில், ஒரு வயதில் குழந்தை இருக்கும்போது கணவர் விபத்தில் இறந்துவிட்டார். மூன்று ஆண்டுகள் கழித்து நிம்மியின் தம்பி, அவளுடைய இரண்டாவது திருமணத்துக்கு ஏற்பாடு செய்தார். பெண் பார்க்கும் அந்த மாலையில் நிம்மியின் மகன் இருந்தால் மாப்பிள்ளை வீட்டார் இடைஞ்சலாக நினைப்பார்கள் என, அவன் உறவினர் வீட்டுக்கு அனுப்பப் பட்டான்.

அந்த வருத்தத்திலேயே நிம்மி நின்றுகொண்டிருக்க, அனைவர் முன்னிலையிலும் மாப்பிள்ளையின் உறவினர்கள் ஆளாளுக்கு நேர்காணல் நடத்த தொடங்கினார்கள். 'புருஷன் எப்படிச் செத்தான், ஜாதகம் எல்லாம் பார்த்துத் தானே கல்யாணம் பண்ணீங்க, பொண்ணுக்குத் தோஷம் ஒண்ணும் இல்லீயே?' என்பதுபோல அது ஒரு நீண்ட பட்டியல். கூட்டத்தில் ஒரு பெண், 'குழந்தை எப்படிப் பொறந்துச்சு?, நார்மல் டெலிவரியா... சிசேரியனா?' எனக்

கேள்வியின் போக்கை மாற்றினார். அதோடவாவது அவர் நிறுத்திருக்கலாம். 'வயித்துல டெலிவரி தழும்பு இருக்கா... பார்க்கலாமா?' என எழுந்து வந்து நிம்மியைத் தனியறைக்கு அழைத்துச்செல்லும் முனைப்புடன் நின்றார். நிம்மியின் தம்பி, பெரிய சண்டை போட்டு அவர்களைத் துரத்த வேண்டியிருந்தது. இனி அடுத்து ஒரு திருமணத்துக்கு நிம்மி தயாராவது சிரமம்தான்.

தர்மசங்கடமான, காயப்படுத்தக்கூடிய இந்த மாதிரியான நிகழ்வுகளைத் தருவது பெரும்பாலும் பெண்களாக இருப்பதை என்ன சொல்ல? மகன்களைப் பெற்ற அம்மாக்கள் அனைவரும் மகனுக்குப் பெண் பார்ப்பதைவிட, தனக்குச் சரியாகப் பொருந்துகிற மருமகளைத்தான் சலித்துச் சலித்துத் தேடுகிறார்கள்.

'நாம ஃபேர்ஸ்ட் காபி ஷாப்ல மீட் பண்ணலாம். பிடிச்சிருந்தா வீட்டுல சொல்லலாம்' என்று பேச வாய் திறக்கும் பெண்கள் மட்டுமே, இந்த அபத்தங்களில் இருந்து தப்பிக்க முடிந்தவர்கள். மாப்பிள்ளையை நிமிர்ந்து ஒரு முறை முழுதாகப் பார்க்கும் வாய்ப்பு பெற்றவர்களும் இவர்களே. மற்ற பெண்கள் எல்லாம் ஒரு நிமிடம் லேசுபாசாகப் பார்த்துவிட்டு, உள்ளே போய்விட வேண்டியதுதான். ஒரு சேலை எடுக்க ஒன்பது கடை ஏறி இறங்கும் பெண்களுக்கு, தங்கள் வாழ்க்கைத் துணையைத் தேர்ந்தெடுக்கும் உரிமையைப் பார்த்தீர்களா?

அதுவே கொஞ்சம் ரொமான்டிக்கான மாப்பிள்ளை என்றால், பெண் வேலை செய்யும் இடத்துக்கு பார்க்க வருவார். 'ஆபீஸுக்கு எதுல வருவ, எத்தனை பேர் வேலை செய்றாங்க, எதெல்லாம் நல்லா சமைப்ப, என்ன வண்டி வெச்சிருக்க?' என்ற அளவில்தான் இருக்கும் அவர்களது பேச்சு. 'காதல் கல்யாணத்திலயாவது, காதலிக்கிறப்ப நாம ரொமான்டிக்கா இருக்க முடியும். கல்யாணமானதும் தன்னால ஸ்டிஃப் ஆயிடுவோம். ஆனா, நிச்சயிக்கப்பட்ட கல்யாணத்துல ஆரம்பத்துல இருந்தே ஸ்டிஃப்தான். பொண்ணு பார்த்த நாள்ல இருந்தே உர்ர்ர்ர்ருனு இருக்க வேண்டியதுதான்!' என பெண்கள் அலுத்துக்கொள்வதில் உண்மை இருக்கத்தான் செய்கிறது.

எல்லா நிச்சயிக்கப்பட்ட திருமணங்களிலும், நிச்சயம் முடிந்ததும் மாப்பிள்ளை தவறாமல் செய்யும் வேலை, நிச்சயிக்கப்பட்ட பெண்ணுக்கு புது மொபைல் வாங்கித் தருவது. அவளிடம் ஏற்கெனவே அது இருக்கும்தான். ஆனாலும் தரவேண்டியது எழுதப்படாத சடங்கு. 'ஒருத்தரை ஒருத்தர் புரிஞ்சிக்கட்டும்' என்ற பெருந்தன்மைப் புரிதலில் குக்கிராமத்தில்கூட இதற்கு அனுமதி உண்டு. 'எனக்கு சாம்பார் பிடிக்கும். உனக்கு செய்யத் தெரியுமா? எனக்கு விஜய் பிடிக்கும். உங்களுக்கு..? புடைவை கட்டுவீங்களா... சுடிதார் போடுவீங்களா?' என்ற மிகப் பெரும் புரிதல்கள் அந்த மொபைல் பேச்சில் பரிமாறப்படும். பெரும்பாலான நிச்சயிக்கப்பட்ட திருமண மேடைகளில், 'சம்பந்தமே இல்லாமக் கட்டிக்கிட்டோமோ!' என ஆளுக்கொரு பக்கம் நின்று முழிப்பதுதான் நடக்கிறது.

நம் காலத்திலேயே இப்படியென்றால், 30 ஆண்டுகளுக்கு முன்பு? 'அப்பாவை ஃபர்ஸ்ட் டைம் பார்க்கும்போது உங்களுக்கு என்ன தோணுச்சு?' என்று அம்மாவிடம் கேட்டேன். அவரது அப்பா இறந்த பிறகு அண்ணன்களால் செய்துவைக்கப்பட்ட திருமணம் அம்மாவுடையது. 'எங்க பார்க்க விட்டாங்க? ஒருத்தர் வந்தார். குளிச்சிட்டு நின்ன என்னைக் கூப்பிட்டாங்க. நான் வந்து நின்னேன். அப்புறம் கல்யாணத்துக்குத்தான் வந்தாரு. அப்போதான் அவர்தான் மாப்பிள்ளைனு தெரியும். கல்யாணம் முடிஞ்சு ரெண்டு நாள் கழிச்சுப் பார்த்ததுதான்'! - அம்மா தலைமுறைப் பெண்களுக்கு, பெரும்பாலும் அனுபவம் இப்படித்தான் இருந்திருக்கும்.

அம்மாவின் தோழி அவர், கறுப்பாக இருந்ததால் திருமணம் தடைபட்டுக்கொண்டே இருந்திருக்கிறது. தூரத்தில் இருந்து ஒரு மாப்பிள்ளை வர, பெண் பார்க்கும் நிகழ்வில் அவரது தங்கையை உட்காரவைத்துவிட்டு, திருமணத்துக்கு இவரைப் பிடித்து உட்காரவைத்து விட்டார்கள். எப்படியாவது கல்யாணம் நடத்திவெச்சிடணும். அப்புறம் வாழ்றதும் வாழாமப் போறதும் அவ தலையெழுத்து என்ற பெற்றோர்கள், போன தலைமுறை வரை இருந்தார்கள் தானே?! கல்யாணம் நடந்தது இரவில் விளக்கு வெளிச்சத்தில். சூரிய வெளிச்சத்தில் உண்மை தெரிந்துவிட, அன்றைக்கே

ஆரம்பித்திருக்கிறது அடியும் உதையும். ஒரே வாரத்தில் அந்தத் தங்கையையும் அவருக்கே கட்டிவைத்து பிராயச்சித்தம் தேடிக் கொண்டார்கள். ஏமாற்றி திருமணம் செய்து கொண்டதாக அக்காவைக் கடைசி வரை அடித்துக்கொண்டு தான் இருந்தார் அவர்.

உண்மையில், இந்த நிலை இப்போது பெரு மளவில் மாறிவிட்டதை நினைத்துச் சந்தோஷப் பட முடிகிறது. 'எப்படியோ போ' என்ற அளவில் பெண் திருமணங் கள் பார்க்கப் படுவது இல்லை. தன் திருமணத்தைத் தானே தேர்வு செய்யும் உரிமை, சில பெண்களுக் காவது வாய்த்து இருக்கிறது. பிடிக்காத திருமணத்தை நிறுத்துவது சாத்தியப்பட்டிருக் கிறது. பெண் பார்க்கும் படலத்தின்போது, 'ஆங்... அப்புறம்' என நைட்டி யோடு வந்து அமர்ந்து மொபைல் போனை நோண்டினால் போதும்... 'பொண்ணா வளர்த்திருக்காங்க...' எனத் தெறித்து

ஓடிவிடுவார்கள் பையன் வீட்டார். அநேகம் பெண்கள் பிடிக்காத திருமணத்தை நிறுத்துவது இப்படித்தான்.

பெண் பார்க்க வரும்போது, மாப்பிள்ளை-பெண் இருவரையும் தனியாகப் பேசவிடுவது இப்போது ஃபேஷன். 'இரண்டு பேரும் வேணும்னா போய்ப் பேசிக்கங்க' என அவர்கள் பேசினால், தங்கள் காதில் விழும் தூரத்துக்கு அனுப்பிவைப்பார்கள். 'என்னதான் பேசுனீங்க இரண்டு பேரும்?' என, சமீபத்தில் பெண் பார்த்துச் சென்ற அனுபவம் உள்ள நண்பனின் தங்கையிடம் கேட்டேன். 'எங்க காலேஜ்ல படிக்கிற அவர் ஊர் பொண்ணு பத்தி கேட்டார். ஜன்னல் ஸ்க்ரீன் நல்லா இருக்குனு சொன்னார். மதுரை அவருக்கு ரொம்பப் பிடிச்ச ஊருனு சொன்னார். காபில சர்க்கரை கம்மியாப் போட்டாதான் அவருக்குப் பிடிக்கும்னு சொன்னார். நான் எனக்கு மாதிரியே அதிகமாப் போட்டிருந்தேன். அப்புறம் போயிட்டார்' என அப்பாவியாகச் சொன்னாள். சினிமா, சீரியல், நாவல்... எனப் பார்த்துப் படித்து, தனிமைப் பேச்சின்போது கலகலவெனப் பேசுவார், கையைப் பிடித்துக்கொள்வார், சின்னதாக 'ஹக்' செய்வார் என்றெல்லாம் எதிர்பார்த்தாளாம் அவள்!

நம் சமூகத்தில் பெண்களின் வாழ்க்கையை திருமணம்தான் முடிவுசெய்கிறது. வாழ்க்கையின் முக்கால் பங்கு நாட்களை அவள் குடும்பத்துக்குள் தான் ஓட்டியாக வேண்டும். ஆகவே, திருமணம் பற்றிய, வரப்போகும் கணவர் பற்றி அதிகக் கனவுகள் அவளுக்கு உண்டு. அப்படியான தன் கனவுக் கணவனைக் கண்டெடுக்கும் முயற்சியில் வரும் நாட்களில் நம் பெண்கள் இன்னும் தீவிரமாக முனைவார்கள் என்றுதான் தோன்றுகிறது. 20 வருடங்கள் கழித்து இப்படி யான சப்ஜெக்ட் பற்றி எழுத உட்கார்ந்தால், திவ்யாக்கள்தான் அதிகம் இருப்பார்கள். சசி போன்ற பெண்கள், முந்தைய 'கண்ணகி', 'நளதமயந்தி', 'வாசுகி' போல 'லாங் லாங் எ கோ...' என்ற அடைப்புக்குறிக்குள் போயிருப்பார்கள். அவ்வளவுதான்...!

7

அத்தியூர் விஜயாவின் மரணம், இந்தச் சமூகம் பெண்கள் மீதான வன்முறைகளை எவ்வளவு அலட்சியமாக அணுகுகிறது என்பதற்கு ஓர் உதாரணம். தனது 17-வது வயதில் கூட்டாகப் பாலியல் வன்புணர்வுக்கு ஆளாக்கப்பட்டு, 21 வருடங்கள் கழித்து இறந்துபோகும்போதும் அத்தியூர் விஜயாவின் அடையாளம் அவர் 'வன்புணர்வுக்கு ஆளாக்கப்பட்டார்' என்பதுதானே! குடும்பத்தில், சமூகத்தில் என எங்கும் அவரது அடையாளம் இதுவே. ஒரு பெண் தனக்கு இழைக்கப்பட்ட அநீதிக்கு எதிராக எப்படிப் போராட வேண்டும் என்று சொல்லிக்கொடுக்கிற அதே நேரத்தில், பாதிக்கப்பட்ட பெண்கள் ஏன் போராட வருவது இல்லை என்ற கேள்விக்கும் விடையாக நிற்கிறார் அத்தியூர் விஜயா.

'வன்புணர்வில் இருந்து போராடி மீண்ட அத்தியூர் விஜயா இறந்துபோனார்' என்ற வரிகளைப் படித்ததும், 'உண்மையிலேயே அவர்

மீண்டாரா?' என்று கேட்டாள் தோழி. 13 வருடங்கள் விடாது போராடியும், தனது வாழ்க்கையை ஒரே இரவில் நரகத்தில் தள்ளியவர்களுக்கு அவரால் தண்டனை வாங்கித் தரவே முடியவில்லை. விஜயாவின் புகைப்படம் பார்க்கும் எவருக்கும், 'என்னை விட்டுடுங்க' எனக் கதறும் ஒரு பெண்ணைச் சூழ்ந்து நிற்கும் ஆறு போலீஸ்காரர்கள் பிம்பமே நினைவுக்கு வரும். அந்த போலீஸ்காரர்களில் ஒருவர் முகம்கூட நமக்குத் தெரியாது. யாருக்கோ கணவனாக, அப்பாவாக, அண்ணனாக, மகனாக, மாமனாராக... எந்தக் குற்றவுணர்வும் இல்லாமல் இதே சமூகத்தில் அவர்கள் வாழ்ந்துகொண்டுதான் இருக்கிறார்கள்.

விஜயாவுக்கு மட்டும் அல்ல... மதுரை அங்கம்மாள், சூர்யநெல்லி பெண் என, தனக்கு நேர்ந்த அநீதிக்கு எதிராகப் போராட வரும் எவருக்கும் இதுவே நடக்கிறது. தன் கணவரைக் கொன்று, தன்னை வன்புணர்வு செய்த போலீஸாருக்கு எதிராக வழக்குத் தொடுத்து, நீதிமன்றங்களுக்கு வருடக்கணக்கில் நடந்துகொண்டே இருக்கிறார் அங்கம்மாள். அவரது மகனும் வழக்கறிஞர் ஆகிவிட்டார். சினிமாவில் வருவதுபோல் ஒரே சிட்டிங்கில், 15 நிமிடங்களில், அனல் பறக்கும் வாதங்கள் மூலம் அம்மாவுக்கு அவரால் நீதிபெற்றுத் தர முடிந்தால் எவ்வளவு நன்றாக இருக்கும்? ஆனால், தன்னை வன்புணர்வு செய்து, தன் பிறப்பு உறுப்பில் லத்தி நுழைத்தபோது எப்படி வலித்தது என அம்மா சொல்வதை ஒரு மகன் கேட்க வேண்டியிருப்பது எவ்வளவு பெரிய யதார்த்த துயரம்?

போலீஸாருக்கு எதிராகப் புகார் சொன்னதாலேயே, பொய் வழக்கு, சித்ரவதைகள் என இந்தப் பெண்கள் சந்தித்த பிரச்னைகள் ஏராளம். காவலர்கள்(?) செய்த கொடுமை என்பதால், இந்தப் பெண்கள் எஃப்.ஐ.ஆர் போடவைப்பதில் இருந்தே தங்கள் போராட்டத்தைத் தொடங்கியாக வேண்டும். கூடவே தங்கள் குடும்பம், சமூகம் என நெருங்கியவர்களை தினம் தினம் சமாளித்தாக வேண்டும். அதனால்தானோ என்னவோ, 'ஸோ கால்ட்' குடும்ப மதிப்பீடுகள் இல்லாத எளிய பெண்களே, இந்தப் பிரச்னைகள் பற்றி பொதுவெளியில் வாய் திறக்கிறார்கள். ஏனெனில், தனக்கு இப்படி அநீதி நடந்தது என வெளியே

சொன்ன நிமிடத்தில் இருந்து ஒவ்வொரு நாளையும் நகர்த்துவதற்கு அதீத மனபலம் வேண்டும். இழப்பதற்கு எதுவும் இல்லாதவர்களுக்குப் பயப்படத்தான் என்ன இருக்கிறது?

மலையாளத்தில் 'அச்சன் உறங்காத வீடு' என்ற ஒரு படம். மூன்று மகள்களும் அப்பாவும் சந்தோஷமாக இருக்கும் குடும்பத்தில், மூன்றாவது பெண் கடத்தப்பட்டு தொடர் வன்புணர்வுகளுக்கு ஆளாக்கப்படுவாள். சோர்ந்துபோயிருக்கும் மகளை எப்படிச் சரிசெய்வது எனப் புரியாமல், தன் இளைய மகளிடம் போலீஸூம் அக்கம் பக்கத்தாரும் மனச்சாட்சியே இல்லாமல் நடந்துகொள்வதைப் பார்க்கச் சகிக்காமல் அந்தத் தந்தை அழுவது, வெளியே தெரியாமல் இன்றைக்கு எத்தனையோ குடும்பங்களில் நடந்துகொண்டுதான் இருக்கின்றன.

தங்கைக்கு இப்படி நடந்ததால் திருமணமான அக்கா, தன் கணவர் வீட்டில் இருந்து குழந்தை பறிக்கப்பட்டுத் திரும்ப அனுப்பப்படுவாள். இரண்டாவது அக்காவுக்குத் திருமணம் நின்றுபோகும். பாதிக்கப்பட்ட மூன்றாவது பெண்ணை போலீஸ் ஸ்டேஷன், கோர்ட், மருத்துவப் பரிசோதனைகள்... என மாறி மாறி அழைத்துச் செல்வார் அப்பா. கடைசியில் துயரம் தாங்காமல் குடும்பத்தோடு தற்கொலை செய்ய முயற்சிக்கும்போது, போலீஸ் அவர்களைத் தடுத்து தற்கொலை முயற்சிக்காகக் குடும்பத் தோடு சிறைக்கு அனுப்பிவைப்பார்கள். அந்தத் தந்தைக்கு மனநிலை பிறழ்ந்துபோகும். கைவிடப்பட்டு யாருக்கும் தண்டனை வாங்கித் தர முடியாத மனநிலை பிறந்த அவர், தன் பெண்ணின் வழக்கு கட்டுகளோடு கோர்ட்டுக்குத் தினமும் போய் உட்கார்ந்திருப்பார்.

பாதிக்கப்பட்ட 'சூர்யநெல்லி' என்கிற பெண்ணின் கதையை அடிப்படையாகக் கொண்டு எடுக்கப்பட்டது இந்தப் படம். உண்மையில் பாதிக்கப்பட்ட அந்த சூர்ய நெல்லி பெண்ணின் குடும்பம், தங்கள் அடையாளத்தை மறைக்க ஊர் ஊராக இடம் பெயர்ந்துகொண்டே இருக்கிறது. அந்தப் பெண்ணுக்கும் இப்படி அக்காவின் திருமணம் நின்றுபோயிருக்கலாம். குடும்பத்தில் யாருக்கேனும் மனம் பிறழ்ந்து போயிருக்கலாம்.

பாலியல் வன்புணர்வு பற்றி எப்போதும் இரண்டே கருத்துகள்தான் இங்கே முன்வைக்கப்படுகின்றன. 'நடந்தது நடந்துபோச்சு... அதைத் தூக்கிப் போட்டுட்டு வாழணும்' என்பது ஒன்று. 'போராடணும், கடைசி வரைக்கும் போராடணும்' என்ற சிலிர்க்க வைக்கும் வாசகம் இன்னொன்று. பாலியல் வன்புணர்வுக்கு ஆளான பெண்கள், அந்த நாட்களைக் கடந்து வந்திருக்கலாம். ஆனால், அது தரும் ஆழமான மனபாதிப்புகளில் இருந்து அவர்களால் வெளிவரவே முடியாது. எல்லா காயங்களும் அதன் வடுக்களைப் பதித்துவிட்டே செல்கின்றன!

சென்னையில் ஆதரவற்றோர் இல்லம் ஒன்றில் அவளைச் சந்தித்தேன். கல்லூரிக்குச் செல்லும் வழியில் கடத்தப்பட்டு வன்புணர்வுக்கு ஆளாக்கப்பட்டவள். ஆறு நாட்களுக்குப்

பிறகு உடல் முழுக்க காயங்களோடு வீடு திரும்பிய அவளை, குடும்பத்தில் யாரும் ஏற்றுக்கொள்ளவில்லை. 'ஓடிப் போயிட்டா!' என்று அவர்களே முடிவுசெய்திருந்தார்கள். அவள் வன்புணர்வு செய்யப்பட்டுத் திரும்பி வந்தது ஓடிப்போனதைவிட அவமானம் தருவதாக இருந்தது. 'நீ போனவ, போனவளாவே இரு!' என அவளது அம்மாவே அவளை வீட்டைவிட்டு அனுப்பிவிட்டார். அவளுக்குக் கீழே இரு தங்கைகள் இருந்ததை நினைத்து அம்மாவுக்குப் பயம்.

அவளை நான் சந்தித்தபோது சம்பவம் நடந்து இரண்டு ஆண்டுகள் கழிந்திருந்தன. எந்தத் தவறும் செய்யாமல் எல்லோராலும் தான் தண்டிக்கப்பட்டதை அவளால் ஏற்றுக்கொள்ளவே முடியவில்லை. பேசும்போது அவள் வாய் வெட்டிவெட்டி இழுத்தது. அவளது கை விரல்கள் விடாமல் ஆடிக்கொண்டே இருந்தன. ஒரு பேப்பரைகூட அவளால் பிடிக்க முடியவில்லை. ஒரே நாளில் படிப்பு, குடும்பம், நண்பர்கள் எல்லோரையும் இழந்ததும், உடல்ரீதியான வன்முறையும் சேர்ந்து அவளை அவ்வாறு மாற்றி விட்டிருந்தது.

அந்த இல்லத்தில் அவளையும் சேர்த்து அவ்வாறு பாதிக்கப்பட்ட 17 பெண்கள் இருந்தார்கள். அதில் 14 பேர் குடும்பத்தால் உதறப்பட்டவர்கள். நான் சென்ற அன்று, '22 ஃபீமேல் கோட்டயம்' என்ற மலையாளப் படம் அவர்களுக்காகத் திரையிடப்பட்டது. படத்தின் இறுதியில் தன்னை ஏமாற்றிய காதலனின் ஆண் உறுப்பை நாயகி டெஸ்ஸா ஆபரேஷன் மூலம் அகற்றிவிடுவாள். அவன் அதை உணர்ந்து கதறித் துடிக்கிற வேளையில், அங்கிருந்த 17 பெண்களிடமும் வெளிவந்த உணர்வை எந்த வார்த்தை களாலும், வெளிப்படுத்திவிட முடியாது. ஒரு பெண் கதறி அழுதாள். ஒருத்திக்கு பயங்கரச் சிரிப்பு. சிலருக்கு எதுவுமே பேசத் தோன்றவில்லை. 'ரேப் பண்றது எல்லாம் ஒரு விஷயமா? கடந்து வரணும் பெண்களே...' என்று கரிசனத்தோடு அறிவுரை கூறுபவர்களைப் பார்த்து, 'அந்தப் பெண்களோடு அமர்ந்து அந்தப் படத்தை ஒருமுறை பாருங்கள்' என்று சொல்லத் தோன்றுகிறது.

'உங்க பொண்ணை நாலு பேர் சேர்ந்து ரேப் பண்ணி ரயில்வே டிராக்ல போட்டிருக்காங்க' என்று போலீஸ் வந்து சொல்லும்போதே, 'அய்யய்யோ... இப்படிக் கிடந்து கஷ்டப்படுறதுக்கு, என் பொண்ணு செத்துப்போயிடலாமே!' என்றுதான் அந்த அம்மாவால் அழ முடிந்தது. உண்மையில் வன்புணர்வில் பிள்ளைகள் இறந்துபோவதை நம் பெற்றோர் ஆறுதலாகத்தான் பார்க்கிறார்கள். 'நல்லவேளை... உயிரோடு இல்லை' என்பதாக. எவ்வளவு கொடூர உண்மை இது!

வன்புணர்வுக்கு உள்ளாக்கப்பட்ட எத்தனையோ பெண்கள் திருமணம் செய்துகொண்டு வாழ்கிறார்கள்தான். ஆனால், அவர்கள் மகிழ்ச்சியாக வாழ்கிறார்களா? இல்லை! ஒவ்வொரு நாளும் குற்றவுணர்வு ஏற்படுத்தும் வார்த்தைகளை அவள் மௌனமாகக் கேட்கவேண்டியிருக்கும். 'அவரோ, அவங்க வீட்லயோ ஏதாவது சொன்னா... என்னால எதிர்த்து ஒண்ணும் சொல்ல முடியாது. என்னைக் கட்டுனதே பெரிய விஷயம்' என உடன் இருப்பவர்களுக்குத் தியாகி பட்டத்தைத் தந்துவிட்டுத் தன்னைச் சுருக்கிக் கொள்வார்கள். ஆனால், வன்புணர்வு செய்த எவன் ஒருவனும் இப்படி தன் குடும்பத்தின் முன், சமூகத்தின் முன் வெட்கித் தலைகுனியவேண்டிய நிர்பந்தம் இங்கு இல்லவே இல்லை. 'ஆமா... செஞ்சேன்!' என மீசையை முறுக்கிக்கொண்டு போய்க்கொண்டே இருக்க முடிகிறது.

போலீஸ் ஸ்டேஷன், கோர்ட் எனப் போகிற பெண் களுக்குத்தான் பிரச்னைகள் என்று இல்லை. அலுவலகத்தில் தனக்கு நடந்த கொடுமை குறித்து, அங்கே புகார் அளிக்கும் பெண்கள்கூட அதோடு தன் வேலையை மறந்துவிட வேண்டியதுதான். பெண்கள் அளிக்கும் பாலியல் புகார்களைப் பெரும்பாலான நிறுவனங்கள் கண்டு கொள்வதே இல்லை. 'தொல்லை பண்ற அளவுக்கு நீ ஏன் நடந்துக்கிற?' என்ற அதிபயங்கரமான கேள்வி உடனே கேட்கப்படும். அந்தப் பெண் அதன்பிறகு பிரச்னைக்கு உரியவளாகப் பார்க்கப்படுவாள். அவளை அங்கே இருந்து வேலை நீக்கம் செய்வதைப் பற்றியே யோசிப்பார்கள். கொடுமையிலும் கொடுமையாக உடன் வேலை பார்க்கும் பெண்களே அந்தப் பெண்ணிடம் இருந்து தங்களை விலக்கிக் கொள்வார்கள்... 'எதுக்கு நமக்கு பிரச்னை..?'

என்பதாக! இது சம்பந்தப்பட்ட நபர்களுக்கு எவ்வளவு அதிகாரத்தைத் தரும், அது தன் மேலே நாளை பாயலாம் என்பதை எல்லாம். மறந்தவர்கள் போலவே நடந்து கொள்வார்கள்.

இதைப் பற்றி தோழி தமயந்தியிடம் பேசிக்கொண்டிருந்த போது, 'வீட்டுக்குள்ளேயே நடக்கும் வன்புணர்வை எதுல

சேர்க்கிறது?' என்று கேட்டார். இந்தியாவில் 60 சதவிகிதப் பெண்கள் வலிமிகுந்த உடலுறவை தினமும் அனுபவிக்கிறார்கள் என்ற புள்ளிவிவரத்தைப் படித்தபோது, 'அட... வெறும் 60 சதவிகிதம்தானா?!' என்று ஆச்சர்யமாக இருந்தது. கூடவே, திருமண வாழ்வில் 30 ஆண்டுகள் வாழ்ந்த பிறகும் Orgasm என்பதை உணராத, அந்த வார்த்தையின் அர்த்தம்கூடத் தெரியாத மனைவிகள்தான் நினைவுக்கு வருகிறார்கள். ஆனால், தன் உடலை தினமும் பயன்படுத்திக்கொள்ள அனுமதிக்கிற அந்த மனைவிகளும் ஒவ்வொரு நாளும் வன்புணர்வுக்குத்தானே ஆளாகிறார்கள். 'இவ ஏன் சிடுசிடுனு கத்திக்கிட்டே இருக்கா?' என்ற கேள்விக்கு அந்தப் பெண்ணின் இரவு வாழ்க்கையில் விடை புதைந்திருக்கக்கூடும்!

ஐந்து வயது குழந்தைகள் பாலியல் வன்புணர்வுக்கு ஆளாக்கப்பட்டு ரத்தம் வழியக்கிடக்கும் எத்தனையோ புகைப்படங்களைப் பதற்றத்தோடு கடந்துகொண்டிருக்கிறோம். அந்தக் குழந்தைகளின் பெற்றோர் அதை எப்படித் தாங்குகிறார்கள் என யோசித்தாலே பதறுகிறது. அதில் தப்பிப் பிழைத்த குழந்தைகள் அந்த உடல் வலியையும் மன வலியையும் எப்படிக் கடந்து போவார்கள்? தாங்கள் வன்புணர்வுக்கு ஆளாக்கப்பட்டோம், வலித்தது என்பதை எந்த வார்த்தைகளில் இந்தச் சட்டத்தின் முன், போலீஸின் முன் நிரூபித்து நீதி வாங்குவார்கள்?

அரும்பாக்கம் வீடு ஒன்றின் மொட்டை மாடியில் இருந்து இந்தக் காட்சியைப் பார்த்தேன். ஒரு குட்டிப் பாப்பா அவள். ஜட்டியோடு வெளியே விளையாட வந்த அந்தக் குழந்தையை ஒருவன் வெறித்துப் பார்த்து, இழுத்து அணைத்துக்கொண்டு குழந்தையின் வெற்றுடலைத் தடவ, ஓடிவந்து குழந்தையை இழுத்த அம்மா, பேய்த்தனமாக அவளை அடிக்க ஆரம்பித்தார். எதற்கு என்று புரியாமல் குழந்தை கதறி அழ, கூடவே இயலாமையில் அம்மாவும் அழுது கொண்டிருந்தாள். இந்தக் காட்சி மனதில் நிழலாடும்போது எல்லாம் பதற்றத்தில் உடல் பதறுகிறது. அந்தப் பாப்பா என்ன தவறு செய்தாள்? எதற்கு அடி வாங்குகிறாள்? தப்பு செய்தவனைத் தட்டிக் கேட்க முடியாத இயலாமையை அந்தத் தாய்க்குள் விதைத்தது யார்?

சமூகமும் யதார்த்தமும் இப்படித்தான் அவநம்பிக்கை சூழ்ந்து இருக்கின்றன. பாதிக்கப்பட்ட பெண்ணுக்கு விரைந்து கிடைக்கும் நீதிதான், அதேபோல பாதிக்கப்பட்ட பெண்களுக்குத் தைரியத்தைத் தரும். ஒரு நொடிகூட என் மீதான வன்முறையைச் சகிக்க முடியாது என்ற நிலைதான் குற்றத்தைக் குறைக்க முடியும். ஆனால், யதார்த்தம் தலைகீழாக இருப்பதை என்ன சொல்ல?

இந்த எல்லா அபத்தங்களையும் மீறித்தான், இதே சமூகத்தில் விஜயாவும் அங்கம்மாளும் போராடி இருக்கிறார்கள் என்பதுதான் சற்றே ஆறுதலான செய்தி. அவர்கள் தோற்றுப் போயிருக்கலாம்; ஆனால் போராடி யிருக்கிறார்கள். எதன் பொருட்டும் என்னை அவமதிக்க யாருக்கும் உரிமை இல்லை என்பதைக் கொஞ்சம் சத்தமாகச் சொல்லியிருக்கிறார்கள். மறைந்து வாழ்வதைவிட, ஒளிந்து ஓடுவதைவிட எதிர்கொள்வது சிறந்தது எனக் கற்றுத் தந்திருக்கிறார்கள். அடர் இருட்டில் சிறு ஒளிதான் இது. ஆனால், இருட்டைவிட துளி ஒளி மேலானது!

8

'**ச**துரங்க வேட்டை' படத்துக்காக தியேட்டரில் உட்கார்ந்திருந்தேன். தியேட்டர் ஆண்களால் நிரம்பி வழிந்தது. அங்கே இருக்கும் பெண்களை எண்ணினால், 20 பேர் தேறுவார்களா என்பதே சந்தேகம். மால்களின் தியேட்டர்களிலேயே இவ்வளவுதான் பெண்கள் கூட்டம் எனில், பிற தியேட்டர்களில் சொல்லவே வேண்டாம். மாநகரங்கள் தவிர, பிற ஊர்களில் இப்போதைய பெண்களுக்கும் சினிமாவுக்கும் சம்பந்தமே இல்லை என்றாகிவிட்டது. அது ஆண்களுக்கான கேளிக்கை. சினிமாவுக்கும் பெண்களுக்கும் இடையே ஏன் இவ்வளவு பெரிய இடைவெளி என யோசிக்கும்போதே, சினிமாவில் வலம்வரும் பெண்களுக்கும், யதார்த்த பெண்களுக்கும் இடையேதான் எவ்வளவு இடைவெளி என்பது நினைவுக்கு வருகிறது!

ஹன்சிகா மோத்வானி, இலியானா, தமன்னா... என வெண்ணிறக் கதாநாயகிகள் யாருமே தமிழ்ப் பெண்களின் வாழ்க்கையை திரையில்

வாழவே இல்லை. வேலைவெட்டி இல்லாத, அழுக்கு டவுசர் தெரிய வேட்டி கட்டியிருக்கிற, சதா குடிக்கிற கதாநாயகன் பின்னால் காதலிக்கச் சொல்லி அலைகிறார்கள். அல்லது அப்படி தன் பின்னால் அலைகிற ரௌடிப் பையனை உருகி, உருகிக் காதலிக்கிறார்கள். திரையில் வரும் இந்த நாயகிகளில் யாருக்கும் செய்வதற்கு ஒரு வேலையும் இல்லை. அழகழகான உடைகளில், அலங்காரங்களோடு தெருவில் திரிந்துகொண்டே இருக்கிறார்கள்; காதலிக் கிறார்கள்; கலர் கலர் ஆடைகளில் ஆடுகிறார்கள்.

எல்லா காலங்களிலும் பெரும்பான்மை நாயகிகள் இப்படி நாயகனுக்காகக் காத்துக்கிடப்பதிலேயே காலம் தள்ளியுள்ளனர். அந்தவிதத்தில் 80-களின் நாயகிகள் ரொம்பவே வித்தியாசமானவர்கள். வெளிநாட்டில் படித்து விட்டு, மாட்டுவண்டி ஓட்டும் ஹீரோவின் பின்னால் காரில் ஹாரன் அடிப்பார்கள். பாப் கட், முட்டிக்கு மேல் இறுக்கமான உடை, அடர்ந்த லிப்ஸ்டிக்... என அடுத்த காட்சியில் குதிரையில் வருவார்கள். மிக நிச்சயமாக கூலிங்கிளாஸ் அணிந்திருப்பார்கள். இந்தப் பெண்களின் திமிரை அடக்குவதுதான், கதாநாயகனின் தலையாய வேலையாக இருக்கும். அந்தத் திமிரை அடக்குவது எளிதான வேலை. அந்தப் பெண்ணை இழுத்து ஒரு முத்தம் கொடுத்தால் போதும், அடுத்த காட்சியில் நீள முடி வைத்து,

மஞ்சள் புடைவை அணிந்து, தலை குனிந்து அந்தப் பெண் நடந்து வருவாள்.

இந்த அபத்தத்தைத் தாண்டியும், அந்த நாயகிகள் சிலரிடம் யதார்த்த பெண்களின் சாயல்கள் அங்கொன்றும் இங்கொன்றுமாக இருக்கத்தான் செய்தன. சரிதா, ரேவதி, சுஹாசினி, பானுப்ரியா போல சிலர் நம் சமூகப் பெண்களின் ஏதோ ஒரு பிம்பத்தை திரையில் பிரதிபலித்தார்கள். ஆகவே, ஆண்கள் இந்தப் பெண்களை குடும்ப லிஸ்ட்டில் சேர்த்துவிட்டு, அம்பிகா, ராதா, அமலா, நதியா போன்ற பெண்களை சைட் அடித்தார்கள். ஹன்சிகா மோத்வானிக்காகக் கை தட்டி விசில் அடிக்கும் ரசிகர்கள், கனவு காண்பது லட்சுமி மேனனையும், ஸ்ரீ திவ்யாவையும்தான்.

முன்பெல்லாம் பெண்கள் அதிக அளவில் திரையரங்குக்குச் சென்று வந்துள்ளதை நினைத்தாலே ஆச்சர்யமாக இருக்கிறது. ஒரு காலத்தில் 11 மணி காட்சி எல்லா ஊர்களிலும் பெண்களுக்காகவே திரையிடப்பட்டது. காலையில் வேகமாக வீட்டு வேலைகளை முடித்துவிட்டு, அக்கம் பக்கத்து பெண்கள் சேர்ந்து கூட்டம் கூட்டமாக தியேட்டருக்குச் செல்வார்கள். ஒரு படம் பார்த்துவிட்டு வந்தால், ஒரு வாரம் வரை கூடிக்கூடி அதைப் பற்றியே பேசிக் கொண்டிருப்பார்கள். இந்த 11 மணி காட்சிதான், பிறகு ஆண்களுக்கான 'அந்த மாதிரி'ப் படம் போடுவதற்கானது. பெண்களுக்கான அந்த இடத்தைத் தொலைக்காட்சியால் பிடிக்கவே முடியவில்லை. அது வீட்டுக்குள் மூச்சடைக்க வைத்துவிட்டது. தன் வயதுடைய பெண்களோடு வீட்டைத் தாண்டி சென்று அனுபவிக்கும் ஒரு சந்தோஷம் பெண்களுக்குப் பறிபோய்விட்டது.

இன்றைக்கும் பெண்கள் தியேட்டருக்கு வருகிறார்கள். அவர்களில் படத்தை விரும்பிப் பார்ப்பதற்கு வருபவர்களின் எண்ணிக்கை குறைவு. காதலிக்கும்போது பெண்கள் காதலனுடன் சினிமாவுக்குச் செல்கிறார்கள். அதுவும் காதலிக்க இடம் இல்லாததால், திரையரங்கைத் தேர்வுசெய்கிறார்கள். இல்லையெனில், புதிதாக திருமணம் ஆனதும் கணவனுடன் படம் பார்க்கச் செல்வார்கள். முதல் குழந்தை கருவுறுவது வரை இந்தத் தியேட்டர் பயணம் தொடரும். அதன் பிறகு பிள்ளைகள் வளர்ந்து விஜய் படமோ, சிவகார்த்திகேயன்

படமோ பார்த்தே ஆகவேண்டும் என்று தொந்தரவு செய்யும்போது, குடும்பத்தோடு பைக்கில் படம் பார்க்கக் கிளம்புவார்கள். ‘அங்காடித் தெரு’, ‘பசங்க’ போன்ற குடும்பப் படங்களைப் பார்க்கலாம் எனக் குடும்பத் தலைவரோ, தலைவியோ முடிவு செய்துவிட்டால், அன்றைய வார இறுதியில் அந்தப் படத்துக்குச் செல்வார்கள். ஆக, படம் பார்க்கும் சந்தோஷத்துக்காக தியேட்டருக்குச் செல்லும் பெண்கள் குறைந்துவிட்டார்கள். மெட்ரோ சிட்டிகளில் கல்லூரிப் பெண்கள் இணைந்து படம் பார்க்க சிலருக்காவது வாய்ப்பு இருக்கிறது. சிறு நகரங்களில் அந்த வாய்ப்பும் இல்லை. பெண்கள் தனியாக தியேட்டருக்குச் சென்று படம் பார்ப்பது என்பது, கிட்டத்தட்ட டாஸ்மாக் பாருக்கு போய் மது குடிப்பதைப்போல அரிதான நிகழ்வு.

‘7ஜி ரெயின்போ காலனி’ படம் வந்தபோது நான் கல்லூரியில் படித்துக்கொண்டிருந்தேன். படம் நன்றாக இருப்பதாக விமர்சனங்கள் வாசித்தது, படம் பார்க்கும் ஆர்வத்தைத் தூண்டியிருந்தது. வீட்டோடு போய்ப் பார்க்கும் சாத்தியமே இல்லை. நினைவுதெரிந்து கடைசியாகக் குடும்பத்தோடு போன படம் ‘சின்னக் கவுண்டர்’. அதிலும் சுகன்யா தொப்புளில் பம்பரம்விடும் காட்சியில் அம்மா எழுந்து வெளியே போனார். ‘பிள்ளைங் களோடு உட்காந்து பார்க்கிற படமா இது?’ எனப் பல பெண்கள் நாகர்கோவில் யுவராஜ் தியேட்டரில் இருந்து வெளியே எழுந்து போனது நினைவிருக்கிறது. அன்றோடு குடும்பமாகப் போய் படம் பார்ப்பது எங்கள் வீட்டில் நின்றுபோனது.

‘அனிதாவாகவே வாழ்ந்திருக்கிறார் சோனியா அகர்வால்’ என விகடனில் வந்த விமர்சன வரிகளைப் பெரிதாக்கி வடசேரி பேருந்து நிலையத்தில் பேனர் வைத்திருந்ததும் ‘ரெயின்போ காலனி’க்குள் நுழையும் ஆர்வத்தை அதிகப் படுத்தியது. துப்பட்டாவால் முகத்தை மூடிக்கொண்டு, சக்கரவர்த்தி தியேட்டரில் படம் பார்க்கப் போனேன். கூட்டம் அதிகம் இருந்த தியேட்டரில் என்னையும் சேர்த்து மூன்றே பெண்கள். இருவர், தத்தமது கணவருடன் வந்திருந்தார்கள். அன்று தியேட்டரே என்னை ஒரு தீவிரவாதிபோல வேடிக்கை பார்த்தது. படம் பார்த்து

வீட்டில் மாட்டிக்கொண்டது தனிக் கதை. ஆனால், படம் முடிந்ததும் ஒன்றே ஒன்றுதான் தோன்றியது, 'இந்தக் காதலிகள் செத்துப்போனாலும் பரவாயில்லை, ஒரு தடவை தன்னுடன் செக்ஸ் வைத்துவிட்டுச் செத்துப்போகட்டும்' என்று சில சினிமா காதலர்கள் நினைக்கிறார்களே, இது எந்த மாதிரியான வியாதி என்று! இன்றும் அந்த நிலவரத்தில் மாற்றம் இல்லை. இப்போதும் தனியாகச் சென்று சினிமா பார்ப்பது, பெண்களுக்கு அலர்ஜியான ஒன்றுதான்.

தியேட்டரில் 11 மணி காட்சி பார்த்த என் அம்மா தலைமுறைப் பெண்களும், அதற்கு முந்தைய தலைமுறைப் பெண்களும் இப்போது சினிமா பற்றி பேசுவதுகூட இல்லை. ஆனால், பாக்யராஜ் படங்களோ, விக்ரமன் படங்களோ எப்போதாவது டி.வி.யில் வந்தால், விழுந்தடித்துக்கொண்டு ரிமோட்டைப் பிடுங்குகிறார்கள். அதற்கு முந்தைய தலைமுறைப் பெண்களுக்கு ரிமோட்டைப் பிடுங்கும் வழி தெரியாது. சேனல் மாற்றும்போது தெரியும் எம்.ஜி.ஆரை ஏக்கத்தோடு பார்க்கிறார்கள்.

ஆண்கள், கதாநாயகிகளுக்காக தியேட்டரை நாடியது போல், இந்தப் பெண்கள் கதாநாயகர்களைத் தேடித்தான் திரையரங்குக்குச் சென்றிருக்கிறார்கள். எம்.ஜி.ஆர்., சிவாஜி, பாக்யராஜ் அளவுக்கு, இந்தப் பெண்களை வேறு எவரும் கவர்ந்தது இல்லை. அதிலும் சிவாஜிக்கு அண்ணன் ஸ்தானத்தைக் கொடுத்துவிட்டு, எம்.ஜி.ஆரை விழுந்து விழுந்து ரசித்திருக்கிறார்கள். 'எம்.ஜி.ஆரு முக்கியமா... நான் முக்கியமா?' என எத்தனையோ வீடுகளில் கணவன்-மனைவி சண்டைகள் நடந்ததை, செவிவழிக் கதைகளாகக் கேட்டிருக் கிறேன். 'எம்.ஜி.ஆர் படம் பார்க்கவிட்டாதான், அவர்கூட வந்து வாழ்வேன்!' என முரண்டுபிடித்த பெண்கள், இப்போது பாட்டிகளாக நம்மோடு இருக்கிறார்கள். 'மனசுல என்னை மட்டும்தானே நினைக்கிற?' என்ற கேள்விகளை, அந்தப் பெண்களிடம் கேட்டிருக்கவே முடியாது. ஏனெனில், அவர்கள் கனவுகளில் எம்.ஜி.ஆர் எப்போதும் தொந்தரவு செய்துகொண்டே இருந்திருக்கிறார். சுவாரஸ்யமற்ற யதார்த்தத்தில் இருந்து நழுவி, அவர்கள் எம்.ஜி.ஆரை விடாது ரசித்துக் கொண்டாடியிருக்கிறார்கள்.

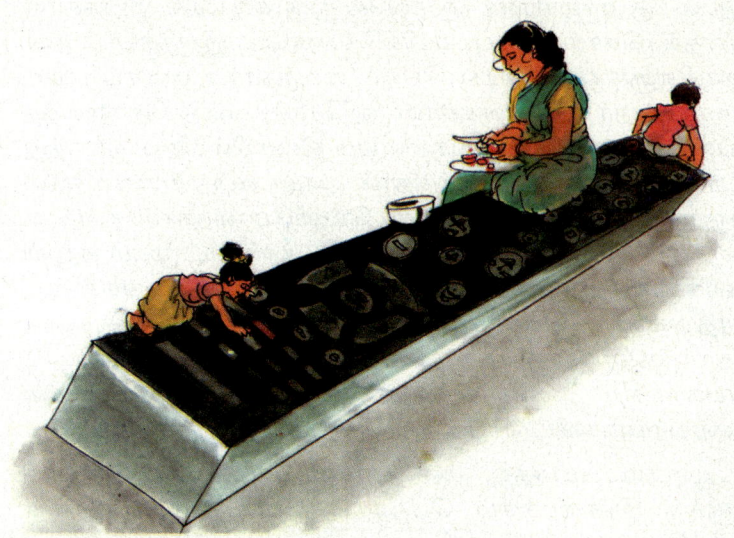

அவர்களுக்குத் தேவைப்பட்டவை குடும்பங்களில் இல்லாத ரொமான்ஸும், உடன் இருக்கும் பெண்களைப் புரிந்துகொண்டு, தன் ஆசைகளைத் தெரிவிக்க இடம் தருகிற அப்பாவித்தனமான ஆண்களும்தான். அந்த ரொமான்ஸ் ஏரியாவை சரியாக ஃபீல் செய்தவர் எம்.ஜி.ஆர் -தான். நாயகியை முழுக்கக் குளிக்கவிட்டு, பெண்கள் விரும்பும் சின்னச் சின்ன சில்மிஷங்களைச் செய்து, 'மீதி எல்லாம் கல்யாணத்துக்கு அப்புறம்தான். வீட்டுக்குப் போ' என்று அவர் சொன்னது பெண்களுக்குப் பிடித்திருந்தது. பாக்யராஜின் பெண்களிடம் ஓர் இயல்புத்தன்மை இருந்தது. தன் இயல்போடும் குறும்போடும் இருக்க நாயகியை அவர் அனுமதித்து இருக்கிறார். அந்தப் பெண்கள் தங்கள் காதலைத் துணிந்து சொன்னால், அவமானப்படுத்தாமல் புரிந்துகொள்வார். அப்பாவித்தனமான அவரது லுக்தான் அவரை பெண்கள் பக்கம் ஈர்த்திருக்க வேண்டும். அதன் பிறகு அரவிந்த்சாமி, மாதவன்... என பெண்கள் கொண்டாடிய நாயகர்களிடம் அந்த அப்பாவித்தனமும், மைல்டான பெண்மையும் கலந்திருப்பதைக் காண முடியும்.

'எல்லாமே என் ராசாதான்' படம் பார்த்துவிட்டு வந்து குலுங்கிக் குலுங்கி அழுத பெண்ணைப் பார்த்திருக்கிறேன்.

அவளுக்கு ராஜ்கிரண் போலவே ஒரு கணவன் இருந்தார். அதைச் சொல்லிப் புலம்பிக்கொண்டே இருந்தவர், தன் கோழிகளுக்கு இப்படிப் பெயர் வைத்தார்... 'மஞ்சப் புறா', 'மாடப் புறா'. தங்களுக்கான ஹீரோக்களைத் தொலைத்த பெண்கள், தங்கள் முகங்களையும் திரையில் தேடி ஏமாந்து போய்விட்டார்கள். அழுக்குதான் அழகு என்ற எண்ணத்தில் இருந்து சினிமா ஹீரோக்கள் வெளியே வந்தால் நன்றாக இருக்கும். ஏனெனில், முத்தம் கொடுக்கக்கூட முகம் கழுவி பளிச்சென்று வரவேண்டியது அவசியம். தங்களைப் பிரதிபலிக்கிற பெண்களும் திரையில் இல்லை; தங்களை யதார்த்தத்தில் இருந்து கனவுக்கு அழைத்துச்செல்லும் நாயகர்களும் இல்லை என்ற காலகட்டத்திலேயே பெண்கள் திரையரங்கைவிட்டு விலகத் தொடங்கியிருக்கக்கூடும்.

ஆனால்... மராத்தி, மலையாளம், பெங்காலி சினிமாக்களுக்கு இன்றைக்கும் பெண்கள் போய்க்கொண்டுதான் இருக்கிறார்கள். ஏனெனில், அந்தப் படங்களில் அவர்கள் தங்களைக் காண்கிறார்கள். தமிழ்த் திரையில் 20 முதல் 30 வயதுடைய ஹீரோவின் காதல் அல்லது பகை. இந்த இரண்டைத் தவிர சொல்வதற்குக் கதைகளே இல்லை. வேறு வயது ஆண்களையே கருத்தில் கொள்ளாதபோது, பெண்களைக் கணக்கில் எடுக்க வேண்டும் என நினைப்பது அதிகபட்ச பேராசை அல்லவா? வெகுஜனக் கலை ஊடகம் சரிபாதி பெண்களிடம் இருந்து விலகி இருப்பது அல்லது பெண்களை விலக்கிவைத்துச் செயல்படுவது முரணாகக்கூட இங்கே தோன்றவில்லை!

என் ஆச்சர்யம், ஒரு கொரியப் பெண்ணோ, ஈரான் பெண்ணோ நம் தமிழ்ப் படங்களைப் பார்த்தால், நம் சமூகத்தைப் பற்றி என்ன முடிவுக்கு வருவாள் என்பதுதான். 'அங்கே ஆண்கள் எல்லோரும் திருடர்களும் முரடர்களுமாக இருக்கிறார்கள். அந்தச் சமூகத்தில் பெண்கள் மிகக் குறைவு. இருக்கிற சில பெண்களும், ஆண்களை மகிழ்விக்க அவ்வப்போது அழகு உடைகளில், பளிச் மேக்கப்பில் வந்து ஆடிவிட்டுச் செல்பவர்கள்' என்பதாக இருக்குமோ?

9

காதல் பற்றி, காமம் பற்றி ஆண்கள் பேசும் அளவுக்குப் பெண்கள் பேசுவார்களா என்கிற சந்தேகம் எப்போதும் எனக்கு உண்டு. டீனேஜ் வயதில் இருந்து காதல் அல்லது திருமணம் கைகூடும் வரை, பெண்களின் சிந்தனையை பெரும்பாலும் இந்த இரண்டுமே ஆக்கிரமித் துள்ளன. ஆனால், ஆண்களைப்போல் பொது வெளியில் எளிதாக அவர்களால் அதைப் பகிர்ந்துகொள்ள முடிவது இல்லை. சினிமாவில் வரும் முதலிரவுக் காட்சிகளைப் பார்த்துவிட்டு அது பற்றி பள்ளியில் பேசிக்கொண்டிருந்தது நினைவுக்கு வருகிறது. கதவைத் திறந்துகொண்டு பெண் வருவார், பால் டம்ளர் கொடுப்பார், ஆண் உடனே கட்டி அணைப்பார், விளக்கு அணைக்கப்படும். 'அதன் பிறகு என்ன நடக்கும்?' எனக் கேட்டுவிட்டுச் சிரிப்போம். அந்தச் சிரிப்பு முடிந்ததும், அனைவரும் சில நிமிடங்கள் அமைதியாக இருப்போம். அடுத்து என்ன நடக்கும் என்று கற்பனை செய்வதற்கான பொழுது அது. மீண்டும் அது பற்றி பேசத்

தொடங்கும்போது, எங்கள் எல்லோருக்கும் தோன்றும் ஒரே கேள்வி இதுதான்... 'கல்யாணமாகி ரெண்டு பேரும் முதல் தடவையா ஒரு ராத்திரி முழுக்கச் சேர்ந்து இருக்கப் போறாங்க. பேச எதுவுமே இருக்காதா?' என்று. உண்மையில் இங்கே வீடுகளில் இரவுகள் பேச எதுவும் இல்லாமல் அமைதியாகத்தான் கடந்து கொண்டிருக்கின்றன.

இன்றைக்குப் பெண்கள் பேச முடியாத, ஆனால் பெரிதும் பேச விரும்புகிற சப்ஜெக்ட்... தங்கள் இரவுகள் குறித்துதான். சமையலறை இருட்டில் இருந்து படுக்கையறை இருட்டுக்கு ஒருநாள் மாற்றப்பட்ட முந்தைய பல தலை முறைகளின் பெண்களுக்கு, செக்ஸ் என்றால் குழந்தை பெற்றுக் கொள்வதற்கான ஓர் ஏற்பாடாக மட்டும் இருந்தி ருக்கக்கூடும். செக்ஸ் என்பது, ஆண்-பெண் இருவருக்குமான பகிர்தலும் மகிழ்ச்சியும் என்று புரிந்த இன்றைய பெண் களுக்கு, தங்கள் இரவுகளோடு பெரும்பாலும் உடன்பாடே இல்லை. இணையத்தில் கொட்டிக்கிடக்கும் போர்னோ சைட்டுகள் பெண்கள் பார்ப்பதற்குத் தடை ஏதும் சொல்லா ததால், விரும்பிய வாழ்க்கைக்கும், வாழ்ந்துகொண்டிருக்கும் வாழ்க்கைக்குமான வித்தியாசத்தை அவர்கள் உணர்ந்தே இருக்கிறார்கள்.

ஒரு மனைவி, தன் கணவரிடம் என்ன விரும்புகிறாள் என வைரமுத்து ஒரு கவிதை எழுதியிருப்பார். 'காலநேரம் பாராமல் காமச்சங்கு முழங்கி, நிராயுதபாணியோடு யுத்த மொன்று தொடங்கி, முத்தமிடத் தெரியாமல் மோகத்தில் குதறி, மின்விசிறி தலைதட்ட மேலேற்றிச் சுழற்றி, சிருங்கார பயத்தில் நான் சில்லிட்டலற, மெத்தை மேல் என் மேனி விசிறியெறிந்து, தேவை தீர்ந்ததும் திரும்பிப் படுத்து, குளித்த கூந்தல் உலர்த்தி வருமுன்னே, குறட்டைவிடும் என் கணவா, இஃதில்லை யான் கேட்டது' என வரிகள் போகும். குறிப்பிட்ட இந்தக் கவிதையை பல பெண்கள் சொல்லக் கேட்டிருக்கிறேன். 'பாரேன்... நம்ம வீட்ல நடக்கிறதை அப்படியே எழுதிருக்கார்' என்ற ஆச்சர்யம் அவர்களுக்கு.

மற்ற நாட்டு சினிமாக்களைப் பார்த்தால், கணவன் - மனைவி இருவரும் அறைக்குள் வந்ததும் பேச ஆரம்பிக் கிறார்கள், அப்புறம் தழுவிக்கொள்கிறார்கள், முத்தமிடு கிறார்கள். உடலுறவு என்ற இலக்கைத் தொட குறைந்தது

அரை மணி நேரமாவது ஆகிறது. ஆனால், நம் ஊரில் மட்டும் அறைக்குள் நுழைந்த 10-வது நிமிடத்தில், தூங்கிப் போக முடிகிறது எனில், செக்ஸ் என்ன தூக்க மாத்திரையா? நூலகத்தில் படித்த, தலைப்பு மறந்துபோன புத்தகத்தின் வரிகள் சில நினைவுக்கு வருகின்றன. இந்தியாவைச் சுற்றிப் பார்த்த வெள்ளைக்காரர் ஒருவர், இந்தியாவில் தான் அதிகம் வியந்தது குறித்து இப்படிக் குறிப்பிட்டாராம்... 'இந்த இந்தியர்கள் உடைகளைக்கூடக் கழற்றாமல் எப்படி உடலுறவு கொள்கிறார்கள்?'

நாங்கள் கல்லூரித் தோழிகள் ஒருமுறை சந்தித்தபோது, எங்கள் இரவுகள் குறித்து பகிர்ந்து கொண்டோம். பெண்களின் பேச்சில் இது மிக அபூர்வமாகவே நிகழும். 'உங்களுக்கெல்லாம் வீட்டுக்காரர் முத்தம் தர்றாங்களா?' எனத் தோழி ஒருத்தி தயங்கித் தயங்கிக் கேட்டாள். 'அது

இல்லாம எப்படி?' எனச் சொல்லத்தான் விரும்பினோம். ஆனால், முடியவில்லை. 'முத்தத்தில் தொடங்கி முத்தத்தில் முடியும் தாம்பத்தியம் எத்தனை பேருக்கு வாய்த்திருக்கிறது?' என்ற அ.வெண்ணிலாவின் கவிதை வரிகள் எத்தனை சத்தியமானவை. திருமணத்துக்குப் பிறகான முத்தத்தை, யார் பாவக்கணக்கில் சேர்த்தது? கதவை அடைத்ததுமே விளக்கை அணைப்பது, மேலே விழுந்து ஆக்கிரமிப்பது எல்லாம் சரிதான். ஆனால், அதற்கு முன்னால் கொஞ்சம் நேரம் காதலைப் பகிரவும், அது பற்றி பேசவும் பெண்கள் விரும்புகிறார்கள்.

பெண்களுக்கு, தங்கள் உடல் தயாராக வேண்டுமெனில் முதலில் மனம் தயாராக வேண்டும். பெண் மனம் அவர் களே எதிர்பார்க்காத வண்ணம் மிகமிக ரொமான்ட்டிக் கானது; காதல் நிரம்பியது. தலை வருடுதல், விரல் பிடித்தல், அணைத்துக் கொள்ளுதல் போன்றவை மூலம் காமம் தாண்டிய, காமத்துக்கு முந்தைய அக்கறையை பெண்கள் எல்லா வயதிலும் எதிர்பார்க்கிறார்கள். இன்னும் சொல்லப் போனால் குழந்தைகள் பிறப்பு, ஹார்மோன் களின் மாறுதல்கள்... என வயது அதிகமாக அதிகமாக கணவனோடு இப்படியான நெருக்கமே தேவைப்படுகிறது. ஆனால், இதே நேரத்தில்தான், 'அஞ்சு நிமிஷத்துக்குள்ள முடிக்கலைனா, அடிப்பேன்' என கட்டில் அருகே யாரோ ஸ்கேலோடு நின்று விரட்டுவதுபோல எல்லாம் நடந்து முடிந்து விடுகின்றன. இந்த ஏமாற்றத்தில்தான் பெண்கள் அப்படி ஒரு சம்பிரதாய உறவு தேவையே இல்லை என்பதுபோல் அதைத் தவிர்க்கப் பார்க்கிறார்கள். 'அவளுக்கு இன்ட்ரஸ்டே இல்லப்பா. எப்ப போனாலும் எரிச்சலா தள்ளிப் படுக்கிறா... இல்லைனா சிடுசிடுனு விழுறா!' என ஆண்கள் தன் நண்பர்களிடம் புலம்புவதும், மனைவியைவிட்டு விலகுவதும் இந்தக் காலகட்டத்தில்தான். திருமணமான புதிதில் மாலையில் அழகாக அலங்காரம் செய்துகொண்ட பெண்கள், பின்னாட்களில் சமையலறை வாசனையோடும், காலையில் அணிந்த நைட்டியோடும் இரவுக்குள் நுழைவதும் இதே காலகட்டத்தில்தான்.

வேலையின் அழுத்தங்கள், பெருநகர வாழ்க்கை மாற்றம் எல்லாம் சேர்ந்து, பெண்களின் இரவுகளில் ஏமாற்றத்தின்

அடர்த்தியை அதிகரித்துவிட்டன. 10 மணிக்கு வீடு வந்தால், தூங்குவதற்கு முன் செய்யவேண்டிய ஒரு சம்பிரதாயக் கடமைதான் செக்ஸ். நம்மவர்களுக்கு அது வெறும் 'செக்ஸ்'... அவ்வளவே. ஆனால், அதற்கு 'லவ் மேக்கிங்' என்ற அழகிய பதம் உண்டு. அழுத்தத்தை வெளியேற்றிய அடுத்த நிமிடம், தூங்கிப்போகும் கணவனை வெறித்தபடி உட்கார்ந்திருக்கும் மனைவிகளைக் கை தூக்கச் சொன்னால், ஆயிரத்தில் தொள்ளாயிரம் பேர் நிச்சயம் கைதூக்குவார்கள். 'உனக்கும் ஓ.கே-வா?' என, ஏன் இவர்கள் திரும்பக் கேட்பதே இல்லை. எல்லாம் முடிந்த பிறகு, இரண்டு நிமிடங்கள் பேசுவது, அணைத்தபடி தூங்குவது... இதெல்லாம் எவ்வளவு நிம்மதியைக் கொடுக்கும் தெரியுமா?

ஒரு பெண் தானாக வந்து முத்தமிட்டாலே குறைந்தது இரண்டு நிமிடங்கள் வெலவெலத்துப்போகும் ஆணிடம், 'எனக்கு இது வேண்டும்... இது பிடிக்கவில்லை' என்பதை எப்படிப் பேசுவது? என்று பெண்கள் தயங்குகிறார்கள்... அவ்வளவுதான்!

'சம்சாரம் அது மின்சாரம்' படத்தில் புதிதாகத் திருமணமான சந்திரசேகர், தன் தம்பியின் படிப்பை முன்வைத்து மனைவியுடன் இரவைக் கழிக்கத் தயங்குவார். பல உதாசீனங்களுக்குப் பிறகு புது மனைவி எரிச்சல் அடைந்து, நள்ளிரவில் கிணற்றடியில் போய்க் குளித்துக் கொண்டிருப்பார். ஒருகட்டத்தில் கணவனின் அக்கிரமம் தாங்க முடியாமல் அப்பா வீட்டுக்குச் செல்ல, அப்பா வாசலிலேயே துரத்தியடிப்பார். திரும்பும் வழியில் சந்திரசேகர் மிகக் கொச்சையாக, 'உனக்கு அதுதான் வேணும்னா ரோட்டுல இங்கேயே வெச்சுக்கலாமா?' எனக் கேட்பார். இயல்பான தன் விருப்பத்தைச் சொன்னால் 'இப்படிக் கேட்டு விடுவார்களோ!' என்ற பயத்தில்தான், பெண்கள் அமைதியாகி விடுகிறார்கள்.

பெண்களில் பலரது முதலிரவு அனுபவங்கள் வலி நிரம்பியவை. பெற்றோரை நிராகரித்து காதல் திருமணம் செய்த தோழியின் முதலிரவு அனுபவம் அப்படிப்பட்ட ஒன்று. 'நான் அம்மாவை நினைச்சு, அழுதுட்டு இருந்தேன். ஹோட்டல் ரூம்ல இருந்த பாத்டப்ல சேர்ந்து குளிச்சே ஆகணும்னு பிடிவாதம் பண்ணிக் குளிக்கவைச்சார்.

அப்புறம் அவரு தூங்கிட்டாரு. ராத்திரி முழுக்க நான் தூங்கவே இல்லை. கல்யாணம் ஆனா இப்படித்தான் இருக்குமா? இதுக்கா நான் எல்லாரையும் விட்டுட்டு வந்தேன். பயம்மா இருக்குடி' என மிரண்டுபோய் சொன்னாள். உண்மையில், செக்ஸ் என்பதை காலம் முழுக்க வலி நிரம்பியதாக மட்டுமே அனுபவித்த பெண்கள் அநேகம் பேர். அரசு மருத்துவமனைகளில் மகப்பேறு பிரிவுக்குச் சென்றால், பிரவச வலியில் மனைவிகள் கணவனைத் திட்டும் வார்த்தைகளை காது கொடுத்துக் கேட்க முடியாது. 'உன்னால தினமும் வலி, வேதனைனு பட்டது போதாதா? இது வேறயா..?' என ஆரம்பித்து, கிடைத்த வாய்ப்பை விடாது கொட்டித் தீர்த்துவிடுவார்கள்.

'காய்ந்த மாடு வயலில் பாய்வதுபோலான' அந்தப் பாய்ச்சலுக்கு ஆண்களை மட்டுமே குறைசொல்லிப் பயன் இல்லை. அவர்கள் அப்படித்தான் வளர்க்கப்படுகிறார்கள். பெண்ணை அடக்கி ஆள்வது, அவர்களை ஆக்கிரமிப்பது இவையே 'ஆண்மை' என்று இங்கே சொல்லித்தரப்படுகிறது. 'ஆம்பளைனா அப்படித்தான் இருக்கணும்' எனச் சொல்லி வளர்ப்பதில் கணிசமான பங்கு அம்மாக்களுக்கும் உண்டு. நம் சமூகத்தில் ஆணின் குணத்தை அம்மாக்கள்தான் தீர்மானிக்கிறார்கள். வயதுக்கு வந்த மகளை அப்பாவோடு பேசாதே எனத் தடுக்கும்போது, மகள் மனதில் ஆண்களைப் பற்றி எந்த மாதிரியான எண்ணத்தை விதைக்கிறோம் என அம்மாக்கள் யோசிப்பதே இல்லை. 'அப்பாவையே நம்பக் கூடாது எனில், பிற ஆண்கள் நம்பிக்கையற்றவர்கள். பயப்பட வேண்டியவர்கள்' என அவள் முடிவு செய்வாள். இதே மிரட்சியோடுதான் பெரும்பாலான பெண்கள் கணவனையும் அணுகத் தொடங்குகிறார்கள். 'வளர்ந்த தங்கச்சியைத் தொடாத... அதென்ன பொம்பளைப் புள்ளை கன்னத்தைக் கிள்றது?' என அவனது தங்கையிடம் ஆரம்பித்து, 'ஸ்கூலுக்குப் போக ஆரம்பிச்சுட்டா... இன்னும் என்ன அவளைத் தூக்கிக் கொஞ்சிட்டு இருக்க. இறக்கி விடு' என, பக்கத்து வீட்டுச் சிறுமியைத் தொடுவது வரை ஆண்களை பெண்ணிடம் இருந்து விலக்கியே வைக்கிறார்கள். ஒரு பெண்ணிடம் உறவுக்காக மட்டுமே நெருங்க வேண்டும் என வளர்க்கப்படும் ஆண், வாய்ப்பு கிடைக்கும் தருணத்தில்

பெண்களிடம் வேறு எப்படி நடந்துகொள்வான்? செக்ஸ் இங்கு புனிதமானது அல்லது அருவருப்பானது என்கிற இரண்டு எதிரெதிர் எல்லைகளில் கொண்டுவைக்கப் பட்டுள்ளது. அது இயல்பானது என்பதை நாம் உணரவே இல்லை!

முதலிரவு முடிந்து வெளியே வரும் ஆணிடம், 'அப்புறம் எத்தனை ரவுண்டு மச்சான்?' என்றுதான் இன்னமும் கேள்வி கேட்கிறார்கள். எண்ணிக்கையைக் குறைத்துச் சொன்னால் தன் ஆண்மையைச் சந்தேகித்துவிடுவார்களோ என்கிற பயம் ஆண்களுக்கு. அதனாலேயே, 'டயர்டா இருந்தா தூங்கு. நாளைக்குப் பார்த்துக்கலாம்' என அறைக்குள் அக்கறையோடு நடந்துகொள்ளும் ஆண்கூட, வெளியே 'மூன்று' எனத் தலை குனிந்து விரல்களை நீட்டுகிறான். முதலிரவுக்குச் செல்பவனின் நண்பர்கள், 'கலக்கிடு மச்சான்... விடாத' என வெறியேற்றித்தான் அனுப்பி வைக்கிறார்கள்.

செக்ஸில் பெண்களைப் போலவே ஆண்களுக்கும் அநேகம் சந்தேகம் இருப்பதையும், அதுகுறித்த படபடப் புடனே அவர்கள் பெண்களை அணுகுகிறார்கள் என்பதை இரு தரப்புமே புரிந்துகொள்ள வேண்டும். முட்டாள்தனமான, மூடநம்பிக்கை நிறைந்த, திசையெங்கும் பரவிக்கிடக்கும் 'ஆண்மைக் குறைவு' விளம்பரங்கள் வேறு ஆண்களின் நம்பிக்கையைக் குலைக்கும்.

பேசக் கூடாத, தேவையற்ற விஷயங்களை குடும்பத்துடன் உட்கார்ந்து விவாதிக்கும் நாம், 'செக்ஸ்' என்ற விஷயத்தைப் பற்றி ஏன் பேசுவதே இல்லை? அப்பா, மாமா போன்ற முந்தைய தலைமுறை அதை பாசிட்டிவாகச் சொல்லிக் கொடுத்து, பதற்றத்தை ஏன் குறைக்க முயற்சிப்பதே இல்லை? செக்ஸ் குறித்த குற்றவுணர்ச்சிகளை விலக்கி அடிப்படை புரிதல்களை ஏற்படுத்தலாமே. 'இது இயல்பானது. எளிதாக எடுத்துக்கொள். ஒரு பெண்ணோடு சேர்ந்து லவ்மேக்கிங்கை ஆரம்ப நாட்களில் கற்றுக்கொள்' என வழிகாட்டலாமே!

இதை எல்லாம் பேசுவது 'அபச்சாரம்' என்று சொல்லிக் கொள்ளும் நம் சமூகத்தில், பலருக்கு விரும்பியபடியான 'உறவு' என்பது திருமணத்தை தாண்டிய ஒருவரிடம்தான் சாத்தியப்படுகிறது. 'கணவனிடம் இதைக் கேட்க முடியாது. கணவன் என்னை இப்படியெல்லாம் பாராட்டுவது இல்லை' என அந்தப் பெண்ணும், 'அவகிட்ட எப்படி இதைக் கேட்கிறது, அவளுக்குப் பிடிக்காது இல்லையா?' என ஆண்களும் காரணம் சொல்லி தங்களைச் சமாதானப்படுத்திக் கொள்கிறார்கள். இருவரும் சமமாகப் பகிர்தலில் மூலமே

மகிழ்ச்சி சாத்தியம் என்பதை உணர்ந்து, பரஸ்பரம் பேசிக் கொண்டாலே, குழப்ப மேகங்கள் விலகிவிடும். அதற்கு இன்றைய பெண்கள் தயாராகவே இருக்கிறார்கள். செக்ஸ் குறித்து அதிகப்படியான புனித பிம்பங்கள் எதுவும் அவர்களிடம் இல்லை.

முக்கியமாக, ஆண்கள் நினைத்துக் கொண்டிருப்பது போல், 'எத்தனை நிமிடங்கள் தாங்குகிறான்' என்பதை வைத்து மட்டுமே ஒரு பெண் தன் கணவனை மதிப்பிடுவது இல்லை. தன் மேல் அவன் காட்டும் அக்கறை, அன்பு, மரியாதையே அவனிடம் அவளை நெருங்கவும் கிறங்கவும் வைக்கின்றன!

10

தெருவில், பூங்காவில், கடற்கரையில் என எங்கும் சிறுவர்கள், இளைஞர்கள், பெரியவர்கள் என ஆண்கள் இணைந்தே இருக்கிறார்கள்; உற்சாகமாக உரையாடுகிறார்கள்; கலந்து விளையாடுகிறார்கள்; நிறையப் பயணிக்கிறார்கள். எல்லா வயதிலும் அவர்களுக்குச் சாத்தியப்படும் நட்பு, பெண்களுக்கு மட்டும் ஏன் எந்த வயதிலும் சாத்தியப்படுவதே இல்லை? 'பெண்களுக்கு இடையில் ஃப்ரெண்ட்ஷிப் ஏன் இருப்பதே இல்லை?' மிக அதிகமாகக் கேட்கப் பட்ட கேள்விகளில் ஒன்றாக இது இருக்கக்கூடும்.

பெண்களோடு இணைந்து ஒரு பிக்னிக் சென்றால், அங்கேகூட பெரும்பாலும் ஒருமித்தக் கருத்து இருக்காது. ஒருத்தி வடக்கே இழுத்தால், இன்னொருத்தி தெற்கே இழுப்பாள். அங்கே ஓர் ஆணின் கருத்துக்கும் யோசனைக்கும் நம்மால் மண்டையை ஆட்ட முடிகிறது. ஆனால், இன்னொரு பெண் சொல்வதை நம்மால் கேட்கவே முடியவில்லை. ஏன்?

நண்பர்கள் குழுவில் ஒருவருக்கு நல்லது நடந்துவிட்டால், அதைக் கொண்டாடித் தீர்க்கும் ஆண் குணம், பெண்களிடம் இல்லவே இல்லையே ஏன்? கூடவே இருந்த தோழிக்குப் பதவி உயர்வு கிடைத்தால், பெண்கள் பதற்றமாகி விடுகிறார்களே... ஏன்? இப்படிப் பல 'ஏன்'கள்!

'இல்லியே... எங்க ஆபீஸ்ல நானும் என் ஃப்ரெண்டும் சேர்ந்தேதான் சாப்பிடுவோம்' என யாராவது சொல்வார்கள். ஆனால், இப்படித்தான் பள்ளியில் பக்கத்து பெஞ்ச் பெண்ணோடு, திருமணம் ஆனதும் பக்கத்து வீட்டுப் பெண்ணோடு, அலுவலகத்தில் பக்கத்து ஸீட் பெண்ணோடு... என இருக்கும் இடம் சார்ந்து மட்டுமே நட்புகொள்ள வாய்க்கிறது. பள்ளிப் படிப்பை நிறுத்தியதுமே, பள்ளித் தோழியை மறந்திருப்போம். நீண்ட கால ஆத்மார்த்த நட்பு என்பது, *100-ல் 98* பெண்களுக்கு இங்கு சாத்தியம்

இல்லையே. ஏன்... ஏன்?

ஊரில் என் அம்மாவுக்கு என தனி செட் ஒன்று உண்டு. கோயில், கல்யாண வீடுகள்... என இவர்கள் அனைவரும் இணைந்தே செல்வார்கள். மணிக்கணக்காக உட்கார்ந்து பேசுவார்கள். யாராவது ஒருவருக்கு தலைவலி வந்தால், விழுந்தடித்துக் கொண்டு சுக்குக் காபி தயாரிப்பார்கள். பௌர்ணமிக்கு கன்னியாகுமரி கோயிலுக்குச் சென்றுவிட்டு அம்மா வீட்டுக்குத் திரும்பி, அரை மணி நேரம் படுத்து எழுந்தால், அவரது தோழி சுசீலா வருவார். 'இந்தா பஸ் டிக்கெட்டுக்கு நீ சேர்த்துக் குடுத்த ஒரு ரூபா... சில்லறை மாத்திட்டு வந்தேன்' என ஞாபகமாகக் கொடுப்பார். அம்மாவும் உடனே வாங்கிக்கொள்வார். அப்படியே வராந்தாவில் அமர்ந்தால், கோயிலுக்கு உடன் சென்ற இன்னொரு தோழியைப் பற்றி குற்றம்குறை கூறிப் பேசிக் கொள்வார்கள். ஆனால், அடுத்த வியாழக்கிழமை தட்சிணாமூர்த்திக்குக் கடலை மாலை போட சிரித்தபடி அவ்வளவு ஒற்றுமையாகச் செல்வார்கள்.

பெருந்தன்மையோ, பரந்த பார்வையோ பெண்களுக்கு அடிப்படையிலேயே இல்லை. தோழிகளுக்குள் சின்னப் பிரச்னை என்றாலும் பெரிதுபடுத்தி நட்பை முறித்துக் கொள்வார்கள் என்பதுதான் பெண்கள் மீதான ஆண்களின் எப்போதுமான குற்றச்சாட்டு. யோசித்தால், அதில் உண்மை இருப்பதை மறுக்க முடியாது. உலக அரசியல் வரை தங்கள் விரிந்த அறிவால் அளக்க முடிந்த பெண்களுக்கும், இன்னொரு பெண்ணோடு நட்பாக இருப்பது இங்கு சிக்கலே. எல்லா இடத்திலும் அவர்கள் தனித்தே இயங்குகிறார்கள். அதேபோல் தனித்து இயங்கும் இன்னொரு பெண்ணை, உடனே எதிரியாகப் பார்க்கிறார்கள். ஆண் எழுத்தாளர்கள், அறிவுஜீவிகள் தங்களுக்குள் முரண் படுகிறார்கள்தான். அதே நேரத்தில் தேவைக்கு உடன்படவும் செய்கிறார்கள். அவர்கள் இணைந்திருக்கும் பல நிகழ்வு களைக் காண முடிகிறது. ஆனால், சக பெண்களுக்காக ஓயாது உழைப்பதாகச் சொல்லிக் கொள்பவர்களால், சக பெண்களுடன் கொஞ்சம் நேரம் உட்கார்ந்து பேச முடியவில்லையே... ஏன்? வீடுகளில் மறுக்கப்பட்ட அங்கீகாரத்தை, பெண்கள் வெளியில் எதிர்பார்க்கிறார்கள்.

ஆனால், அது தனக்கு மட்டும்தான் வேண்டும் என நினைக்கிறார்கள். அந்த அங்கீகாரத்தை சக பெண்களுக்கு அளிக்கத் தயங்குகிறார்கள்!

நாம் ஏன் இப்படி இருக்கிறோம்? இந்தச் சிக்கல் பள்ளிகளில் இருந்தே தொடங்குகிறது என்றே தோன்றுகிறது. கடைசி பெஞ்ச் மாணவனோடு முதல் பெஞ்ச் மாணவன் சகஜமாகப் பேசுவதுபோல், முதல் ரேங்க் எடுக்கும் மாணவி சுமாராகப் படிக்கும் மாணவியோடு பேசுவதே இல்லை. அவளைப் பார்க்கும் பார்வையிலேயே அலட்சியம் தெரியும். தன்னைவிட அழகாக இருக்கும் பெண்ணோடு நட்பாக இருப்பதிலும் நமக்கு சிக்கல் இருக்கிறது. தோழியோடு நடந்து செல்லும்போது தெருவோர பைக் இளைஞன் அவளைப் பார்த்துவிட்டால் போச்சு. மறுநாள், 'நீ தனியா போய்க்கோ. உன்கூட நான் வரலை!' என அந்தப் பெண்ணுடனான நட்பைத் துண்டித்துவிடுவதுதான் நடக்கிறது. தன்னோடு நன்றாகப் பேசிக்கொண்டிருக்கும் சக மாணவன், இன்னொரு பெண்ணோடு பேசினால், அந்த நிமிடத்தில் இருந்து அந்தப் பெண் முகத்தில் எதிரி முத்திரை குத்தப்படும்.

வேலை செய்யும் இடத்தில் 'டீம் ஒர்க்'கூட பெண்களுக்குச் சாத்தியப்படுவது இல்லை. பெர்சனல் ஒப்பீடுகளே அங்கே முதன்மை பெறும். கார்ப்பரேட் அலுவலகங்களில் இதெல்லாம் இல்லை என ஒரு மாயத்தோற்றம் இருக்கலாம். ஆனால், அங்கேயும் நிலைமை இதுதான். ஒரு பெண் புரமோஷனில் மேல் அதிகாரியாகச் சென்றால், ஆணுக்குப் புகைவதைப் புரிந்துகொள்ள முடிகிறது. பெண்ணுக்கு அதைவிட அதிகமாகப் புகை கிளம்ப வேண்டிய அவசியம் என்ன?

பழைய வீட்டின் எதிரே மாடி வீட்டுப் பெண்ணும், கீழ் வீட்டுப் பெண்ணும் இணைபிரியாத தோழிகள். காலை, இரவு என விதவிதமான உணவுகளோடு மாறி மாறி ஏறி இறங்கிக் கொண்டிருப்பார்கள். இருவருக்கும் ஐந்து வயதில் குழந்தைகள் இருக்கிறார்கள். எங்கு சென்றாலும் குழந்தைகளை அழைத்துக்கொண்டு இணைந்தே செல்வார்கள். அவர்கள் படிப்பதும் ஒரே பள்ளியில்தான். அந்தப் பிள்ளைகளின் ஒற்றுமையைப் பார்த்தால், அம்மாக்களின்

நட்பைத் தோற்கடித்து விடுவார்களோ எனத் தோன்றும்.

ஒரு ஞாயிற்றுக்கிழமை மாலை, மாடி வீட்டுக் குழந்தையை கீழ்வீட்டுக் குழந்தை கீழே தள்ளிவிட, போர் ஆரம்பித்தது. குழந்தைகளின் அறியாமையாக அதைப் பார்க்காமல், இரு பெண்களும் சண்டையிட்டு, மறுநாள் முதல் முகத்தைத் திருப்பிக் கொண்டு நடக்க ஆரம்பித்தனர். குழந்தைகளும், அவர்களது கணவர்களும்கூட வலுக்கட்டாயமாகப் பிரிக்கப்பட்டனர். பெண்கள் ஏன் எப்போதும் சின்னச் சின்ன விஷயங்களை லென்ஸ் வைத்துப் பெரிதுபடுத்திக் கொண்டே இருக்கிறார்கள். மன்னித்து மறத்தல் என்பதை ஏன் கற்றுக்கொள்ளவே இல்லை?

கோப்பெருஞ்சோழன் - பிசிராந்தையார் ஆரம்பித்து வரலாறு, இலக்கியம்... என எங்கு தேடினும் பெண்கள் இருவர் நட்பாக இருந்ததற்கான அறிகுறியையே காணோம். சங்க காலத்தில் ஔவையாருக்குக்கூட அதியமான் என்கிற ஆணோடுதான் நட்பு இருந்தது. சினிமாவில் யோசித்தால், ரஜினி-மம்முட்டி ஆரம்பித்து ஆர்யா-சந்தானம் வரை ஆண்களின் நட்புதான். நான் பார்த்த வரை வேறு நாடுகளின் திரைப்படங்களில்கூட பெண்களின் நட்பைக் காணோம். அரசியலில் ஜெயலலிதா-சசிகலா நட்பை அரிதான உதாரணமாகக் குறிப்பிடலாம். ஆனால், அதிலும் எத்தனை கேலி, கிண்டல்கள் அவர்கள் நட்பைப் பற்றி!

நட்போ, காதலோ அதை உறுதிப்படுத்தவும், வலிமைப் படுத்தவும், தொடர்ந்து பராமரிக்கவும் அதிக நேரம் தேவைப்படும். அலுவலகத்தில் அவ்வப்போது பேசிக் கொண்டிருப்பதோ, பஸ் நிறுத்தத்தில் ‘45B போயிடுச்சா?’ என்று கேட்டு சிரிக்கும் நேரத்திலோ, ஒரு நட்பை வளர்த்தெடுக்க முடியாது. முதல் பத்தியில் குறிப்பிட்டதுபோல, ஆண்கள் தங்கள் நண்பர்களுடன் பூங்காக்களில், கடற்கரைகளில், சாலைகளில் எங்கும் மணிக்கணக்காகப் பேசிக்கொண்டே இருக்கிறார்கள். பெண்களுக்கு நட்புக்கு என்று ஒதுக்க தன் அன்றாட அலுவல்களில் அத்தனை நேரம் எங்கே இருக்கிறது? போனில் அழைப்பு வந்தவுடன், ‘ஃப்ரெண்ட் கீழ வெயிட் பண்றான். பார்த்துட்டு வந்துடுறேன்’ எனக் கிளம்பிச் சென்று, சுமார் நான்கு மணி நேரம் கழித்து வீடு திரும்புதல் பெண்களால் முடியாது

இல்லையா?

ஆண்கள் தங்கள் நட்பைக் கண்டடையும் இடமும், வளர்த்து எடுக்கும் இடமும் பெரும்பாலும் டீக்கடைகளும் பார்களும்தான். காலை 7 மணிக்குத் தூங்கி எழுந்து, நிதானமாக நடந்து டீக்கடைக்குச் சென்று, நண்பர்களோடு டீ குடித்து, 8வு- மணிக்கு வீடு திரும்பி 'நண்பேண்டா' எனக் காலரைத் தூக்கிவிட்டுக் கொள்கிறார்கள். ஆனால், பெண்கள் இருவர் இணைந்து இங்கே இன்னும் டீக்கடைக்குக் கூடச் செல்ல முடியாது. துணைக்கு ஓர் ஆண் இருந்தால், கொஞ்சம் கூச்சத்தோடு செல்லலாம். நாகர்கோவிலில் இருக்கும்போது பேருந்து நிலையங்களில் ஆண்கள் அரட்டையும், சிரிப்புமாகக் கண்ணாடி டம்ளரில் சுற்றிச் சுற்றி டீ குடிப்பதை அவ்வளவு பொறாமையோடு பார்த்திருக்கிறேன். 5 ரூபாய் இருந்தால் குடித்துவிட முடிகிற டீதான் அது. ஆனால், ஊர்களில் அந்த இடம் எங்களுக்கு மறுக்கப்பட்டு இருந்தது. அப்படியான டீ குடிக்கும் ஓர் அனுபவத்துக்காக நான் 600 கிலோமீட்டர்கள் பயணித்து இப்படி ஒரு மாநகரை வந்தடைய வேண்டியிருந்தது!

ஆனால், இங்கும் டீக்கடைகளின் சிகரெட் புகையும், மட்டமான பார்வைகளும், 'எங்க ஏரியா, உள்ள வராதே!' எனப் பெண்களைத் துரத்துவதாகவே இருக்கிறது. 'பார்' பற்றி தனியாகச் சொல்ல வேண்டாம். ஆக, பெண்கள் தோழிகளைச் சந்திக்க வேண்டும் என்றால், காபி ஷாப்களுக்குச் சென்று 300 ரூபாய்க்கு காபி வாங்கவேண்டி இருக்கும். பூங்காக்களில் மாலைகளில் ரிட்டையர்டு தாத்தாக்கள் ரிலாக்ஸாக உட்கார்ந்து பேசிக்கொண்டிருக்க, பாட்டிகள் தினமும் சந்தித்தால்கூட அவசரமாக ஒரு சிரிப்பைப் பரிமாறிவிட்டு வீட்டுக்கு ஓடுகிறார்கள். அவர்கள் மூளையில் வீடு, சமையல், குழந்தைகள்... என பொறுப்புகள் எப்போதும் ஆக்கிரமித்துக் கிடக்கின்றன. இதில் எங்கே தோழியைப் பற்றி யோசிக்க?

அடுத்த தலைமுறை பெண்களுக்கும் 'ஆத்மார்த்த நட்பு' வாய்ப்பதற்கான அறிகுறிகளையே காணோம். வார விடுமுறை நாட்களில் சிறுவர்கள் இணைந்து தெருக்களில் விளையாடும்போது, சிறுமிகள் அன்றைக்கும் அம்மாவை ஒட்டியபடி வீட்டுக்குள் வளையவந்து கொண்டிருக்கிறார்கள். அதிகம் ஆள் இல்லாத தெருக்களில், டாப்ஸை இழுத்து இழுத்து விட்டபடி, சுற்றுமுற்றும் பார்த்துக்கொண்டு விளையாடும் ஒன்றிரண்டு சிறுமிகளுக்கும்கூட வயதுக்கு வந்ததும், அதற்குத் தடை விதிக்கப்படும். பள்ளிகளில், கல்லூரிகளில் கிடைக்கும் நட்பும் திருமணத்துக்குப் பிறகு எத்தனை பேருக்குத் தொடர்கிறது?

திருமணத்துக்குப் பிறகு தன் தோழிகளோடு பெண்கள் வெளியே செல்ல எத்தனை குடும்பங்கள் அனுமதிக்கின்றன? ஆண்கள் தங்கள் 40 வயதுகளில், மனைவி, குழந்தைகளை வீட்டில் விட்டுவிட்டு கல்லூரி நண்பர்களோடு இணைந்து ஒரு சுற்றுலா செல்ல முடிகிறது. அதே வயதில் பெண்கள் அப்படிச் செய்ய முடியுமா? அபூர்வமாக அனுமதி கிடைக்கும் வீடுகளிலும், அந்தப் பெண் தன் குழந்தைகளை உடன் அழைத்துச் செல்ல வேண்டும். அப்படி அழைத்துச் செல்லும்போது அவர்களது பாதுகாப்பை ஒவ்வொரு நிமிடமும் அவள் உறுதிப்படுத்திக் கொண்டே இருக்க வேண்டும். இரண்டு நிமிடங்கள் அவள் காணாமல் போய்விட்டாலும், அவர்கள் அடையும் பதற்றத்தை

விவரிக்கவே முடியாது. இதில் எங்கே பயணத்தை ரசிப்பது?

நண்பனின் போன் வந்தால் மணிக்கணக்காக மொட்டை மாடிக்குப் போய்ப் பேச, நண்பனை ஏர்போர்ட்டில் டிராப் செய்ய, அழைத்து வர, நண்பனுக்கு ஒரு பிரச்னை என்றால் எல்லாவற்றையும் போட்டுவிட்டு விரைவாகச் செல்ல, நண்பனின் கல்யாணத்துக்காக ஓடி ஓடி உழைக்க, நண்பனுக்குத் தேவைப்பட்டால் கடன் கொடுக்க, நடுத் தெருவில் நின்று மணிக்கணக்காகப் பேச, ஊர் சுற்ற... என ஓர் ஆண் என்ன செய்வதற்கும் குடும்பமும் நேரமும் அனுமதிக்கின்றன. ஆனால், இதில் ஒன்றைச் செய்வதற்குக்கூட ஒரு பெண்ணுக்கு உரிமையோ, நேரமோ இல்லை!

பெண்கள் தாங்கள் விரும்பியபடி இருக்க அனுமதிக்கும் வீடுகளும் இருக்கத்தான் செய்கின்றன. ஆனால், அவற்றை பெண்கள் பயன்படுத்திக்கொள்வதே இல்லை. பிள்ளையை விட்டுவிட்டு வெளியில் வந்து, ஒரு சாக்லேட் சாப்பிட்டால் கூட பெண்களுக்குக் குற்றவுணர்வு வந்துவிடுகிறது. ஆக, வீடு அதுவாகவே ஒருபோதும் நம்மை விடுவிக்காது. நாமாக அவ்வப்போது 'எஸ்கேப்' ஆனால்தான் உண்டு.

இரண்டு நாட்கள் தோழிகளோடு ஊர் சுற்றலுக்குப் பின், தொடர் சிரிப்புக்குப் பின் சாவியைச் சுழற்றியபடி வீடு திரும்பும் சந்தோஷத்தை முழுமையாக உணரும் ஒருநாளில், நமக்கான நேரத்தை நாம் கண்டெடுப்போம். அப்படியான புரிதல் வரும்போதுதான், சக பெண் மீது நேசம் அதிகரிக்கும். அந்த நேசமே அவள் மீதான அவநம்பிக்கையை உடைத்துத் தள்ளும். அன்றைக்கு, 'என் ஃப்ரெண்டைப்போல யாரு மச்சி' என்கிற பாடல் பெண்களுக்கும் பின்னணியில் ஒலிக்கும்!

11

வீட்டுக்கு அருகே இருக்கும் ஒரு பெண்ணை தொடர்ந்து கவனிக்கிறேன். அரசுப் பணியில் இருக்கும் பெண்; நான்கு வயதில் ஒரு குழந்தையும் உண்டு. தெருவில் நடக்கும்போது ஒரே நேர் கோட்டில் அவர் நடந்து பார்த்ததே இல்லை. இடமிருந்து வலமாக, வலமிருந்து இடமாகத் தடுமாறிக் கொண்டே இருப்பார். தலையைக் குனிந்தபடி, வீட்டுச் சுவர்களை உரசியபடி அவரது ஒவ்வோர் அடியிலும் ஏதோ பதற்றம் தெரியும். மாலை, பார்க்கில் குழந்தையை விளையாட விட்டு ஆலமரத்தின் அடியே ஒளிந்து கொள்வதுபோல் உட்கார்ந்திருப்பார். அருகே யாரேனும் உட்காரச் சென்றால்கூட, அங்கிருந்து நகர்ந்துவிடுவார். ஆரம்பத்தில் இது ஏதாவது நோயாக இருக்குமோ என்றுகூட யோசித்திருக்கிறேன்.

பல நாள் கண்ணாமூச்சிக்குப் பின், அந்தப் பெண் பேச ஆரம்பித்ததும், அவரின் பிரச்னை புரிந்தது. அவர் விவாகரத்தானவர். குழந்தைக்கு

ஒரு வயதாக இருக்கும்போதே, கணவரை விவாகரத்து செய்துவிட்டு தன் வீட்டுக்குத் திரும்பிவிட்டார். வீட்டில் அவர் இருப்பதால், அண்ணனுக்குத் திருமணம் தாமதம் ஆகிறது. வீட்டாரின் குத்தல் பேச்சு, அவரை மிகவும் காயப்படுத்தி இருந்தது. பெர்சனல் வாழ்க்கையைப் பற்றி பேசிவிடுவார்களோ என்ற பயத்திலேயே, அவர் பிறருடன் பேசுவதை நிறுத்தியிருக்கிறார். எதையும், யாருடனும் பகிர்ந்துகொள்ள முடியாத, மிகத் தனிமையான வாழ்க்கை.

மிகப் பெரும்பாலான பெண்களுக்கு ஒரு திருமணம் முறிந்துபோனால், கணவர் இறந்துவிட்டால், கல்யாணம் நடக்காவிட்டால், திருமண வாழ்க்கை எதிர்பாராதபடி அமைந்துவிட்டால்... அதோடு தனது வாழ்க்கை முடிந்து போனதாக, நல்ல இருட்டான மூலையாகத் தேர்ந்தெடுத்து உட்கார்ந்து விடுகிறோம். படித்த, படிக்காத, நகரம், கிராமம்

வேறுபாடின்றி பெரும்பாலான பெண்கள் இப்படித்தான் இருக்கிறோம்.

நண்பரின் உறவினர் பெண், எம்.டெக்., படித்துவிட்டு சென்னையில் உள்ள ஐ.டி நிறுவனத்தில் வேலை பார்த்து வந்தாள். கருத்து வேறுபாடுகளால் கணவன் விலகிச் சென்று விட்டார். வீட்டில் தனித்தீவாகிப்போன அந்தப் பெண், அலுவலகம் செல்லாமல், உறவினர்களைத் தொடர்புகொள்ளாமல், கதவைத் திறக்காமல், அறைக்குள்ளேயே இருக்க ஆரம்பித்திருக்கிறார். 'ஆளையே காணோமே..!' என உறவினர்கள் ஊரில் இருந்து வந்து கதவை உடைத்துப் பார்த்த போது, பல நாட்கள் சாப்பிடாமல், உடலில் எறும்புகள் மொய்க்க மயங்கிக் கிடந்தார். பிறகு, மருத்துவமனையில் சேர்த்து, அவர் உடல் தேறிவிட்டார். ஆனாலும், மனதை அவரால் சரிசெய்யவே முடியவில்லை. வேலையை விட்டு விட்டு, கோவையில் உள்ள ஆன்மிக மையத்தில் சேர்ந்து விட்டார்.

ஒரு பிரிவோ, இழப்போ நடந்துவிட்டால், ஆண்கள் துயரை முழுக்க அனுபவித்துவிட்டு அதில் இருந்து விலகி விடுகிறார்கள். பெண்கள்தான் அதற்குள்ளேயே கிடந்து உழல்கிறோம். ஏனெனில், ஆண்களுக்குச் செய்வதற்குப் பிடித்த விஷயங்கள் என்று நிறைய உள்ளன. பெண்களுக்கு அப்படி ஏதாவது இருக்கிறதா? ஆழ்ந்து யோசித்தால் நம்மில் பலரும் வேலையைக்கூட கடமைக்குத்தான் செய்கிறோம். அதனால்தான் ஓர் இழப்பு வந்தால், அதிகம் தடுமாறிப் போகிறோம். 'கல்யாணத்துக்கு முன்னாடி நிறைய படம் பார்ப்பேன். ஆனா, இப்போ சினிமா, புத்தகம்... எல்லாம் கல்யாணம் ஆனதோட போச்சு. குழந்தை பெத்த பிறகு டான்ஸ்லாம் எதுக்கு?' என ஏதோ ஒரு சாக்கு சொல்லி பிடித்தமான விஷயங்களை ஒவ்வொன்றாக விட்டுவிடுகிறோம். ஆனால், ஆண்கள் அப்படி தங்களைச் சுருக்கிக்கொள்வதே இல்லை. நாம் ஆண்களிடம் இருந்து இதைக் கற்றுக் கொள்வதற்குப் பதிலாக, 'கல்நெஞ்சக்காரா' எனத் திட்டித் தீர்க்கிறோம்!

மவுலிவாக்கம் கட்டட விபத்தில் கணவன் இறந்துபோக, கையில் குழந்தையோடு அழுதுகொண்டே அங்கே நின்ற ஒரு பெண்ணின் உருவம் என்னை அதிகம் தொந்தரவு

செய்தது. ஏதோ ஒரு வேலை கிடைத்தால், தன்னையும் குழந்தையையும் அவர் பார்த்துக் கொள்ளக்கூடும். ஆனால் தனிமையை விரட்டவும், அடுத்தடுத்த நாட்களை நம்பிக்கை யோடு நகர்த்தவும் அவர் அதிகம் மெனக்கெட வேண்டியிருக் கும். தனக்கு என்று ஏதாவது Passion இருக்கிற அல்லது வேலையை Passion-ஆக எடுத்துக்கொள்கிற பெண்கள் மட்டுமே இங்கே தொடர்ந்து தங்களை மகிழ்ச்சியாக வைத்துக்கொள்ள முடிகிறது.

திரைப்பட நடிகைகளை வியந்து, ரசித்துப் பேச, பெண் களுக்கு என்ன இருக்கிறது? ஆனால், ஒரு நடிகையைப் பற்றி யோசித்தால், வியப்பு, பிரமிப்பு, பெருமிதம் என அடுக்கடுக்கான ஆச்சர்யங்கள் தோன்றுகின்றன. அவரைப் பற்றி பேசும்போதெல்லாம் நண்பர்களிடமும் அந்த வியப்பைக் கவனிக்கிறேன். அவர்... நயன்தாரா!

சமீபத்தில் எந்த நடிகைகளையும்விட மீடியா அதிகம் வெளிச்சம் பாய்ச்சியது நயன்தாரா மீதுதான். தொடர்ந்து காதல்கள், அதில் தோல்விகள் என பரபரப்பிலேயே இருந் தார். அவர் இடத்தில் வேறு எந்தப் பெண்ணாக இருப் பினும், அதோடு பெட்டியைக் கட்டிக்கொண்டு முடங்கிப் போயிருப்பார்கள். ஆனால், அத்தனை ஏமாற்றங்களையும் சொதப்பல்களையும் ஏற்றுக்கொண்டு, மீண்டும் சினிமாவில் நம்பர் ஒன்னாக தன்னை முன்னிறுத்திக்கொண்டதால்தான் அவரைப் பற்றி பேசவேண்டியிருக்கிறது. 'நீ என்னதான் திறமைசாலியாக இருந்தாலும், நாங்க உன்னோட தனிப்பட்ட வாழ்க்கையைப் பற்றித்தான் பேசுவோம்' என மல்லுக்கட்டி நிற்கும் ரசிகர்களையே, 'என் பெர்சனல் எப்படி வேணா இருக்கட்டும். அது என்னோடது. நான் நடிகை. என் தொழில்ல நான் சரியா இருக்கேனா... இல்லையா? என் நடிப்பு உனக்குப் பிடிச்சிருக்கா... இல்லையா? அவ்ளோதான்!' என்ற இடத்தில் நிறுத்தியிருக் கிறார் அவர்.

இன்றைக்கு ஆண், பெண் பேதமின்றி அவரைப் பிடித்திருக்கிறது. அவரது படங்களைப் பார்க்கும் எவரும், பிரபுதேவாவையோ, சிம்புவையோ யோசிப்பது இல்லை. அவர்கள் நயன்தாராவை, அவரது தோற்றத்தை, அழகை, நடிப்பை மட்டுமே பார்க்கிறார்கள். இது சாதாரணமாக

நடந்துவிடக்கூடிய விஷயம் அல்ல. சாதாரணப் பெண்களுக்கே, 'அய்யய்யோ... நாலு பேரு என்ன சொல்லு வாங்க!' என்ற பதற்றம் அதிகம் எனில், எப்போதும் கேமராக்களின் கண் பார்வையிலேயே இருக்கும் நடிகைகளுக்கு எவ்வளவு பதற்றம் இருக்கும்?

இதற்குப் பின்னால் நயன்தாரா என்கிற நடிகை தன் தொழில் மீதுகொண்ட Passion இருக்கிறது. அவர் அவ்வப்போது மாறும் டிரெண்டுக்கு ஏற்ப தன்னை அப்டேட் செய்துகொண்டே இருக்கிறார். நடிகைக்கு தோற்றம்தான் முக்கியம் என்பதால், அதில் அவர் எடுத்துக் கொண்ட கவனம் அசாத்தியமானது.

இரண்டு வாரங்களுக்கு முந்தைய 'ஆனந்த விகடன்' அட்டையை, ரயிலில் வைத்த கண் வாங்காமல் பார்த்துக் கொண்டிருந்த ஓர் அம்மா தன்னை மறந்து சொன்னது, 'எவ்ளோ அழகா இருக்குல்ல இந்தப் பொண்ணு'! அதன் பின்பு சக பெண்களோடு அவர் நயன்தாரா பற்றி பேசிக் கொண்டிருந்தார். பொதுவாக இப்படியான பேச்சில், நடிகைகளின் தனி வாழ்க்கைதான் கிசுகிசுக்கப்படும். மாறாக, 'இனி நடிக்க மாட்டேன்னு சொன்ன பொண்ணு திரும்ப வந்து இத்தனை படத்துல நடிக்கிறது பெரிய விஷயம்லா!' எனப் பேசிக்கொண்டிருந்தார்கள்.

சினிமாவை ஒரு வேலையாக, பணத்துக்காக கடனே என்று செய்திருந்தால், நயனுக்கு இது சாத்தியம் ஆகி இருக்காது. தொழிலின்மீதான காதல், அவரது சொந்த துயரங்களைக் கடந்து செல்லும் வலிமையைத் தந்திருக்கிறது. தான் மட்டும் அல்லாமல், மற்றவர்களையும் தன் சொந்த வாழ்க்கையில் இருந்து மாற்றி நிறுத்தியதும் அதனால்தான் சாத்தியமானது. 'இனி நடிக்க மாட்டேன்னு சொல்லிட்டேன். திரும்பவும் நடிக்கப் போனா, சொந்த வாழ்க்கை பத்தியே பேசுவாங்களே!' என அவர் யோசித்து இருந்தாலும், இந்த வெற்றி சாத்தியம் இல்லை.

ஆண் ஆதிக்கம் நிறைந்த உலகத்தில், பெண்களால் வேலையில் முன்னுக்கு வருவது ஈஸி இல்லை என்பதுகூட நம்முடைய தயக்கத்தை மறைப்பதற்கான சாக்குப்போக்கு என்றுதான் தோன்றுகிறது. ஏனெனில், சினிமாவைவிட

ஆண்கள் நிறைந்த, அவர்களின் ஆதிக்கம் நிறைந்த துறை வேறு இருக்க முடியாது. அங்கே ஒரு பெண் தன்னை நிலைநிறுத்த முடியும் எனில், வேறு எந்தத் துறையில் முடியாமல்போகும்!

இதேபோல ஒரு கதாநாயகியின் ரீ-என்ட்ரி, மலையாளத்தில் பரபரப்பை விதைத்திருக்கிறது. மலையாளத்தில் மஞ்சு வாரியர் கிட்டத்தட்ட 14 வருடங்களுக்குப் பிறகு நடிக்க வந்திருக்கிறார். அவரது ரீ-என்ட்ரி படம் 'How old are you?' மலையாளத்தில் சூப்பர் ஹிட். மஞ்சு ஒரு பேட்டியில், 'நடிக்காமல் இருந்த 14 வருடங்களில் நான் நானாகவே இல்லை. எனக்குப் பிடித்த துறையில் நான் இல்லை என்பதுதான் என்னுடைய பெரிய இழப்பு. அதை மீட்டு

எடுக்க எவ்வளவு தனிப்பட்ட இழப்புகளையும் தாங்கிக் கொள்வேன்' என்று சொல்லியிருந்தார். ரீ-என்ட்ரிக்காக அவர் தன் குடும்பத்தைவிட்டு விலகவேண்டி இருந்தது. ஆனாலும் அவர் சொன்னது, 'நான் இப்போதுதான் நானாக இருக்கிறேன்'.

உண்மையில் பெண்களில் பெரும்பாலோர் நினைத்துக் கொண்டிருப்பதுபோல், தனிப்பட்ட துயரம் ஒன்றும் கடக்க முடியாதது அல்ல. விரும்பி ஈடுபட, அதில் தன்னைத் தொலைக்க, தன்னைக் கரைக்க, தனக்கு என்று விருப்பங்களும் லட்சியங்களும் வைத்திருப்பவர்கள் எந்தத் துயரத்தையும் எளிதில் கடந்துபோவார்கள். முதல்வர் ஜெயலலிதாவை அரசியல் காரணத்துக்காக விரும்பாத பெண்கள்கூட, அவரது ஆளுமையை மனதுக்குள் ரசிக்கவே செய்வார்கள். அவரது முகத்தில் தெரியும் அதிகாரத்தில், அலட்சியத்தில், திமிரில் தன்னை ஒரு நிமிடம் பொருத்திப் பார்க்காத பெண்கள் மிகக் குறைவே. அந்த ஆளுமை ஒரே நாளில் வந்தது அல்ல. அதற்குப் பின்னால், அவரது தனிப்பட்ட வாழ்க்கையின் ஏராளமான துயரங்கள் இருக்கக்கூடும். அதைக் கடப்பதற்கு, 'அரசியல்' என்ற மிகப் பெரிய உலகை அவர் நேசிக்கிறார்!

அரசியல், சினிமா... என்று இல்லை. நம் அருகிலேயே அப்படியான பெண்கள் சத்தம் இல்லாமல் வாழ்ந்து கொண்டேதான் இருக்கிறார்கள். தங்களுக்கான விஷயங்களை ஒவ்வொரு நாளும் தேடுவதின் மூலம், தங்களைப் புதுப்பித்துக் கொண்டே இருக்கிறார்கள்.

நாகர்கோவிலில் பக்கத்து வீட்டுப் பெண் நளினி. நான் பார்க்கும்போது அவருக்கு 40 வயது இருக்கும். கணவர் மாரடைப்பில் மரணம், மகன் விபத்தில் மரணம்... எனத் தொடர்ச்சியாகத் துயரங்களைச் சந்தித்த வாழ்க்கை அவருடையது. அவற்றை எல்லாம் துடைத்துப்போட்டுவிட்டு அவர் எழுந்துகொண்டே இருக்கக் காரணம், அவர் சொந்தமாக நடத்தி வந்த சிறிய கடையும், அவருக்குப் பாடத் தெரியும் என்பதும்தான். பகல் முழுக்க கடை, இரவு முழுவதும் தனியாக அமர்ந்து பாடல் என, தன்னைச் சோர்வு அடையாமல் பார்த்துக்கொண்டார். 'கல்நெஞ்சு'

எனப் பக்கத்துவீட்டுப் பெண்களின் வசவுகளில் இருந்தும், அவரை இந்தப் பாடல்கள்தான் காப்பாற்றியிருக்கும்.

யாரும் எதிர்பாராத ஒரு நாளில் உடன்படித்த பெண்கள் தத்தமது மகள்களுக்கு மாப்பிள்ளை தேடும் பருவத்தில், நளினி இன்னொரு திருமணம் செய்துகொண்டார். நாகர்கோவில் மாதிரியான ஓர் ஊரில், ஒரு பெண் அப்படிச் செய்வதற்கு மிகப் பெரிய தன்னம்பிக்கை வேண்டும். தன்னை நேசித்தல் என்பது, நளினிக்கு அப்படி ஒரு தன்னம்பிக்கையை வழங்கியிருக்கக்கூடும்!

சென்னையில் தோழி கீதாவைச் சந்திக்கும் எவருக்கும் முகத்தில் ஓர் உற்சாகம் வரும். ஃபேஸ்புக்கில் சக நண்பர்களை உற்சாகப்படுத்திக் கொண்டே இருப்பார். சோர்வான ஒரு வார்த்தையைக்கூட அவரிடம் இருந்து நான் கேட்டது இல்லை. எல்லா பெண்களையும்போல வேலை, குடும்பம்... என அழுத்தங்கள் அவருக்கும் இருக்கக் கூடும். தொடர்ச்சியாகப் பயணிப்பது, புகைப்படம் எடுப்பது, ஆவணப்படங்கள் இயக்குவது, பறை கற்றுக் கொள்வது... என, தன்னை புதுப்பித்துக் கொண்டே இருக்கிறார். எனக்குப் பரிசாக அவர் அனுப்பிய புத்தகத்தில், என் பெயர் எழுதுவதற்கு ஒரு நிற பேனா, அவர் பெயருக்கு வேறொரு பேனா, கொரியர் கவரின் மேலே பென்சில் சீவலால் ஒரு சின்ன பூ, அதைக் கட்ட அழகான ஒரு கயிறு... என, ஒரு புத்தகம் அனுப்புவதில் அவருக்கு இருந்த ரசனையைக் கண்டு வியந்தேன். உண்மையில் தன்னை மெருகேற்றும், தன்னை நேசிக்கும் பெண்களின் பொழுதுகள் இப்படி ரசனையானவைதான். கீதா எப்போதும் சொல்வார், 'நாம் ஒன்றைச் செய்யாமல் இருப்பதற்குக் காரணம், நமக்கு அதில் அக்கறை இல்லை என்பதுதான். சுற்றி இருப்பவர் களைக் குறைசொல்வது சாக்குபோக்குத்தான்'! நாம் அதிகம் பேர், இந்தச் சாக்குபோக்குகளைச் சாக்குக்கணக்கில் கட்டி வைத்திருக்கிறோமோ எனத் தோன்றுகிறது.

அடுத்த முறை ஆலமரத்தடியில் ஒதுங்கும் பார்க் பெண்ணைப் பார்க்கும்போது, அவரிடம் கீதா பற்றி பேச வேண்டும் என இப்போது தோன்றுகிறது!

12

என் மகளுக்கு நான்கு வயது ஆகும் வரை அவளுக்கு நான்தான் ஆடைகளைத் தேர்வு செய்தேன். 'என் டிரெஸ்ஸை நான்தான் வாங்குவேன்' என்று ஆடைகளைத் தேர்ந்தெடுக்கும் உரிமையை எடுத்துக்கொண்டபோது, அவள் அதிகம் விரும்பியது சுடிதார். 'குழந்தைகளுக்குக் கொஞ்சமும் வசதி இல்லாத உடை அது' என நான் மறுத்தபோதும், அவள் அடம் பிடித்து அதைத்தான் வாங்கினாள். பள்ளி முடிந்து வீட்டுக்கு வந்த பிறகு, வீட்டில் ஒரு பள்ளிக்கூடம் நடத்துவாள். அதில் அவள் டீச்சர்; நான் மாணவி. (அவளைப் பள்ளிக்கு அனுப்பி, கை வலிக்க எழுதவைக்கும் மொத்த பாவத்துக்கும் கணக்குத் தீர்க்கும் நேரம் அது. "அ'கூட எழுதத் தெரியலை, என்ன பொண்ணு நீ?" என, என்னை அடி வெளுத்துவிடுவாள்!) டீச்சர் என்றால் புடைவைதானே அணிய வேண்டும். கௌன் அல்லது சுடிதார் மேல் துப்பட்டாவை புடைவை கணக்காகச் சுற்றி அணிந்திருக்கும்போது, பீன்ஸ், கேரட் என

எதையாவது நறுக்கி தண்ணீர் ஊற்றிச் சமைத்துக் கொண்டிருப்பாள். அவளை அப்போது பார்த்தால், சீரியல் குடும்பத் தலைவியின் மினியேச்சர் போலவே இருக்கும்.

ஆனால், நான்கு வயது சுடிதார் ஆசை, இப்போது ஆறு வயதில் அவளிடம் இல்லை. குட்டி டிரெளசர், எளிதான

கௌன் என, தனக்கு வசதியான ஆடைகளை அணிகிறாள். துப்பட்டாவைச் சுற்றிக் கட்டிக்கொண்டு பொம்மைகளைத் தூங்கவைத்து, தன்னை அம்மாவாக நினைத்து விளையாடுவதை நிறுத்திவிட்டாள். இப்போது அவளது ஆடைகளைப் போலவே, அவளது சிந்தனைகளும் சுதந்திரமானவை. 'பெருசா வளர்ந்ததும் டிஸ்கவரி சேனல்ல வர்ற மாதிரி காடு எல்லாம் சுத்துவேன்; ஹெல்மெட் போட்டு பைக்ல போயிட்டே இருப்பேன்; அப்படியே ஃப்ளைட் ஓட்டிட்டே போயிட்டு 10 வருஷம் கழிச்சுதான் உன்னைப் பார்க்கத் திரும்பி வருவேன்; பெரிய கேமரா, பெரிய பெரிய லென்ஸ் வாங்கி புலி, சிங்கம் எல்லாத்தையும் பக்கத்துல போயிப் படம் எடுப்பேன்!' என ஏதேதோ சொல்கிறாள். ஒரு குட்டி டிரௌசர் போட்டிருக்கும் ஒரு குட்டிப் பெண்ணின் கனவுகளாக இருக்கின்றன இவை. ஒரு குட்டிப் புடைவையை அணியும்போது ஏன் இவள் பீன்ஸ் நறுக்கி, பிள்ளை வளர்க்கிறாள்... அல்லது பாடம் எடுக்கிறாள் என தானாகவே யோசனை எழுந்தது. வெவ்வேறு வளையங்களுக்குள் சிந்தனை சிக்கி மீளும்போது, 'சர்வ நிச்சயமாக நம் உடைக்கும், நம் எண்ணத்துக்கும் தொடர்பு இருக்கிறது' என்பது புரிகிறது!

கடந்த 10, 20 வருடங்களில் பெண்களின் உடைகள் கண்டுள்ள மாற்றங்கள்... ஆச்சர்யத்தின் உச்சம்! '40 வயசுல பார்டர் வெச்ச ப்ளவுஸா?' என்று அலறிய அத்தைகள், இப்போது சுடிதாரையும் நைட்டியையும் இயல்பாக ஏற்றுக்கொண்டுவிட்டார்கள். மருத்துவ வசதிக்காக நைட்டியைத் தயக்கத்தோடு அணிந்த பாட்டிகள்கூட, 'ஃப்ரீயா நல்லாத்தானே இருக்கு' என வீட்டிலும் தொடர்கிறார்கள். புடைவை என்பது, திருமணம், கோயில் செல்லும்போது அணியும் உடை என்பதாகச் சுருங்கிவிட்டது. 'தாவணியும் புடைவையும் கட்டினாத்தான், பெண்கள் அழகுப்பா. இப்ப ஃபேஷன்னு குக்கிராமத்துலகூட புடைவையைக் காணோம்' எனச் சலித்துக்கொள்பவர்கள், அதன் வசதிக் குறைவு பற்றி கொஞ்சமேனும் அறிவார்களா?

அணிந்துகொண்டிருக்கும் நேரம் முழுவதும் கவனத்தைக் கோரும் ஓர் உடை, புடைவை. இரண்டு நிமிடங்களுக்கு ஒருமுறை இழுத்து இழுத்துவிட்டுக்கொண்டே இருக்க

வேண்டும். 'இடுப்பு தெரிகிறதா, உள்ளாடை வெளியே தெரிகிறதா?' எனச் செய்யும் வேலைகளில் இருந்து கவனம் பிசகிக்கொண்டே இருக்கும். இயல்பாகக் குனியவோ, வேகமாக நடக்கவோ, விரைவாக மாடி ஏறவோ, வண்டி ஓட்டவோ, பேருந்தில் ஏறவோ எதுவும் முடியாது. செல்போன், பர்ஸ் என எதையும் வைத்துக்கொள்ள முடியாது. இறுக்கமான உள்ளாடைகள், அதற்கு மேல் இறுக்கமான பாவாடை, ஜாக்கெட், அதற்கு மேல் வெயிட்டான புடைவை... என நம் காலநிலைக்கு கொஞ்சமும் தொடர்பு இல்லாத இந்த உடையை முதலில் உடுத்தியது யார்? அலுவலகங்களில் புடைவையோடு ரெஸ்ட் ரூம் பயன்படுத்துவதோ, இரண்டு மணி நேரத்துக்கு ஒரு முறை நாப்கின் சோதிப்பதோ மகா கொடுமையான அனுபவம். புடைவை கொஞ்சம் ஈரமாகிவிட்டால், அது காயும் வரை ரெஸ்ட் ரூம் வாசலிலேயே காத்துக்கிடக்க வேண்டும்.

எல்லா தொல்லைகளையும் தாண்டி, இன்னும் ஏன் பெண்கள் புடைவை அணிகிறார்கள் என்று கேட்டால், 'புடைவையில்தான் பொண்ணுங்க அழகு' என்ற பொய்யை அவர்கள் மண்டைக்குள் ஆணி அடித்து ஏற்றியிருக்கிறார்கள். சிலருக்கு அது 'கலாசாரம்' என்கிற ஆணி. 'கௌதம் மேனன் படத்துல த்ரிஷா, சமந்தா எல்லாம் புடைவையில்தானே அழகா இருக்காங்க!' என்று கேட்டால், அவர்கள் அப்படி கேமராவுக்கு நடந்து காண்பித்துவிட்டு, கழட்டிப் போட்டு விடுவார்கள். 45 டிகிரி வெயிலில் பேருந்திலும் சமையலறை யிலும் சேலை கட்டிக் கொண்டிருப்பது... அனுபவித்தால் தான் தெரியும்.

உண்மையில் நமக்கு வசதியான உடையில்தான் நாம் அழகாகவும் கம்பீரமாகவும் இருக்கிறோம். 'தலை நிமிர்ந்து நடக்கும் ஆணின் அடையாளம் வேட்டிகள்' போன்ற விளம்பர வாசகங்களில் பெண்களைப் பொருத்த வேண்டுமென்றால், யோசிக்கவே யோசிக்காமல் அந்தப் பெருமையை ஜீன்ஸுக்கு கொடுத்துவிடலாம். ஜீன்ஸ் பேன்ட் தருகிற கம்பீரத்தை, வேறு எந்த உடையும் தருவது இல்லை. புடைவை கட்டிக்கொண்டு வீட்டு வாசலில் இறங்கினால், ஒரு கிலோமீட்டருக்கு மேல் போக இயலாது.

கோயிலுக்கோ, மார்க்கெட்டுக்கோ போய்விட்டுத் திரும்பிவிட வேண்டியதுதான். பத்தாதற்கு, 'அவரை பைக்ல டிராப் பண்ணச் சொல்லலாமே' என கணவன் சார்பு எண்ணமும் வந்துவிடும். சுடிதார் கொஞ்சம் பரவாயில்லை. 'அவர் வரும்போது வரட்டும். அப்படியே கோயில் போயிட்டு, மார்க்கெட் போயிட்டு, கொஞ்சம் பார்க்ல வாக்கிங் போயிட்டு வரலாம்' என பயணத்தை நீளச் செய்யும். பூங்காவில் நடைபோடும்போதே, 'கண் புருவத்தை ட்ரிம் பண்ணா என்ன?' என பார்லரை நோக்கித் தயக்கமின்றி நடைபோடலாம். புடைவை கொடுக்கும் 'குடும்ப குத்துவிளக்கு' இமேஜை சுடிதார் கொஞ்சம் ஓவர்டேக் செய்து, 'குடும்பத்தை எப்பவும்தான் யோசிக்கிற... உன்னையும் கொஞ்சம் யோசியேன்' என்ற சிந்தனையைத் தூண்டும்.

ஜீன்ஸ் அணிந்ததுமே, அசாத்திய நம்பிக்கை ஒன்று சட்டென மனதில் பிரவாகம் எடுக்கும். தென்னை மரத்தில்

ஏறி தேங்காய் பறிக்கச் சொன்னால்கூட செய்யத் தோன்றும். நடக்கும்போது கால்களை ஒவ்வோர் அடி இன்னும் கொஞ்சம் அகலமாக எடுத்து வைக்கலாம். ஓடலாம், ஆடலாம், பாடலாம், மலை ஏறலாம், பைக் ஓட்டலாம்... என்ன வேண்டுமானாலும் செய்யலாம்.

உடையோடு சேர்த்து நாம் சில விதிகளையும் சேர்த்தே அணிகிறோம். "லவ்' கெட்ட வார்த்தையாச்சே... எங்கப்பா திட்டுவார். நான் வேணா கேட்டுச் சொல்லவா?' என 'சேது' பட பாவாடை-தாவணி அபிதா போல், ஜீன்ஸ் அணிந்திருக்கும் ஒரு பெண்ணால் பேசவே முடியாது. தாவணி அணிந்ததும் வெட்கப்பட்டே ஆக வேண்டும்; புடைவை அணிந்தால் பூ வைத்து மெதுவாக நடக்க வேண்டும். ஆனால், ஜீன்ஸ் அணிந்தால் வெட்கம், பயம் இருக்காது என்ற விதிகள் உடலை ஆட்டுவிக்கும். அதற்கு ஏற்ப ஜீன்ஸ் அணியும் பெண்களையும் 'அராத்துகள்' என்றே எதிர்கொள்கிறார்கள் இங்கே.

பொது இடங்களில் எவனாவது சீண்டினால், 'டேய் என்னடா... என்னா நினைச்சிட்டு இருக்க?' என ஜீன்ஸ் அணிந்திருக்கும்போது கிளம்பும் அதட்டல் துணிச்சலை, ஏனோ தாவணி தரவே தராது. உடனே, 'பீச்ல மீன்காரம்மா பிலுபிலுனு சண்டை போடுறாங்க. அவங்க என்ன ஜீன்ஸா போட்டிருக்காங்க? புடைவைதானே கட்டியிருக்காங்க!' என்று குதர்க்கமாகக் கேட்பார்கள் சிலர். நடைபாதைகளில் வியாபாரம் செய்யும் பெண்கள் இழுத்துச் செருகியபடி, எங்கேயாவது எதாவது தெரிகிறதா என்கிற கவலையின்றி குனிந்தும், நிமிர்ந்தும், கூடையைத் தூக்கியும் வேலை செய்யவேண்டியவர்கள். அது அவர்கள் தொழில் சார்ந்த இயல்போடு தொடர்பு உடையது. (அவர்களையும் வெறிக்க வெறிக்கப் பார்ப்பவர்கள் இருக்கத்தான் செய்கிறார்கள்!) அதை எல்லாப் பெண்களுக்குமான குணாதிசயமாகப் பொருத்திவிட முடியாது. புடைவை கட்டும் பெண்கள் பொதுவாகவே வெளியில் கிளம்பிச் செல்லக்கூட யோசிப்பார்கள். 'கிளம்பணுமே...' என்று யோசித்தாலே, அது ஒரு பெரிய ஏற்பாடாகத் தெரியும். சுடிதாரோ, ஜீன்ஸோ அப்படியல்ல... 'ஜல்தி'யாக ஒரே நிமிடத்தில் கிளம்பிவிடலாம்.

'அட, ஜீன்ஸ், சுடிதார்னு எது வேணும்னாலும் போட்டுக் கங்க. ஆனா, லெக்கிங்ஸ்னு ஒண்ணு போடுறீங்களே... அதைத்தான் தாங்கிக்க முடியலை' என்கிற ஆதங்கக் குரல்கள் எங்களுக்கும் கேட்கத்தான் செய்கின்றன. 'யானைகள் லெக்கிங்ஸ் போடுவதைப் பார்த்த முதல் தலைமுறை நாம்' என்ற கமெண்ட் வாசித்ததும், கோபம் வருவது உண்மைதான். பொய்யைவிட உண்மை சுடத்தான் செய்யும் என்பதும் புரிகிறது. ஆனால், சுய ஆரோக்கியத்தில் அக்கறை இல்லாதவர்களாகத்தான் இங்கே பெரும்பாலான பெண்கள் இருக்கிறார்கள். குழந்தையை, கணவன் பராமரிப்பில் விட்டுவிட்டு தினமும் ஜிம்முக்குச் செல்லும் வாய்ப்பு எல்லா பெண்களுக்கும் வாய்க்கிறதா என்ன?

லெக்கிங்ஸ், ஒல்லியான பெண்கள் அணிய வேண்டியது. குண்டான பெண்கள் அணிந்தால் பார்க்க அத்தனை அழகாக இல்லை என்பதைவிட, அணிபவர்களுக்கும் அது வசதியாகவே இல்லை. வசதிக்கான உடையைவிட்டு,

'நாகரிகமாக இருக்கிறேன்' என்ற பெயரில், தனக்குப் பொருந்தாத புது ஃபேஷன் ஆடைகள் அணியும் பெண்களை, 'இதில்தான் அழகாக இருக்கிறோம்' என்ற நினைப்பிலேயே புடைவையோடு போராடும் பெண்களோடு சேர்த்துவிடலாம்.

தங்களுக்கு வசதியான, நம்பிக்கையான உடை என்பதைத் தாண்டி, தன்னை எக்ஸ்போஸ் செய்யும் வகையில் உடை அணியும் பெண்களும் இருக்கத்தான் செய்கிறார்கள். அவர்கள் தன் ஆளுமையின் மீது நம்பிக்கையற்றவர்கள். வெளித்தோற்றத்தின் மூலமே பிறரை ஈர்க்க முடியும் என நம்புகிறவர்கள். தன் மீது நேசம் இல்லாதவர்கள். மார்டன் உடை அணியும் பெண்களில் மட்டுமல்ல, புடைவை கட்டும் பெண்களிலும் அவர்கள் இருக்கத்தான் செய்கிறார்கள்.

ஆனால், ஒரு பெண் இப்படி இப்படியெல்லாம் உடை அணிவதால்தான் அவர்கள் உடல் மீது வன்முறை நடக்கிறது என்ற குற்றச்சாட்டில் மட்டும் ஒரு சதவிகிதம்கூட உண்மை இல்லை. ஏனெனில், அதிக அளவில் சிறு குழந்தைகள் மீதும், பள்ளி மாணவிகள் மீதும், ஆபத்து இல்லாத உடை என்று சொல்லப்படும் புடைவை, சுடிதார் அணிபவர்கள் மீதும்தான் வன்முறைகள் நடத்தப்படுகின்றன. குறிப்பிடத்தக்க அளவில் பாட்டிகள் மீதும்!

மன வக்கிரம் உச்சத்தை அடையும்போது, அருகே பெண் என்ற உருவில் யார் இருந்தாலும் எல்லை மீறுகிறார்கள். அவள் குழந்தையா, கிழவியா, என்ன உடை அணிந்திருக்கிறாள் என்பதெல்லாம் பலாத்காரப் பேர்வழிகளுக்கு ஒரு பொருட்டே அல்ல. பல பேருந்து நிலையங்களில் வயிற்றைத் தள்ளிக்கொண்டு அலையும் மனநிலை பாதிக்கப்பட்ட பெண்கள், இதற்கு ஆகச் சிறந்த உதாரணம்!

பெண்களின் உடை மாற்றத்தில் இன்னுமொரு சுவாரஸ்யம்... புடைவையில் இருந்து சுடிதாரோ, சுடிதாரில் இருந்து ஜீன்ஸோ, தன் குடும்பப் பெண்கள் மார்டன் டிரெஸ் அணிவதை ஆண்கள் எப்போதும் கைதட்டி வரவேற்கிறார்கள். ஊர்ப்புறங்களில் 'புடைவைதான் கட்டுவேன்' என அடம்பிடித்த பெண்கூட, திருமணத்துக்குப் பிறகு கணவனுக்காக சுடிதாருக்குள் புகுந்துகொள்வாள்.

வசதியான உடை தரும் சௌகரியத்தை உணர்ந்த ஆண்கள், அந்தச் சௌகரியத்தை பெண்களுக்கும் தரத் தயாராகவே இருக்கிறார்கள். சமூகத்தைவிட, முதலில் வீடுகளுக்குள் அனுமதி கிடைப்பதே பெண்களுக்குப் பெரிய விஷயம்.

புடைவையைச் சரியான உடை என நம்ப வைப்பதில், மெகா சீரியல்களுக்கு அசாத்தியப் பங்கு இருக்கிறது. பல சீரியல்கள் அதில் அணியப்படும் புடைவைகளுக்காகவே விரும்பிப் பார்க்கப்படுகின்றன. சீரியலில் அன்பான அம்மா, அன்பான அண்ணிகள் எல்லாம் புடைவை கட்டி பூ வைத்திருப்பார்கள். இவர்கள் கதாநாயகிகள். பொட்டு வைக்காத, சொந்தமாகத் தொழில் செய்கிற, மார்டன் உடை அணிந்த பெண்கள் வில்லிகள். இவர்கள் ஜீன்ஸ், லெக்கிங்ஸ் எல்லாம் அணிந்திருப்பார்கள். சீரியல் ஹீரோயின்கள், வாழ்க்கையில் ஓட விரும்பும் தூரத்துக்கு நிச்சயம் புடைவையில் ஓடினால் வழுக்கித்தான் விழ வேண்டும்!

டி.வி விளம்பரங்களில் புடைவை கட்டிக்கொண்டு கலைந்த தலையோடு துணி துவைத்துக் கொண்டிருக்கும் ஒரு பெண்ணையும், ஜீன்ஸ் குர்தாவோடு கேமராவைத் தூக்கிக்கொண்டு மலையில் ஓடும் பெண்ணையும் ஒப்பிட்டுப் பார்க்கலாம். கலைந்த தலையோடு சோர்வைத் தொடர்வதும், புத்துணர்ச்சியோடு ஓடத் தொடங்குவதும் நம் தேர்வில்தான் இருக்கிறது தோழிகளே!

13

பள்ளி நாட்களில் பேச்சுப் போட்டிகளில் நாங்கள் தோழிகள் கும்பலாகக் கலந்துகொள்வோம். மூன்று தலைப்புகள் கொடுத்து அதில் ஒன்றைத் தேர்வுசெய்யச் சொல்வார்கள். 'பெண் விடுதலை' என்ற தலைப்பைத்தான் எளிதாகத் தேர்வுசெய்வோம். எங்கள் அனைவரின் பேச்சிலும் பொதுவாக ஒரு கருத்து இருக்கும். பொருளாதாரத்தில் சுதந்திரம் கிடைத்தால், பெண்கள் சுதந்திரமாக இருக்கலாம் என்று. அந்தப் பொதுக் கருத்தை உண்மையில் நாங்கள் அப்போது நம்பவும் செய்தோம். 'வீட்டில் எப்போது பார்த்தாலும் கேள்வி கேட்டு, 'அங்கே போகாத, இங்கே போகாத'னு சொல்லிக்கிட்டு. ஒரு வேலை மட்டும் கிடைச்சா, நாம இஷ்டப்படி சுதந்திரமா, யாரையும் டிபண்ட் பண்ணாம இருக்கலாம்ல...' என்பதே எங்களின் நினைப்பாக இருந்தது. ஆனால், உண்மையில் பொருளாதாரச் சுதந்திரம் மனதளவில் பெண்களைச் சுதந்திரமாக்கி விட்டதா?

எனக்குத் தெரிந்த பெண் ஒருவர், வங்கியில் உயர் பதவியில் இருக்கிறார். உடன் இருப்பவர்களிடம் இறுக்கமாக இருந்து 'ஸ்ட்ரிக்ட் ஆபீஸர்' என்று பெயர் எடுத்திருப்பவர். அவரைப் பார்த்தால், இந்தியா-பாகிஸ்தான் எல்லைப் பிரச்னையை ஒரே சிட்டிங்கில் முடித்துவிடுபவர்போலவே ஓர் அதிகாரத் தொனி இருக்கும். ஆனால், அவரோடு நெருங்கிப் பழகிய பிறகுதான் தெரிந்தது, அவரது பேஸ்மென்ட் எவ்வளவு வீக் என்று!

அவருக்கு அலுவலக வேலையைத் தவிர, வேறு எதுவும் செய்யத் தெரியாது. காலை, மாலை கணவர்தான் வங்கியில் டிராப், பிக்கப் எல்லாம். வருமான வரி தொடர்பான விவரம் ஏதாவது கேட்டால், 'எனக்கும் அவர்தான் கட்டுறாரு. அந்த டீட்டெய்ல்ஸ் எல்லாம் அவருக்குத்தான் தெரியும்' எனச் சிரிப்பார். ஊருக்குப் போவதானால் கணவர் உடன் செல்ல வேண்டும். அல்லது டிக்கெட் போட்டு, தண்ணீர் பாட்டில் வாங்கி, சரியான எண் பார்த்து இருக்கையில் அமரவைத்து, பேருந்து கிளம்பியதும் டாட்டா சொல்ல வேண்டும். ஒவ்வொரு நிமிடமும் கணவரைச் சார்ந்திருக்கும்படியான வாழ்க்கை. 'எனக்கு எதுவும் தெரியாது. எல்லாம் அவருதான்' எனச் சிரிப்பார். அதைச் சொல்லும்போது, முகத்தில் அப்படியே பெருமிதம் பொங்கி வழியும்!

வீட்டில் அப்பாவிடம், 'நான் என்ன பண்றேன்னு எனக்குத் தெரியும்ப்பா!' என, தன் முடிவுகளுக்காக 'அபியும் நானும்' த்ரிஷாபோல் சண்டை போட்டவர்கள்கூட, திருமணத்துக்குப் பின், வீட்டுப்புழுவாகி விடுகிறார்கள். பள்ளி, கல்லூரி, அலுவலகம்... எனப் பல அத்தியாயங்களைக் கடந்தபோது, எதிர்ப்பட்டவர்களுள் 'இவன் நமக்கானவன்' என மனம் விரும்பியவனை நம்பி, நம் வாழ்க்கையையே அவனிடம் கொடுக்கிறோம். ஆனால், திருமணத்துக்குப் பிறகு, 'இன்னைக்கு உருளைக்கிழங்கா... முட்டைக்கோஸா?' போன்ற மிகவும் சின்னச்சின்ன விஷயங்களுக்குக்கூட 'என்னங்க'வின் ஆலோசனையை எதிர்பார்க்கிறோம். ஒருவேளை திருமணத்துக்குப் பின் எந்த முடிவையும் நாம் சுயமாக எடுக்கக் கூடாது என்பது மரபணுவில் பொதிந்து விட்டதோ என்னவோ!? அலுவலகத்தில் நண்பனோ,

வீட்டில் கணவனோ டிரைவர் வேலை செய்வதை நிறுத்திவிட்டால், நாம் வெளியே எங்கும் செல்லாமல் முடங்கி விடுகிறோம். நம்மில் நிறைய பெண்கள் இப்படித்தான் இருக்கிறார்கள். எதற்கெடுத்தாலும், அப்பாவை, தோழனை, காதலனை, கணவனை, மகனைச் சார்ந்தபடி.

'ஆம்பளைங்க வீட்டுக்குள்ளே வெச்சுக் கொடுமை பண்றாங்கப்பா' என்று பொத்தாம்பொதுவாகப் புலம்பினாலும், 'சரி... வெளியே போயிட்டு வா' என்று ஆண்கள் சொன்னால், பதறித்தான் போவார்கள். 'நீ உன் இஷ்டம்போல ஃப்ரீயா இரு' என்று சொல்லும் கணவரின் மேல் பல பெண்களுக்கு மரியாதை இருப்பது இல்லை.

முன்பு இருந்த அபார்ட்மென்ட்டில் என் வீட்டுக்கு எதிர் வீட்டுக் குடும்பத் தலைவர் மிகவும் அப்பாவி. மனைவி, பிள்ளைகளின் அதட்டலுக்கு எப்போதும் சிரித்தபடி ஓடிக் கொண்டிருப்பார். 'இவருக்குக் கோபமே வராதா?' என்றுதான் தோன்றும். அவரது மனைவி ஓர் ஆசிரியை. கணவர், பள்ளிக்கு அழைத்துக் கொண்டுபோய் விட்டால், பாடம் எடுப்பார். திரும்பப் போய் அழைத்து வந்தால், வீட்டுக்கு வருவார். அப்படியே உட்கார்ந்து டி.வி பார்த்துக் கொண்டிருப்பார். விடுமுறை நாட்களில் அவரையும் பிள்ளைகளையும் கணவர்தான் வெளியே அழைத்துச் செல்ல வேண்டும். ஒருநாள் அந்த அப்பாவி கணவன், உடம்பு சரியில்லை என்று வெளியே அழைத்துச் செல்ல முடியாது எனச் சொல்ல, மனைவியின் கூச்சலும் அலறலும் பில்டிங்கையே கிடுகிடுக்கச் செய்தன. அந்த அப்பாவி மனுஷன் விழுந்தடித்து சட்டையை மாட்டிக்கொண்டு வெளியே அழைத்துச் சென்றார். அதே டீச்சர் பக்கத்து வீடுகளில் பேசும்போது தவறாமல் இப்படிச் சொல்வார், 'அவர் இல்லாம நான் எங்கயும் போறதே இல்லை. எனக்கு அதெல்லாம் பழக்கமும் இல்லை. எங்க வீட்ல அப்படி என்னை வளர்க்கலை!' என்று. உண்மையில் தனியாக எதையும் செய்ய அவரால் இயலாது. 'என்னால் எதுவும் முடியாது!' என்று சொல்வதில் என்ன பெருமை இருக்கிறது?

ஒருவேளை மெத்தப் படித்த பெண்கள்தான் இப்படி

பிறரைச் சார்ந்தே வாழ்கிறோமோ எனத் தோன்றுகிறது. சாஃப்ட்வேரில் பணிபுரியும் பெண்கள்கூட சினிமாவுக்கு, ட்ரெயினுக்கு முன்பதிவு செய்யக்கூட நண்பரையோ, கணவரையோ சார்ந்துதான் இருக்கிறார்கள். இன்னும் சிலர் இருக்கிறார்கள். திருமணத்துக்கு முன்பு புராஜெக்ட்டுக்காக அமெரிக்காவுக்கு எல்லாம் சென்று, தனியாக இருந்து சமாளித்து வந்திருப்பார்கள். ஆனால், திருமணத்துக்குப் பிறகு அமைந்தகரையில் இருக்கும் அலுவலகத்துக்குக் கூட கணவர்தான் வந்து டிராப் செய்ய வேண்டும், அழைத்துச் செல்ல வேண்டும் என்று அடம்பிடிப்பார்கள். 'ஐய்யயோ... யார் பஸ்ல ஏறிப்போறது? டூ-வீலர் ஓட்டுறதுலாம் இம்சை!' என்று அலுத்துக் கொள்கிறார்கள். பொறுப்பு ஏற்றுக் கொள்வதில் ஏன் நமக்கு இத்தனை அலுப்பும் சலிப்பும்!

சில ஆண்டுகளுக்கு முன்பு, குமரி மாவட்ட பெண் பஞ்சாயத்துத் தலைவர்களை ஒரு நிகழ்ச்சிக்காகத் தொடர்ந்து சந்தித்தேன். அதில் 80 சதவிகிதம் பஞ்சாயத்துத் தலைவிகளுக்குப் பதிலாக அவர்களின் கணவர்கள்தான் பேசினார்கள். பல தலைவிகள் தங்கள் முகத்தைக்கூட காட்டவில்லை. கணவர்களின் தலையீட்டை மீறி அந்தப் பெண்களால் ஒன்றும் செய்ய முடியாது என்ற வாதம், சில பெண்களுக்குப் பொருந்தலாம். ஆனால், எல்லோருக்கும் அல்ல. ஆண்கள், பெண்களை வீட்டுக்குள்ளேயே வைத்திருக்கிறார்கள் என்பது எவ்வளவு உண்மையோ, அதே அளவுக்கு உண்மை, பெண்கள் வீட்டின் சுவர்களையே பாதுகாப்பாக நினைத்து, கணவரைச் சார்ந்தே வாழ்க்கையை ஓட்டி விடுகிறார்கள் என்பதும். ஆதிக்கத்தைவிட மோசமானது

அடிமைத்தனம். ஆனால், நாம் ஆதிக்கத்தைப் பற்றியே தான் தொடர்ந்து பேசிக் கொண்டிருக்கிறோம். அடிமைத்தன மனோபாவத்தை என்ன செய்வது?

எனக்குத் தெரிந்த புரட்சிப் பெண் ஒருவர் உண்டு. பெண் விடுதலைக்கான அனல் தெறிக்கும் எழுத்துக்கள் அவருடையது. மேடை ஏறி பெண் விடுதலை பற்றி அவர் பேசத் தொடங்கினால், உட்கார்ந்திருக்கும் பெண்களுக்கு எழுந்துபோய் நான்கு செங்கற்களையாவது உடைத்து வீசத் தோன்றும். ஆனால், கூட்டம் முடிந்ததும் வெளியே வந்து கணவனுக்கு போன் போடுவார் அந்தப் புரட்சிப் புயல், 'வந்து கூட்டிட்டுப் போங்க... கூட்டம் முடிஞ்சிருச்சு!' என்று. 'தோழர் மெயில் ஐ.டி குடுங்க' எனக் கேட்டால், 'அதெல் லாம் அவருக்குத்தாங்க தெரியும். நமக்கு இதெல்லாம் ஒண்ணும் மண்டையில ஏறலை' எனச் சிரிப்பார்.

அவர் வீட்டில் உட்கார்ந்து 10 நிமிடங்கள் பேசினால், 15 முறை உள்ளே பார்த்து 'என்னங்க'வை அழைப்பார். 'போன் பில் கட்டலைனு போன் வந்தது! என்னைக் கூட்டிட்டுப் போற டாக்டர் பேர் என்ன? சாயங்காலம் வெளிய போகணும்... கொண்டு போய் விட்ருங்க' என எல்லாவற்றுக்கும் அவருக்கு 'என்னங்க' வேண்டும்.

ஒருமுறை புரட்சித் தோழிக்கு வெளிநாடு அழைப்பு வர, பாஸ்போர்ட் விண்ணப்பிப்பதில் இருந்து, விசா விசாரணை, செல்லும் நாட்டின் பருவத்துக்கு ஏற்ற ஆடைகளை வாங்குவது... என எல்லாவற்றுக்கும் 'என்னங்க'தான் அலைந்து கொண்டிருந்தார். கடைசியில் விமான நிலையம் கொண்டு விடுவது வரை, கணவர் ஒருவழி ஆகிவிட்டார். அங்கே போய் பெண்கள் எப்படிச் சுதந்திரமாக இருப்பது என்று பேசுவாராக இருக்கும். அவர் சித்தாந்தத்தில் எது சுதந்திரம் என்பது இன்று வரை எனக்குப் புரியவே இல்லை!

அரபு நாடுகளுக்கு வீட்டு வேலைகளுக்குச் செல்லும் படிக்காத, கிராமப்புறப் பெண்கள் நினைவுக்கு வருகிறார்கள். தான் செல்லப்போகும் நாட்டை அதற்கு முன்பு வரைபடத்தில்கூட பார்த்திருக்காத, இன்னும் சொல்லப் போனால் வரைபடத்தையே பார்த்திருக்காத அந்தப் பெண்கள், யாரையும் நம்பாமல் தன்னந்தனியாகக் கிளம்பிச் செல்கிறார்கள். நாகர்கோவிலில் இருந்து திருவனந்தபுரம் வரை பேருந்தில் சென்று, அங்கே தனியாக இறங்கி விமான நிலையம் சென்று, அவ்வளவு பெரிய கட்டடத்தைப்

பார்த்து பிரமித்து, 'துபாய்க்கு எந்தப் பக்கம் போகணும்?' என வெள்ளந்தியாகக் கேட்டு விசாரித்து சென்று சேரு வார்கள். அங்கு எழுதப்பட்டிருக்கும் எதையும் அவர்களால் வாசிக்கவும் முடியாது. சென்று சேரும் இடம் எப்படி இருக்கும் என்றும் தெரியாது. ஆனாலும், வாழ்க்கையின் நிர்பந்தம் பொருட்டு தன்னை நம்பி அந்தப் பயணத்தை மேற்கொள்கிறார்கள். அதுதானே யாரையும் சாராது இருத்தல்?

மதுரையில் நண்பர் ஒருவர், அவர் அம்மா பற்றி சொல்லத் தொடங்கினால் கண்கலங்கிவிடுவார். சுமார் 50 ஆண்டுகளுக்கு முன்பு எட்டோ, ஒன்பதோ பிள்ளைகளோடு நண்பரின் அப்பாவும் அம்மாவும் திருநெல்வேலி பக்கத்தில் இருந்து மாட்டுவண்டியில் பிழைப்புத் தேடி மதுரைக்கு இடம் பெயர்ந்திருக்கிறார்கள். வழியில் விருதுநகர் பக்கம் மனைவி, பிள்ளைகளைப் பாழடைந்த ஒரு மண்டபத்தில் தங்கவைத்து விட்டு, மதுரையில் வேலை தேடிவிட்டு திரும்ப அழைத்துச் செல்கிறேன் என நண்பரின் அப்பா கிளம்பியிருக்கிறார். போனவர் திரும்பியது சில வருடங்கள் கழித்து. அத்தனை பிள்ளைகளோடு அந்த ஊரில் வயல் வேலை தேடி, தங்கியிருந்த இடத்தைச் சுற்றி கீரை நட்டு... என பிள்ளைகளை வளர்த்திருக்கிறார் அந்த அம்மா. நமக்கு எல்லாம் அரை மணி நேரம் ரயில் நிலையத்தில் சொன்ன வர்கள் வரவில்லை என்றால் கலங்கிப்போகிறது. இத்தனைக்கும் நண்பரின் அம்மா பள்ளிக்கூடம் எல்லாம் போகாதவர். அவர் இறப்பது வரைக்கும் அவரிடம் இருந்த தன்னம்பிக்கையையும், மனத்திடத்தையும், யாரையும் சாராத வாழ்வையும் நண்பர் பகிர்ந்து கொள்ளும்போது வியப்பாக இருக்கும்.

வீட்டு வேலைக்காக துபாய்க்கு தனியே கிளம்பும் பெண்ணையும், 'என்னங்க' ஆசிரியை தோழியையும் ஒப்பிட்டு யோசித்தால், படிப்பும் பொருளாதாரமும் நமக்கு என்ன கற்றுக் கொடுத்திருக்கிறது என உண்மையிலேயே குழப்பமாக இருக்கிறது!

14

'நாங்கள்லாம் அந்தக் காலத்துல குழந்தை வளர்க்கலையா? இப்ப எல்லாம் அதிசயமாத்தான் இருக்கு!'- நம் அம்மா தலைமுறையின் புலம்பல்கள் இன்று எல்லா வீடுகளிலும் கேட்கின்றன. நாம் வளர்ந்ததையும் நம் குழந்தைகள் வளர்வதையும் ஒப்பிட்டால், ஓர் ஒற்றுமைகூட இல்லை. 'காலையில் வீட்டுல இருக்கிறதைச் சாப்பிட்டு பள்ளிக்கூடம் போனா, சாயந்திரம் வந்து படிச்சா உண்டு. இல்லைன்னா, விளையாட்டு. வேற என்னத்த இருந்தது?' என, நம் அம்மாக்கள் நம்மை வளர்த்த கதையை ஒரே வரியில் சொல்லிவிடுகிறார்கள். ஆனால், நாம்...?

இன்று காலையிலும், மாலையிலும் அம்மாக்கள் பிள்ளைகளை அழைத்துக்கொண்டு டூவீலரிலும், கார்களிலும் வேகமாகக் கடக்கிறார்கள். காலையில் ஸ்கூல், மாலையில் டியூஷன், டான்ஸ் கிளாஸ், பாட்டு கிளாஸ், செஸ் கிளாஸ், டிராயிங் கிளாஸ் என நிற்க நேரம் இல்லை... பிள்ளைகளுக்கும் அம்மாக்

களுக்கும். வேலைக்குப் போகும் அம்மாக்களுக்கு இன்னும் சிரமம். வேலை, வீடு இரண்டோடு சேர்த்துப் பிள்ளைகளின் ஓட்டத்துக்கும் ஈடுகொடுக்க வேண்டும். இல்லையெனில் பிள்ளைகளுக்காக வேலையை விட்டாக வேண்டும். மாலையில் டென்னிஸ் கோர்ட்டில் வாட்டர் பாட்டிலோடு

காவல் இருக்கும் அம்மாக்களிடம், 'என்ன படிச்சிருக்கீங்க?' எனக் கேட்டால், எம்.பி.ஏ., எம்.டெக் என பதில் வரும். 'அவ்வளவு படிச்சிட்டு எப்படி வேலைக்குப் போகாம?' எனக் கேட்டால், குற்றவுணர்ச்சியோடு பிள்ளைகளைக் கை காட்டுவார்கள்.

வேலையை விடும்போது, 'பிள்ளைங்க வளர்ந்த பிறகு பார்த்துக்கலாம்' என்ற சமாதானம் எடுபடாது என அவர்களுக்கே தெரியும். 35 வயதுக்கு மேல் வேலையில் ஐந்தாறு வருடங்கள் இடைவெளி விட்டவர்களுக்கு, அவ்வளவு சீக்கிரத்தில் திரும்ப வேலை கிடைக்காது. தன் ஆசை, வேலை, பிடித்த விஷயங்கள் எனப் பலவற்றை பெண்களோ, சில ஆண்களோ தியாகம் செய்தால்தான், இன்றைக்கு ஒரு குழந்தையை வளர்க்க முடிகிறது. வேலைக்குச் செல்லாத, வேலைக்குச் சென்று குழந்தைகள் வளர்ப்பில் கணவர் உதவியைப் பெற்றுக்கொள்ள முடிகிற பெண்களுக்கே இந்த சிரமம் எனில், தனியாகக் குழந்தை வளர்க்கும் பெண்களின் நிலை?

'சிங்கிள் பேரன்ட்'... ஒற்றைப் பெற்றோராக, அது ஆணோ, பெண்ணோ குழந்தையை வளர்ப்பது நம் சமூகத்தில் அசாத்திய சாதனை. தனியொரு ஆளாகக் குழந்தையின் முழுத் தேவைகளையும் நிறைவேற்றி, அதற்கான பொருளாதாரத் தேவைகளுக்காக வேலையையும் சரியாக பேலன்ஸ் செய்யத் தெரிந்திருக்க வேண்டும்.

பத்திரிகை நிறுவனம் ஒன்றில் என்னோடு வேலை பார்த்த காமாட்சி, பிரின்டிங் ஏரியாவில் இருந்தாள். மிகக் குறைவான சம்பளம். விவாகரத்து ஆனவள். அவளுக்கு ஐந்தாவது படிக்கும் பெண் உண்டு. காலையில் மகளைப் பள்ளியில் விட்டுவிட்டு, அரக்கப்பரக்க புறநகரில் இருந்து ட்ரெய்ன் பிடித்து அலுவலகம் வர வேண்டும். ஆனாலும், பாதி நாட்கள் தாமதம்தான். அதற்காக சம்பளம் கட் செய்யப்படுவதைச் சொல்லி வருந்துவாள்.

மாலை 3 மணி ஆனதும், அவளது இதயத் துடிப்பு எகிறுவது எங்களுக்கே கேட்கும். பள்ளிக்கு எதிரே இருக்கும் பரபரப்பான சாலையை மகள் எச்சரிக்கையாக கிராஸ் செய்தாளா, வீடு வந்து சேர்ந்தாளா என நினைத்து நினைத்துப் பதறிக்கொண்டே இருப்பாள். அந்தக் குட்டிப்

பெண் வீட்டுக்கு வந்து, வீட்டில் இருக்கும் மொபைல் போனில் இருந்து மிஸ்டு கால் கொடுத்ததும்தான் கொஞ்சம் உயிர் வரும். 'கதவைச் சரியாப் பூட்டு; அம்மா வந்தாதான் கதவைத் திறக்கணும்; பக்கத்துல விளையாடக் கூப்பிட்டா போகாத; யார் எது தந்தாலும் வாங்கிச் சாப்பிடாத...' என தினமும் ஆயிரம் அறிவுரைகள். அலுவலகம் முடிந்ததும் ஒரு நிமிடம்கூடத் தாமதிக்காமல், ஷேர் ஆட்டோ பிடித்து, ரயில் பிடிக்க ஓடுவாள். அலுவலகத்துக்கு அருகே வீடு பிடிக்க, குழந்தையைப் பள்ளியில் சேர்க்க அவள் வருமானம் போதாது. குழந்தையைப் பார்த்துக்கொள்ள தனியாக ஆள் போடவும் பணம் இல்லை. தனியாகக் குழந்தை வளர்க்கும் பெரும்பாலான பெண்களின் நிலைமை இதுதான்.

விவாகரத்துகள் அதிகம் ஆகிவிட்ட இந்தக் காலத்தில், பெண்கள் குழந்தைகளோடு தனியாக வாழ்வது அதிகமாகி விட்டது. விவாகரத்தான பெண்களுக்கு பொதுவாக உறவினர்களிடம் இருந்து பெரிய ஆதரவு இருக்காது. மனைவியைப் பிரிந்து குழந்தையோடு வசிக்கும் ஆண்கள், குழந்தை வளர்ப்பைக் காரணம் காட்டியாவது இன்னொரு திருமணம் செய்துகொண்டுவிடலாம். பெண்களுக்கு அந்த வாய்ப்பும் இல்லை. பெண்களின் மனத்தடை ஒருபுறம் என்றால், அம்மாக்களின் திருமணத்தை குழந்தைகளும் அங்கீகரிப்பது இல்லை. அம்மாவைத் தங்களுக்கான ஒருத்தியாக மட்டுமே பார்த்து, யாருக்கும் விட்டுக்கொடுக்காத பொசசிவ்னெஸ் அவர்களுக்கு அதிகம்.

என் தோழி ஒருத்தியின் கணவர் இறந்துவிட, மகளுக்கு நான்கு வயது ஆகும்போது அவள் இரண்டாம் திருமணம் செய்துகொண்டாள். அந்தக் குழந்தைக்கு புது அப்பாவைப் பார்த்தாலே பிடிக்கவில்லை. அவள் அவரோடு ஒட்டவே மாட்டேன் என அடம்பிடித்து, தாத்தா, பாட்டியோடு சென்றுவிட்டாள். வளரவளர அம்மாவையும் அவளுக்குப் பிடிக்காமல் போய்விட்டது. 'என்னைவிட உனக்கு அவன் முக்கியமா, என்னை யோசிக்காம ஏன் கல்யாணம் பண்ணிக்கிட்ட, நான் சந்தோஷமாவே இல்ல. அதுக்கு நீதான் காரணம். உன் புருஷனை விட்டுட்டு என்கூட வா...' என்ற ரேஞ்சில், அந்தப் பெண் 13 வயதில் அம்மாவுக்கு எழுதிய மெயிலைப் பார்த்து தோழி அரண்டுபோய்விட்டாள்.

இத்தனைக்கும் தோழியின் இரண்டாவது கணவர் அந்தக் குழந்தை மீது அக்கறையோடு இருந்தார். மகளின் மனநிலைக்காக தற்காலிகமாகக் கணவரைப் பிரிந்து மகளுடன் வாழத் தொடங்கிவிட்டாள். இப்படியான கேள்விகளை இந்தக் குழந்தைகள் அப்பாவைப் பார்த்து ஒருபோதும் கேட்பது இல்லை.

'சிங்கிள் விமன்' பெண்கள் ஓர் உறவில் இருந்து வெளிவந்ததுமே, ஒருவிதப் பதற்றத்துக்கு ஆளாகிவிடுகிறார்கள்... செய்யக் கூடாத ஏதோ ஒரு தவறைச் செய்துவிட்டதுபோல. 'இந்தக் குழந்தையை உனக்கு முன்னாடி சரியா வளர்த்துக் காட்டுறேனா இல்லையானு பாரு' என மனதில் யார், யாரிடமோ சவால்விட்டு, அதை குழந்தையின் மீது திணிக்கும் பெண்களும் உண்டு. பிரபல டி.வி ஷோக்களில் குழந்தைகளைப் பாட, ஆடவிட்டு, ரசிகர்கள் மத்தியில் உட்கார்ந்து கண்ணீர் வடிக்கும் பெண்களில் பல 'சிங்கிள் விமன்' அம்மாக்களைக் கவனித்திருப்போம். நான் தனியாக என் குழந்தையைச் சரியாக வளர்த்திருக்கிறேன் என யாரிடமாவது நிரூபித்தாக வேண்டிய அழுத்தம் அந்தப் பெண்களுக்கு இருக்கிறது.

சிங்கிள் விமன் அல்லது சிங்கிள் மதர் பெண்கள் குடும்பத்தில் எதிர்கொள்ளும் பிரச்னைகளைக்கூட, 'சரி பார்த்துக்கலாம், இவங்க இப்படித்தான்' எனக் கடந்துவிடலாம். ஆனால், சமூகத்தில் எதிர்கொள்ளும் பிரச்னைகளைக் கடந்துவிடவே முடியாது. திருமணத்துக்குப் பிறகு ஒரு பெண் தனியாக வாழ்ந்தால், அவளுக்கு எத்தனை பெரிய பிள்ளைகள் இருக்கிறார்கள், அவளுக்கு என்ன வயது என்பது எல்லாம் கணக்கிலேயே எடுத்துக்கொள்வது இல்லை. 'அப்புறம் ஆபீஸ் முடிஞ்சு நேரா வீட்டுக்கா? ஒரு காபி சாப்பிட்டுப் போலாமே... எப்படி இந்த வயசுலயும் சிக்குனு அழகா இருக்கீங்க?' என்பது போன்ற வசனங்களை அடிக்கடி கேட்கவேண்டிவரும். மகனை கல்லூரிக்கு அனுப்பிவிட்டு, 40 வயதில் 80 கிலோ எடையோடு அலுவலகம் வரும் பெண்ணும் இதில் இருந்து தப்பிக்க முடியாது.

இதுபோன்ற சமூகப் பிரச்னைகளைக்கூட தன் குழந்தையை முன்னிறுத்தி அவள் கடந்துபோய் விடக்கூடும். ஆனால், 'நம்ம கஷ்டம் நம்மளோட போகட்டும். பிள்ளைங்

களுக்கு எந்தக் கஷ்டமும் வரக் கூடாது' எனப் பிள்ளைகளுக்கு அம்மாக்கள் கொடுக்கும் செல்லம்தான், தனியாக வாழும் பெண்கள், தங்களுக்குத் தாங்களே வைத்துக்கொள்ளும் சூன்யம். 'உனக்காக அம்மா என்ன வேணா செய்வேன்' என்கிற அம்மாவின் எமோஷனை பிள்ளைகள் சரியாகப் 'பயன்படுத்தி'க் கொள்கிறார்கள். அம்மாக்களின் பலவீனத்தில் மிகச் சரியாக ஆணி அடிக்கிறார்கள்.

அம்மாக்கள் யாரோடும் பேசக் கூடாது, எங்கேயும் செல்லக் கூடாது, விரும்பிய எதையும் செய்யக் கூடாது... என தன்னைத் தவிர வேறு எதிலும் கவனம் செலுத்தவிடாமல் பார்த்துக் கொள்கிறார்கள். 'பாவம் நம்மளை விட்டா யார் இருக்காங்க?' என்ற பயத்தில் அம்மாக்களும் கேட்பதை எல்லாம் செய்து விடுகிறார்கள். உண்மையில், 'சிங்கிள் பேரன்ட்' பெண்கள் எதிர்கொள்ளும் மிகப் பெரிய சிக்கல் இதுதான். குழந்தைக்காக, குழந்தைக்காக என, தனக்கான எல்லாவற்றையும் விட்டுவிட்டு பிள்ளைகள் மீது மட்டுமே முழுக் கவனம் செலுத்துகிறார்கள். 'நீ இல்லைன்னா, நான் எங்க போவேன்மா?' என அந்தக் குழந்தை கேட்கும் ஒரு கேள்வி போதும், 'அய்யோ நான் இருக்கேன்' என எல்லாவற்றையும் விட்டுவிட்டு அவன்/அவள் பின்னால் ஓடுவதற்கும், கேட்பதை எல்லாம் வாங்கிக் கொடுப்பதற்கும்!

'நீ சாயங்காலம் 5 மணிக்கு வீட்ல இருக்கணும்' என்பதில் ஆரம்பித்து, 'எனக்கு பைக் வாங்கிக் கொடு' என்பது வரை இந்த எமோஷனல் மிரட்டலை பிள்ளைகள் செய்துகொண்டே இருக்கிறார்கள். இவற்றில் எதையேனும் மறுத்தால், 'மத்த பசங்களுக்கு அப்பா இருக்காங்க. எனக்கு அப்படியா?' என்கிற அஸ்திரத்தைக் குறிபார்த்து அடிப்பார்கள். இல்லையெனில், 'பரவாயில்ல... எனக்கு லைஃப்ல எதுவும் கிடைக்கக் கூடாதுனு இருக்குபோல' என பலவீனத்தில் அம்பு சொருகுவார்கள். ஏற்கெனவே, குற்றவுணர்வில் இருக்கும் அம்மாக்கள் உடனே தலையாட்டிவிட்டு எப்பாடுபட்டாவது குழந்தையின் ஆசையை நிறைவேற்றி விடுவார்கள். உண்மையில் இது குழந்தைகளுக்கு ஆரோக்கிய மானது அல்ல என்பது அவர்களுக்குத் தெரிந்திருந்தும், எதுவும் செய்ய முடியவில்லை. தன்னைப் பார்த்துக் கேட்கப்படும் கேள்விகளுக்கு, அவர்கள் அஞ்சுகிறார்கள்.

தோழிகள் நாங்கள் இதைப் பற்றி பேசிக்கொண்டே இருக்கிறோம்... எல்லா நாடுகளிலும் தனியாக பெண்கள் குழந்தை வளர்ப்பதும், தனியாக வாழ்வதும் இயல்பாக இருக்கும்போது, நம் நாட்டில் மட்டும் ஏன் வாழ்நாள் முழுவதும் குற்றவுணர்வோடு பெண்கள் வாழ வேண்டியிருக்கிறது? குழந்தை வளர்ப்புக்கு என இருக்கும் ஏற்பாடுகள் அங்கு பாதுகாப்பானதாகவும், வேலைக்குச்

செல்லும் பெண்களுக்கும், தனியாக குழந்தை வளர்க்கும் பெண்களுக்கும் ஆதரவாகவும் இருக்கின்றன. நம் ஊர் போக்குவரத்து வாகனங்களில் பெண்களுக்கு சௌகரியமான வசதிகள் ஏதேனும் செயல்படுத்தப்படுகிறதா என்ன? ரயிலிலோ, பேருந்திலோ குழந்தைகளோடு செல்லும் பெண் களுக்கு, தனியாக இருக்கை தர வேண்டும் என இன்னும் ஏன் யாருக்கும் தோன்றவே இல்லை? குழந்தையோடு பயணிக்கும் எல்லா அம்மாக்களும், குழந்தையை மடியில் போட்டுத் தூங்கவைத்துவிட்டு இரவு முழுவதும் விழித்திருக்க வேண்டியதுதான். குழந்தைக்கு அருகில் ஒருக்களித்து ஓரமாகப் படுத்துக்கொண்டால், மறுநாள் முழுக்க ஒரு பக்கம் உடல் வலித்துக்கொண்டே இருக்கும்.

இங்கே தனியாக இருக்கும் பெண்ணோ, விவாகரத்து ஆகி அல்லது கணவனை இழந்து குழந்தையோடு வசிக்கும் பெண்ணோ எளிதாக வீடு பார்த்துவிட முடியாது. 'கணவன் எங்கே?' என்ற கேள்வி மீண்டும் மீண்டும் கேட்கப்படும். தப்பித்தவறி வீடு கொடுத்துவிட்டாலும், அந்தப் பெண்ணைப் பார்க்க யார் யார் வருகிறார்கள் என்று கண்காணித்துக் கொண்டே இருப்பார்கள். ஆண் பேச்சுலர்களுக்கு மட்டும் அல்ல, தனியாக இருக்கும் பெண்களுக்கும் இங்கே வீடு கிடைப்பது சிரமம்தான்.

ஓர் எழுத்தாளத் தோழி மகன்களோடு சென்னையில் வாழ்கிறார். அவர் கணவரைப் பிரிந்து வாழ்பவர். அதைச் சொன்னால் வீடு கிடைக்காது என்பதால், கணவர் இறந்துவிட்டார் என்று சொல்லி, வீடு வாடகைக்கு எடுத்துவிட்டார். வீட்டின் ஹாலில் சே குவேரா போட்டோ மாட்டி வைத்திருக்க, அவர்தான் தோழியின் கணவர் என வீட்டின் உரிமையாளர் தவறாகப் புரிந்துகொண்டுவிட்டார். 'எனக்கென்ன போச்சு' என்று தோழியும் அந்த வீட்டைக் காலி செய்யும் வரை சே குவேராவின் மனைவியாக நடித்துக் கொண்டிருந்தார். இப்படி தனியாக வாழும் பெண்கள் வீடு பார்க்கும் செயல்களைத் தனியாக நாவலே எழுதலாம். 'நான் எம்.என்.சி-ல மேனேஜர். ரெண்டு லட்சம் ரூபா சம்பளம்... வீடு வேணும்' என்று சொன்னால்கூட, 'சரி உங்க புருஷன் என்ன பண்றார்?' என்றுதான் கேள்வி கேட்பார்கள்.

'Buddy' என்ற மலையாளப் படத்தில் இரண்டு பெண்கள் சேர்ந்து வாழத் தீர்மானிப்பார்கள். அதில் ஒரு பெண் செயற்கை முறையில் கருத்தரித்து மகனைப் பெற்றுக் கொள்வாள். 'இருவருமே அம்மாதான்' எனச் சொல்லி, அந்தக் குழந்தையை இரு பெண்களும் அன்பாகவே வளர்ப் பார்கள். இரண்டு அம்மாக்கள் இருந்தபோதும் நிறைவில்லாமல், அவன், 'அப்பா எங்கே?' என்ற கேள்வியைத் தொடர்ந்து கேட்பான். அம்மாக்களைக் குற்றவுணர்வுக்கு ஆளாக்குவான்.

இதே கேள்வியை 'சிங்கிள் பேரன்ட்' அப்பாவிடம் பிள்ளைகள் கேட்பதே இல்லை. அவர் கஷ்டப்பட்டு வளர்த்தார் என்பது மட்டுமே, அவர்களுக்குப் போது மானது. அதற்கு மேல் அவரைத் தொந்தரவு செய்ய அவர்கள் விரும்புவதே இல்லை. 'எம்.குமரன் சன் ஆஃப் மகாலட்சுமி' படத்தில் வரும் ஜெயம் ரவிபோல பிள்ளைகளே இல்லையா எனக் கேட்டால்... இருக்கிறார்கள். ஆனால், அங்கேயும் அம்மாக்கள் கடைசி வரை தியாகியாக இருந்து முதலில் சொன்னதுபோல், 'எம் புள்ளையை உன்னைவிட டாப்பா கொண்டுவந்துட்டேனா இல்லையா' என சவாலை நிறைவேற்றத் துடிக்கிறார்கள்.

'உன்னை பத்து மாசம் சுமந்து பெத்தது எல்லாம் சும்மாவா?' என்ற கேள்வியைப் போலவே, 'எனக்காக நீ இதைக்கூடச் செய்யலைன்னா, என்ன அம்மா நீ?' என்கிற கேள்வியும் தேவை இல்லாததே. ஆனால், இங்கே இந்தக் கேள்விகள் இன்னும் எத்தனை ஆண்டுகள் கடந்தும் நிலைத் திருக்கும் என்பதுதான் கேள்வியே!

15

கடந்த மாதம், மாமல்லபுரம் உணவகத்தில் ஐரோப்பியப் பெண் கேத்தரீனைச் சந்தித்தேன். அவள் இந்தியா வந்து அன்றோடு 46-வது நாள். 24 வயதில் கேத்தரீன் பயணிக்கும் ஒன்பதாவது நாடு இந்தியா. தன் முதல் பயணத்தைப் பிரியமான அம்மா இறந்த அடுத்த வாரத்தில், அந்தத் துயரை மறப்பதற்காகத் தொடங்கி யிருந்தாள். அடுத்து அடுத்து பயணிக்க ஒரு துயரம் அவளுக்கு வேண்டியிருக்கவில்லை. 'நமக்கு முன்னால் இவ்வளவு பெரிய உலகம் இருக்கிறப்போ, நமக்குனு தனியா என்ன துக்கம் இருக்கு?' என்று இட்லி - சாம்பாரை ரசித்து, ருசித்துச் சாப்பிட்டுக் கொண்டே கேத்தரீன் கேட்டபோது, ஒரு நாடோடிக்கு மட்டுமே அந்தப் பரந்த மனம் வாய்க்கும் எனத் தோன்றியது. இத்தனைக்கும் கேத்தரீன் ஒன்றும் கோடீஸ்வரி அல்ல. போர்ச்சுக்கல் நாட்டில் இருந்து ஜெர்மனிக்கு இடம்பெயர்ந்து, மிக சாதாரண வேலைகளில் அதிக உழைப்பைக் கொட்டிச் சம்பாதித்த பணத்தில் பயணம் மேற்கொள்பவள்!

கேத்தரீன் முதன்முதலில் நாடுவிட்டு நாடு தாண்டிய பயணத்துக்கு ஷோல்டர் பேக் மாட்டிக் கிளம்பியபோது, அவளுக்கு வயது 18. அந்த வயதில் நான் நாகர்கோவிலில் இருந்து திருநெல்வேலிக்குப் படிக்கக் கிளம்பிய இரண்டு மணி நேரப் பயணம்தான், அப்போதைய என் அதிதூரப் பயணம். அதிலும் வடசேரிக்கு முன்னால் பேருந்து பழுதாகி, 'எப்படியாவது போய்க்கோங்க...' என நடத்துனர் சொன்னபோது, அங்கேயே நின்று அழும் அளவுக்குத் தைரியசாலியாக இருந்தேன். அட, நானாவது திருநெல்வேலி வரை தனியாகப் பயணித்தேன். என் தோழிகள் பலர், 'அந்த ஊரு எங்க இருக்கு. நெம்ப தூரமோ?' எனக் கேட்கும் அளவில்தான் இருந்தார்கள். 'ஒரு டூர் போயிட்டு வர்றேன்' எனத் தனியாகவோ, நண்பர்களுடனோ கிளம்பிச்சென்று பயணத்தைத் துளித்துளியாகப் பருகும் சௌகர்யம் ஆண்களுக்கு இங்கே அதிகம் உண்டு. ஆனால், பெண்களுக்கு?

கன்னியாகுமரியை மட்டும் சுற்றிப் பார்க்க கிளம்பினாலே, ஒரு மாதம் முழுக்கப் பார்த்துக்கொண்டே இருக்கலாம். கடற்கரை, மலை, தண்ணீர்... என அத்தனை விஷயங்கள் கொட்டிக்கிடக்கும் ஊர் அது. ஆனால், அந்த ஊரில் இருக்கும் வரை அந்த அழகை எல்லாம் நான் அறிந்திருக்கவே இல்லை.

அதிலும், தமிழகப் பெண்களின் பயண அனுபவங்கள் பெரும்பாலும் கோயில் வழிபாடு சார்ந்தவையாக இருக்கும். காலையில் சென்று மாலையில் திரும்பும் மண்டைக்காடு பயணத்திலும்கூட கடலில் கொஞ்ச நேரம் கால் நனைப் பதற்கு மல்லுக்கட்ட வேண்டியிருக்கும். கொழுக்கட்டை அவிப்பது, சமைக்க அடுப்பு தேடுவது, உட்கார்ந்து சாப்பிடத் தோதாக இடம் தேடுவது... இவைதான் பெண் களுக்கு ஒருநாள் பயணத்தின்போது பெரும் நேரத்தை எடுத்துக் கொள்பவை. திருமணத்துக்கு முன்பு அம்மா, அப்பா எனக் குடும்பத்தோடு கோயிலுக்கோ, உறவினர் வீடுகளுக்கோ சென்றது, திருமணத்துக்குப் பிறகு கணவன், குழந்தைகளோடு சுற்றுலா செல்வது... இவைதான் பெண்களின் பயணங்கள். வேலை விஷயமாக நான்கைந்து முறை கோவையோ, சென்னையோ சென்றதை எல்லாம் பயணப் பட்டியலில் சேர்க்கவே முடியாது!

பயணம் என்பது பூமியின் அழகை, வடிவத்தை, அதன் அந்தரங்கத்தை மிக அருகில் நின்று, உணர்ந்து ரசிப்பது. தினசரி வேலைகளில் இருந்து மனதுக்கு விடுமுறை அளிக்கும் செயல் அது. ஆனால், அப்படியோர் அனுபவம் பெண்களுக்குப் பெரும்பாலும் வாய்ப்பதே இல்லை.

எழுத்தாளர் அம்பையின் கதை ஒன்றில், கூட்டுக் குடும்பத் தின் பெண்கள் வாழ்க்கை விரிவாகப் பேசப்பட்டிருக்கும். மிகச் சிறியதாக, இருட்டாக, காலில் எப்போதும் தண்ணீர் ஓடிக்கொண்டிருக்கும் சமையலறையின் ஜன்னலுக்கு வெளியே ஒரு மலை தெரியும். துணி காயப்போடும் கயிறு அதை மறைப்பதால், அதை வேறு இடத்தில் கட்ட வேண்டும் என்று அந்த வீட்டின் மருமகள் சொல்ல, மறுநாள் அங்கே மேலும் ஒரு கயிறு கட்டப்படும். காலை முதல் சமையல், குழந்தைகள் என வீட்டுக்குள்ளேயே வெந்துகொண்டிருக்கும் பெண்களுக்காக, பக்கத்திலுள்ள ஓர் ஏரிக்கு ஒருநாள் சுற்றுலா செல்லலாம் என வேறு கலாசாரத்தில் இருந்து வந்த இளைய மருமகள் முடிவு செய்ய, பெரியவர்கள் ஆமோதிப்பார்கள்.

குறிப்பிட்ட நாள் அன்று அதிகாலை 3 மணிக்கு அந்தக் குடும்பத்தின் பெண்கள் எழுந்து சமைக்க ஆரம்பிப்பார்கள். வீட்டில் எத்தனை பேர், அவர்களுக்கு எத்தனை சப்பாத்தி, எத்தனை பூரி, அப்புறம் ஸ்நாக்ஸ், குடிக்க தண்ணீர், குழந்தைகளுக்குப் பால் புட்டிகள், மாற்றுத் துணிமணிகள்... எனப் பரபரப்பாகச் சுழல்வார்கள். சுற்றுலா போகிற இடத்தில், மாலை சூடாகச் சாப்பிட பக்கோடா மாவு, எண்ணெய், ஸ்டவ் எடுத்துச் சென்று அங்கே பக்கோடா பொரித்துக் கொண்டிருப்பார்கள். இடையிடையே பசிக்காக அழும் குழந்தைகள், சிறுநீர் கழிக்கும் குழந்தைகள், பெரியவர்களின் தேவைகள்... எனத் தனி கலாட்டா வேறு. குடும்பத்தோடு போகும் 'இன்பச் சுற்றுலா'க்களில் பெண்கள் 'என்ஜாய்' செய்வது இப்படித்தான்!

அதுவும் தென்தமிழ்நாட்டு மகளிருக்கு வருடம் ஒருமுறை குற்றாலச் சாரலை அனுபவிக்கச் செல்வதுதான் அதிகபட்ச டூர். சாரலை 'அனுபவிப்பது' என்பது வெறும் பெயருக்குத் தான். ஆண்களும் குழந்தைகளும் அருவிக்குள் மறைந்து ஆனந்தமாகக் குளிக்க, 'யாராவது பார்க்கிறார்களா?' எனக்

கவனித்தபடி அருவிக்குள் செல்லும் பெண்கள், ஐந்து நிமிடங்களில் வெளியேறிவிடுவார்கள். குடும்பத்தினர் கழற்றிப்போட்ட ஆடைகளைச் சேகரிப்பது, கொண்டுவந்த பைகளுக்குக் காவல் இருப்பது, சோப்பு, ஷாம்பு தருவது, குளித்துவந்தவுடன் 'பசிக்குது' என்பவர்களுக்கு சோறு, இட்லி தருவது, அறைக்கு வந்ததும் ஈரத் துணிகளை அலசிக் காயப்போடுவது... என எல்லாவற்றையும் செய்வது பெண்கள்தான். இதில் எங்கே இருந்து சாரலைக் கவனிக்க முடியும்? அருவித் தண்ணீர் வழிந்தோடும் இடுக்குகளில் உட்கார்ந்து சோப்பு போட்டுத் துணி துவைத்துக் கொண்டிருக்கும் பெண்களிடம், 'இந்த டிரிப்பை எப்படி என்ஜாய் பண்ணீங்க?' என்று சேனல்காரர்கள் மைக் நீட்டினால், 'பிரமாதமான' வார்த்தைகளில் பதில் சொல்வார்கள். அப்படியான நீண்ட பயணம் முடிந்து வீட்டுக்குள் நுழைந்ததும், அசதியில் கிடைக்கிற இடத்தில் நாங்கள் எல்லோரும் படுத்துக்கொண்டு, 'அம்மா டீ' என்று சொல்லும்போதுதான் 'அம்மா'க்கள் பயணத்தை வெறுக்கிறார்கள் எனத் தோன்றும். 'அம்மா'க்கள் மாத்திரம் அல்ல... எல்லா பெண்களுமே.

பல பெண்கள் இந்தப் பயண முஸ்தீபுகளில் இருந்து தப்பிக்கவே, மொத்தக் குடும்பமும் சுற்றுலா செல்லும்போது, 'நான் வரலை' என்று வீட்டிலேயே தங்கி, வழக்கமான வேலைகளில் இருந்து விடுப்பு எடுத்து, தனிமையை அனுபவிக்கிறார்களோ எனத் தோன்றுகிறது!

பயணத்தின் வேலை நெருக்கடிகள் பயணம் மீது சலிப்பு தருவது ஒருபுறம் இருக்க, 'நம்மூர்ல பொண்ணுங்க தனியா டிராவல் பண்ண பாதுகாப்பு இருக்கா... சொல்லுங்க?' என்ற கேள்வியும் பெண்களின் பயணத்துக்கு ஒரு முட்டுக்கட்டை. ஒரு பெண் தனியாகவோ, தன் தோழிகள், குழந்தைகளுடனோ பயணிக்கும் அளவுக்கு நம் ஊர்ப் பயணங்கள் பாதுகாப் பானவை அல்ல. பேருந்து, ரயில், சாலை, ஹோட்டல்... என எங்கும் வெறிக்க வெறிக்கப் பார்க்கும் ஒரு பார்வை போதும், நம் மொத்த மகிழ்ச்சியையும் காலி செய்ய!

குஷ்பு, நதியா போன்ற நடிகைகள் குடும்பத்தோடு வெளிநாடு சென்றுவிட்டு வந்து ஃபேஸ்புக்கில் பதியும் புகைப்படங்களும், அவர்களின் மகிழ்ச்சியும் அவர்களுக்கு

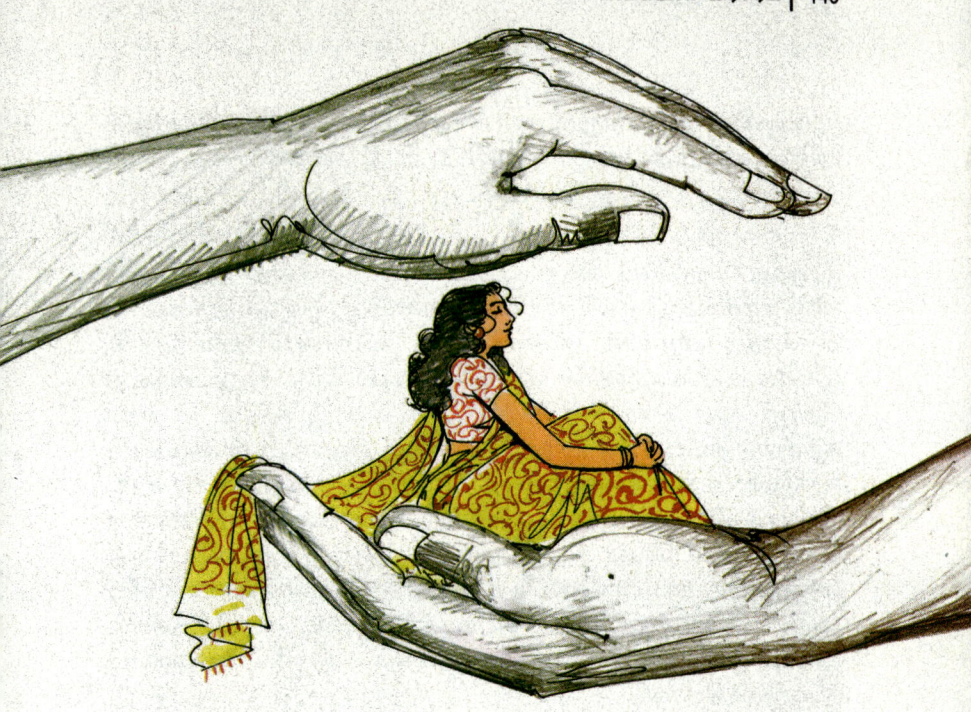

மட்டுமே சாத்தியமானவை. விருதுநகரில் இருந்து தனியாக ஏற்காடு செல்லும் ஒரு பெண், அதை நினைத்துக்கூடப் பார்க்க முடியாது!

இரண்டு ஆண்டுகளுக்கு முன்பு ஒரு கோடையில், மகளோடு ஏற்காடு சென்று, அறை ஒன்றை எடுத்து உள்ளே நுழைந்தேன். தண்ணீர் எடுத்துவரச் சென்ற ஹோட்டல் பையன் வருவதற்காக அறைக் கதவை திறந்துவைத்த குறுகிய நேரத்தில், சாமியார்போல் உடை அணிந்திருந்த ஒருவன் எங்கள் அறை வாசலை அடைத்துக்கொண்டு நின்றான். மகள் பயத்தில் அலறினாள். 'வெளியே போ' என்ற அதட்டல் மிரட்டல்களுக்கு எல்லாம் அவன் மசியவே இல்லை! எங்களையும் வெளியேறவிடாமல், அறை வாசலில் கை வைத்து மறித்தபடி, கன்னடத்திலோ, தெலுங்கிலோ போனில் பேசிக்கொண்டிருந்தான். அவனது கண்கள் அசையாமல் எங்களை வெறித்தபடியே இருந்தன. அடுத்த நொடியே அவனை மூர்க்கமாகத் தள்ளிவிட்டு மகளோடு ஓடிச்சென்று ரிசப்ஷனில் மூச்சிறைக்க நின்றேன். ஏதோ அரசியல்வாதியின் செல்வாக்கில் தங்கியிருக்கும் சாமியார் என்றும், தங்களால் அவரை வெளியேற்ற

முடியவில்லை என்றும் மன்னிப்புக் கேட்டு, வேறு தளத்தில் அறை மாற்றித் தந்தது ஹோட்டல் நிர்வாகம்!

இப்படியான தனிமைப் பயண அவஸ்தைகள் பல பெண்களுக்கும் இருக்கும். மூடிய அறையின் பாத்ரூமில் இருந்து வெளியே வந்து ஒருவன் பயமுறுத்திய அனுபவம் பிரேமாவுக்கு இருக்கிறது. சென்னையில் இருந்து ஹாங்காங் செல்லும் வழியில் கனெக்ட்டிங் விமானம் தாமதமாகி, இலங்கையில் ஒருநாள் தங்கவேண்டியிருந்த அனுபவத்தை தோழி சுதா சொன்னபோது, பகீர் என இருந்தது. அறைக் கதவைத் தட்டியபடி இரவு முழுவதும் ஹோட்டல் ஊழியன் ஒருவன் அவளைத் தொந்தரவு செய்திருக்கிறான். நிர்வாகத்திடம் புகார் கொடுத்தால், அவர்கள் கண்டுகொள்ள வே இல்லை. வேறு சாவி போட்டுத் திறந்து அவன் உள்ளே வந்துவிட்டால் என்ன செய்வது என்ற பயத்தில், சாவியை அதன் துவாரத்திலேயே பொருத்தி, அதையே பிடித்தபடி இரவு முழுவதும் அறைக் கதவுக்கு அருகே அழுதபடி நின்றிருக்கிறாள்.

'இதுக்குத்தான் பொண்ணுங்க டிராவல் பண்ண வேண்டாம். வீட்லயே இருங்கனு சொல்றோம்!' என்ற 'அக்கறை' பதில் உடனே கிடைக்கும். அப்படியென்றால், கணவனை அடித்துப்போட்டுவிட்டு மனைவியை இழுத்துச் சென்ற சம்பவம், வீடு புகுந்து பெண்களைத் தாக்கிய சம்பவங்களுக்கு என்ன உபாயம் சொல்வீர்கள்... 'இதுக்குத்தான் புருஷனோட போகாதனு சொன்னோம்', 'வீட்ல ஏன் தனியா இருக்கீங்க?' என்றா?!

நாகர்கோவிலில் இரவு 8 மணிக்கு ஒரு பெண் தனியாகப் பேருந்துக்காகக் காத்திருந்தால் முன்பின் அறிமுகம் இல்லாதவர்கள்கூட, 'இங்க ஏன் நிக்கிற?' என அதிகாரத் தொனியில் கேள்வி கேட்பார்கள். அப்படியானவர்கள்தான் பய விதையை எங்கள் மனதில் முதலில் விதைக்கிறார்கள்.

எழுத்தாளர் பாஸ்கர் சக்தி தன் கட்டுரை ஒன்றில் ஒரு சம்பவத்தைக் குறிப்பிட்டிருப்பார்... ரயில் பயணம் முடிந்து இறங்கும் ஒரு பெண்ணிடம் வரவேற்க வருபவர், 'நைட் நல்லாத் தூங்கினியா?' எனக் கேட்பார். 'ஒரு போலீஸ்காரர் இருந்தார். பயத்துல தூக்கமே வரலை' என அந்தப் பெண் பதில் சொல்வாள். உண்மையில், பாதுகாக்கிறோம் எனக்

கிளம்புபவர்கள்தான் அதிகம் பயத்தை விதைக்கிறார்கள்!

ஆனால், பயணத்தில் இப்படியான இடையூறுகள் ஆயிரம் இருப்பினும் நானோ, ரேவதியோ, சுதாவோ, கவிதாவோ, இன்னும் பல தோழிகள் தொடர்ந்து பயணித்துக் கொண்டுதான் இருக்கிறோம். ஏனெனில், இந்த இடையூறுகளைக் கடக்கும் வலிமையை பயணங்களே எங்களுக்குக் கற்றுக் கொடுத்திருக்கின்றன. 'அட... வாழ்க்கையில் இதெல்லாம் ஒரு கஷ்டமா? விட்டுத்தள்ளுப்பா. அடுத்த வேலையைப் பார்ப்போம்!' என எங்களை நாங்களே மீட்டுக்கொள்ளும் தருணத்தை, ஒரு கடற்கரையிலோ, ஒரு மலைமுகட்டிலோ, பேருந்தின் ஜன்னல் ஓரப் பயணத்திலோ, ரயிலில் நிலா பார்க்கும் ஒரு நொடியிலோதான் உணர்ந்து கொண்டோம். அந்த வலிமையை இன்னும் இன்னும் அதிகரிக்கவே நாங்கள் பயணிக்க விரும்புகிறோம். அதே சமயம், மிரள வைக்கும் மூடர்களை மட்டும் அல்ல, அற்புதமான பல மனிதர்களையும் பயணம் அடையாளம் காட்டியிருக்கிறது.

சில ஆண்டுகளுக்கு முன்பு வய நாட்டின் அடர்ந்த காடு ஒன்றில் அலுவல் நிமித்தமாகத் தங்கியிருந்தேன். அன்றைக்கு நெடுந்தூரம் பயணித்து, ஓர் ஆதிவாசி கிராமத்துக்கு அலுவலக நண்பர்களோடு செல்ல வேண்டியிருந்தது. பாதி தூரம் ஜீப், மீதி தூரம் நடை என நீண்ட பயணம் அது. குறிப்பிட்ட கிராமத்தை அடையும்போது இருள் சூழத் தொடங்கியிருந்தது. பெண்களை வெளி ஆண்கள் மாலையில் சந்திக்கக் கூடாது என அந்தப் பழங்குடி மக்கள் சொல்லிவிட்டார்கள். நான் மட்டும் அந்தப் பெண்களைச் சந்திக்க விரும்பி கிராமத்துக்குள் சென்றேன். திரும்பும்போது என்னோடு வந்தவர்கள் நடுக்காட்டில் என்னைத் தனியாக விட்டுவிட்டுப் போயிருந்தார்கள். மாந்திரீகத்தைத் தொழிலாகக்கொண்ட அந்த ஆதிவாசி மக்கள் இடையே, அந்த இரவில் தனியாக நின்றபோது, பயத்தில் அழுகை வந்தது. என்னை ஆசுவாசப்படுத்திய அந்த மக்கள், பத்திரமாக என் இருப்பிடத்தில் என்னைச் சேர்ப்பிக்கும்படி ஓர் இளைஞனிடம் பொறுப்பை ஒப்படைத்தார்கள். அவன் ஒரு கையில் தீப்பந்தம், மற்றொரு கையில் என் கைகளை இறுக்கிப் பிடித்தபடி, அடர் காட்டில் நான்கு மணி நேரம்

பயணித்து என்னை பாதுகாப்பாக என் இருப்பிடத்தில் விட்டுச் சென்றான். அந்தப் பயணம்தான், ஆதிவாசிகளின் அக்கறையை எனக்கு உணர்த்தியது!

முன்பு ஒருமுறை... ஆறு மாதங்கள்கூட நிரம்பாத கைக்குழந்தை மகளோடு அரசுப் பேருந்தில், மழை மாத சென்னையில் இருந்து திருச்சி நோக்கிப் பயணித்துக் கொண்டிருந்தேன். தனிப்பட்ட பிரச்னைகளால் மனம் முழுக்க வெறுப்பும் ஏமாற்றமும் நிரம்பி வழிந்த நேரம் அது. விழுப்புரத்தில் பேருந்து நிற்க, அங்கிருந்த மோட்டல் ஒன்றில் மகளுக்கு வேடிக்கை காட்டிக்கொண்டிருந்தேன். பேருந்து கிளம்பும் தருணத்தில், மீண்டும் மழை வலுத்தது. ஓடிச்சென்று ஏறினால் குழந்தை நனைவாளே என நான் யோசித்து தயங்க, 'அங்கேயே நில்லும்மா' என சைகை காட்டிய ஓட்டுநர், பேருந்தைத் திருப்பி என் அருகே

கொண்டுவந்தார். பேருந்துக்கும் எனக்கும் சில அடிகள் தூரமே இடைவெளி இருக்கும்போது குடையோடு இறங்கிய நடத்துனர், எங்கள் இருவரையும் நனையாமல் பேருந்தில் ஏற்றினார். அன்பும் வெடித்து அழவைக்கும் என்பதை நான் உணர்ந்த தருணம் அது. அந்த இருவர் முகங்களையும் இன்றும் நான் மறக்கவே இல்லை. இப்படிப் பகிர்வதற்கு இனிமையான தருணங்களைப் பயணம் நெடுகிலும் தரும் மனிதர்களும் அதிமாக இருக்கிறார்கள். சோர்வடைய வைக்கும் 400 மனிதர்களுக்கு இடையே, ஒரே ஒரு தீப்பந்தத்தோடு நடந்துவந்த அந்த ஆதிவாசி இளைஞனைக் கண்டடைவது அவசியம்!

கடந்த வாரம் காரைக்கால் வரை ஒரு பயணம். நள்ளிரவில் மகளோடு கடற்கரையில் நின்றுகொண்டிருந்தேன். 'கொஞ்சம் நான் தனியா நிக்கிறேன். கை பிடிக்காத... ப்ளீஸ்' என்று என்னைவிட்டு விலகி நின்றாள் மகள். சில நிமிடங்களில் மீண்டும் என் கையை இறுக்கியபடி, 'போன வாரம் நீ திட்டுனப்ப, வேற வீட்ல பொறந்திருக்கலாம்னு தோணுச்சு. ஆனா, இன்னைக்கு இந்த நைட்ல பீச்ல நிக்கிறது உன் பொண்ணா இருக்கிறதாலதான். வேற வீட்ல இதுக்கு அக்செப்ட் பண்ண மாட்டாங்கள்ல. லவ் யூ ப்ரியா' என்று குதூகலத்தோடு சொன்னாள். ஆறு வயதுச் சிறுமிக்கு இந்தப் புரிதலையும், பக்குவத்தையும், மகிழ்ச்சியையும் ஒரு பயணம்தான் கற்றுத்தரும். எந்தப் பள்ளியும் குடும்பமும் இதைக் கற்றுக்கொடுக்காது!

16

'அமரகாவியம்' படத்தை, கிட்டத்தட்ட கிளைமாக்ஸ் வரை பெரிய சலனம் இல்லாமல் தான் பார்த்துக்கொண்டிருந்தேன். ஆனால், கிளைமாக்ஸ்... அதிர்ச்சியின் உச்சம்! நேசித்த பெண்ணுக்கு தன் மீது காதல் இருக்கிறதா... இல்லையா எனத் தெரியாத பதற்றத்தில், அந்தப் பையன் தன் காதலியை கத்தியால் குத்தி விடுகிறான். அவள் உடனே அவன் மடியில் விழுந்தபடி, 'என்னைச் சாகவிடாதடா. உன்கூட ஒரு நாளாவது நான் வாழணும்' எனக் கெஞ்சி மன்றாடுகிறாள்.

எனக்குப் பகீர் என இருந்தது. வாரம் தவறாமல் காதல் பிரச்னையைச் சொல்லி பெண்கள் மீது ஆசிட் அடிக்கும் ஒரு சமூகத்தில், 'ஒரு காதலன் தன் காதலியைக் கொலை செய்றான்னா, அதுக்கு அவன் பக்கம் எவ்ளோ நியாயம் இருக்கும் பாரு' என, ஒரு சினிமாவில் நீட்டி முழக்கவேண்டிய அவசியம் என்ன எனத் தோன்றியது!? 'லவ் பண்றது... அப்புறம் கழட்டி

விடுறது. இதே வேலை இவள்களுக்கு... குத்தினது சரிதான்' என திரையரங்கில் ஒலித்த ஒரு குரல் அத்தனை வேதனை தந்தது. 'அட... சும்மா சினிமாதானே... அதைப்போய் பெரிசுபடுத்திக்கிட்டு' என நிராகரிக்க முடியாது.

சூர்யாவின் சிக்ஸ்பேக், விஜய்யின் 'ப்ரோ', அஜித்தின் சால்ட் அண்டு பெப்பர் லுக், சிநேகா-ஸ்ரீதிவ்யா போல மனைவி, சமந்தா-காஜல் போல தோழிகள், சிவகார்த்திகேயன் போல காதலன், சந்தானம் போல நண்பன், நாட்டைத் திருத்த 'இந்தியன்' தாத்தா, ஊரைத் திருத்த 'வால்டர் வெற்றிவேல்', அரசியலைத் திருத்த 'ரமணா', ரௌடிகளைக் கொன்று குவிக்க 'அன்புச்செல்வன் ஐ.பி.எஸ்'... முத்தாய்ப்பாக அனுதின காமெடி பன்ச் சப்ளைக்கு வடிவேலு... என, நம்மில் பலருக்கு சினிமாதானே எல்லாம்!

காதலைப் பகிர்வதில் ஆரம்பித்து அரசியல் சண்டைகள் வரை எதை யோசித்தாலும், நமக்கு ஒரு சினிமா காட்சி நினைவுக்கு வரும். இதை எப்படிச் செய்வது என்று யோசிக்கும்போதே, 'இதை சினிமாவில் எப்படிக் காண்பிச்சாங்க?' என்றுதான் யோசிப்போம்.

என் நண்பர் ஒருவர், எந்தப் பெண்ணைப் பற்றிப் பேசினாலும் ஒரு சினிமா கதாபாத்திரத்தோடுதான் ஒப்பிடுவார். 'அபூர்வ சகோதரர்கள்' கௌதமி கேரக்டரும் இந்தப் பொண்ணும் அப்படியே டிட்டோ!', 'அய்யோ... அவளா? 'படையப்பா' நீலாம்பரி தோத்தா, போ!' என இப்படியாக. அவருடைய நண்பரின் காதல் முறிந்தபோது இவர் ஒரே வரியில் சொன்னார்... 'ஐ.டி பொண்ணுங்களே இப்படித்தான் 'விடிவி' த்ரிஷா போல... ஆமாவா, இல்லையானு சொல்லாம ஒரு மாதிரி குழப்பி கடைசில அமெரிக்காவில் செட்டில் ஆகிடுவாங்க'! இவரைப்போலவே, சினிமாவில் காட்டப்படும் பெண்களைப்போலத்தான் நிஜத்திலும் பெண்கள் இருக்கிறார்கள் என நம்புபவர்கள் அதிகம் இங்கே!

ஆனால், சினிமாவில் வருவதுபோல் நிஜத்திலும் பெண்கள் இருந்தால், இந்த உலகம் தாங்குமா? கத்தியால் குத்தியவனின் மடியில் படுத்துக்கொண்டு, 'உன்கூட ஒரு நாளாவது வாழணும்டா' என யாராவது சொல்வார்களா?

'கடைசியில் வந்த எறும்பு பொய் சொல்லிச்சாம்... ஹி ஹி ஹி' என 24 மணி நேரமும் கைதட்டிச் சிரித்துக்கொண்டு 'சந்தோஷ் சுப்ரமண்யம்' ஜெனிலியா போல் ஒரு பெண் இருக்க முடியுமா? 'அய்யயோ முட்டிக்கிட்டா கொம்பு முளைச்சிரும்' என அந்தப் பெண் நடுவீட்டில் குதித்தால், 'அறிவில்ல... எப்பப் பாரு லூஸு மாதிரி சிரிச்சுக்கிட்டு' எனத் தலையிலே தட்டி நீங்கள் அதட்ட மாட்டீர்களா?

சினிமாவின் கதாநாயகி க்ளிஷேக்களை எடுத்து, தனியாக ஓட்டிப் பார்த்தால் வெடித்துச் சிரித்துவிடுவோம்... அல்லது முட்டிக்கொண்டு அழத் தோன்றும். கலெக்டர் சௌகார் ஜானகி, வேறு திருமணம் செய்துகொண்ட கணவனின் புது மனைவியிடம், 'புன்னகை மன்னன் பூவிழிக் கண்ணன் இருவருக்காக' என்று கண்ணீர் வடித்துக்கொண்டிருப்பார். 'சூரியகாந்தி' படத்தில் தன்னைவிட அதிகம் சம்பாதிக்கும் மனைவி ஜெயலலிதாவைச் சகிக்க முடியாமல் கணவர் முத்துராமன் டார்ச்சர் செய்வார். அப்போது 'யாரும் இருக்கும் இடத்தில் இருந்துகொண்டால் எல்லாம் சௌக்கியமே...' என்ற பாடல் வரிகளுக்கு அர்த்தத்தோடு முத்துராமன் திரும்பிப் பார்க்க, ஜெயலலிதா குற்றவுணர்வில் தவிக்கும் இடத்தை இப்போது பார்த்தால் கடுப்பு வரும். ஜெயலலிதாவை அவரது ஆளுமைக்காக நேசிக்கும் பெண்கள் பலரும், அவரை சினிமாவில்கூட அப்படிப் பயந்த பெண்ணாகப் பார்க்க விரும்புவது இல்லை. ஆனால், 'இந்த ஆளுமையெல்லாம் உங்களுக்குத் தேவையே இல்லை. காபி எடுத்துட்டு வந்து கைகட்டி நின்னா போதும்' என்றே தமிழ் சினிமா காலங்காலமாக கதாநாயகிகளைக் கையாள் வதன் மூலம் பெண்களின் தலையில் ஓங்கி அடித்துக் கொண்டே இருக்கிறது.

என் கல்லூரிப் பேராசிரியை சேதுலஷ்மி, உலக சினிமா ரசிகை. வகுப்பில் பெரும்பாலான நேரம் சினிமா பற்றியே பேசிக்கொண்டிருப்பார். உலக சினிமாவில் தமிழ் சினிமாவும் அடக்கம்தானே. 'நம்ம சினிமா, பெண்களோட கற்பு விஷயத்தில் காண்பிச்ச அக்கறையை, கட்டின புருஷன்கூடக் காட்டியிருக்க மாட்டான்' என அடிக்கடி சொல்லிச் சிரிப்பார். 'அந்த 7 நாட்கள்' கிளைமாக்ஸில் 'எண்ட காதலி ஞிங்கள பாரிய ஆகாம். பக்ஷ ஞிங்கள பாரிய என்ற

காதலியாகான் பற்றில்லா' என வசனம் அனல் பறக்கும்போது, அம்பிகா போலவே தியேட்டரில் பெண்களும் தங்கள் தாலிக்கயிற்றை இறுக்கிப் பிடித்திருக்கக்கூடும். 'காதலனை ஒரு நிமிடம்கூட மறக்க முடியவில்லை. கட்டின கணவனோடு சேர்ந்திருக்க மனமே இல்லை. பிரிந்து செல்ல கணவனும் ஆமோதிக்கிறான். அப்புறம் ஒரு மஞ்சள் கயிறு எப்படிப் பிரச்னை பண்ணுது?" என்று கேட்டால், அதற்கும் பாலக் காட்டு மாதவனே பதில் சொல்லிருப்பார். 'அதாணு ஸாரே நம்மள பண்பாடு!'

பண்பாட்டை எந்தக் காலத்திலும் பெண்களே கட்டிக் காப்பாற்ற வேண்டும் என்று, பெண்களையும் நம்பவைத்ததில் சினிமாவின் பங்கை மறுக்கவே முடியாது!

கணவனை இழந்த பெண்களைக் காதலித்து மறுமணம் செய்த புரட்சியாளர்களை எல்லாம் தமிழ் சினிமா கண்டிருக்கிறது. ஆனால், புரட்சிக்கு ஒரே ஒரு கண்டிஷன் தான். முதல் இரவுக்கு முன் அவளுடைய முதல் கணவன் செத்துப்போயிருக்க வேண்டும். தாலி கட்டித் திரும்பும்போது

வேன் கவிழ்ந்து செத்தாலும் சரி, பரிசலில் போகும்போது வெள்ளம் வந்து செத்தாலும் சரி... அட்லீஸ்ட் முதல் இரவு அறையில் விளக்கை அணைப்பதற்கு முன் அவன் ஒரு பாம்பு கொத்தியாவது செத்திருக்க வேண்டும். முதல் இரவுக்குப் பின் அவன் செத்தால், இரண்டாவது காதல் நோ; இரண்டாவது திருமணம் நோ; புரட்சி நோ!

அதேபோல ஒரு குழந்தையோடு இருக்கும் ஹீரோயினை ஹீரோ விழுந்து விழுந்து காதலிப்பார். 'கிரேட்யா...' என மனதுக்குள் மகிழும்போதே, ஒரு ஃப்ளாஷ்பேக் விரியும். அது அவளது அக்கா குழந்தை அல்லது ஆசிரமத்தில் இருந்து எடுத்து வளர்க்கும் தத்துக்குழந்தை என்று! அந்தப் பெண், மனதால்கூட யாரையும் 'தொடாத' ஒருத்தியாக இருப்பாள். 'நீ என்ன முழுசாப் பாத்துட்ட... நீதான் என் புருஷன்'- இந்த வசனத்தை எத்தனை படங்களில் கேட்டிருப்போம். வன்புணர்வுக்கு ஆளாக்கப்பட்ட எல்லா பெண்களும் சினிமாவில், தற்கொலை செய்துகொண்டு இறந்திருக்கிறார்கள்; அல்லது காதலனாலேயே கொல்லப் படுவார்கள். வன்புணர்வுக்கு ஆளானால் அவள் உயிரோடு இருக்கவே கூடாது என்ற வன்கருத்தை சினிமா காலந் தோறும் பரப்பிக்கொண்டே இருக்கிறது. தப்பித்தவறி உயிரோடு இருந்தால், அவளை வன்புணர்ந்தவனுக்கே கட்டி வைத்துவிடுவார்கள். 'ஒருநாள்தானே பண்ண, இனி தினமும் பண்ணிக்கோ!' என அர்த்தமா அதற்கு!?

'இந்தப் பொம்பளைங்களே இப்படித்தான்... குத்துங்க எஜமான் குத்துங்க!' என்ற காலம் முதல் 'பொண்ணுங்களே இப்படித்தான் புரிஞ்சுபோச்சுடா' ட்ரெண்டு வரை பெண்கள் காதலில் ஏமாற்றக்கூடியவர்கள், கவிழ்த்துவிடக் கூடியவர்கள், ஆண்களின் காதலை மறுக்க உரிமை இல்லாதவர்கள் என விஷமமான கருத்துக்களை வெள்ளிக் கிழமைதோறும் சினிமா நம் மனங்களில் செலுத்திக் கொண்டே இருக்கிறது. காதல் என்ற பெயரில் இங்கு ஹீரோக்கள் செய்வதெல்லாம் ஈவ் டீசிங்தான். 'எண்ணி 30 நாள்... உன்னை என்னைக் காதலிக்கவைக்கிறேன்' என்று சவால்விடுவதில் தொடங்கி, 'நீ ஒரு மாசம் ட்ரை பண்ணு. செட் பண்ண முடியலைனா, அப்புறம் அவ இவன் ஆளு' என்று கதாநாயகியை ஏலம் விடுவதாகட்டும்... பெண்ணின்

மனதில் என்ன இருக்கிறது என்று தெரிந்துகொள்ளாமல் எல்லா தவறுகளையும் அவர்களே செய்துவிட்டு, பிறகு ஒரு பொண்ணுக்காகக் கொலை, நண்பர்களுக்கு இடையில் பகை... என ராமாயணம், மகாபாரதம் காலம்தொட்டுச் சொல்லப்படும், 'பொண்ணால்தான் போரும் பிரச்னையும்' என்ற வசனத்தை முணுமுணுப்பார்கள்.

பெண்களின் பார்வையிலான சினிமா என யோசித்தால், 'அவள் அப்படித்தான்' என சில மங்கலான நினைவுகள்தான். அந்தப் படத்திலும் சில நெருடல்கள் இருந்தாலும், வெளிவந்த காலத்தில் அது மிக முக்கியமான சினிமா. சமீபத்தில் பெண் மனதை அதன் இயல்போடு சொன்ன படம் சசி இயக்கிய 'பூ'. மாமன் மகனைக் காதலிக்கும் நாயகிக்கு வேறு ஒருவனைத் திருமணம் செய்துவைத்து விடுவார்கள். அதன் பிறகு சொந்தக் கிராமத்தின் திருவிழாவுக்கு மாமனைக் காணும் குதூகலத்துடன் வரும் நாயகியிடம், 'நீ அவனை இன்னும் மறக்கலையா?' என்று தோழி கேட்பாள். 'ஏன் மறக்கணும்?' என எந்தத் தயக்கமும் இல்லாமல், வெகு இயல்பாக நாயகி கேட்கிற அந்தக் காட்சி... கிளாஸிக்! வேறு திருமணம் செய்துவிட்டால், ஒருவனை நேசித்தது எப்படி இல்லாமல் போய்விடும்? அதை ஏன் இல்லாமல் ஆக்க வேண்டும்... என்ற நியாயமான கேள்விகளை, அழகான உணர்வைக் கடத்தும் அந்தக் காட்சி. நாயகிக்கு, தன்னைக் காதலித்தவன் மீதோ, தனது திருமண வாழ்க்கை மீதோ எந்தவொரு புகாரும் இருக்காது. அவள் மிக யதார்த்தமான பெண். அவளது காதல், காதலித்தவன் மீது ஆசிட் அடிக்காது; அவனைக் கட்டி அணைத்தபடி கத்தியால் குத்தாது; அவனைப்பற்றி சக தோழிகளிடம் புலம்பாது. படத்தின் அந்தக் காட்சி தந்த கிளர்ச்சியும், மீண்டும் மீண்டும் அது பற்றிப் பேசியதும் நினைவுக்கு வருகிறது. அப்படியான மென்ரசனையை துளிர்க்கச் செய்வதுதான், ஒரு படைப்பின் ஆன்மா!

'பருத்திவீரன்' படத்தில் 'என்னைக் கொல்லுடா' என ப்ரியாமணி கதறிக்கொண்டிருந்த சமயம்தான், 'மொழி' படத்தில் மாற்றுத்திறனாளியாக, தன் தன்மானத்தை விட்டுக்கொடுக்காத பெண்ணாக ஜோதிகா அட்ட காசப்படுத்தினார். எந்தச் சுயப் பச்சாதாபமும் இல்லாத,

யாரையும் நம்பாத கம்பீரமான பெண் அவர். அந்தப் படத்தில் பிரகாஷ்ராஜ், பிருத்விராஜ் ஏற்றிருந்த பாத்திரங்களும்கூட அப்படியானவையே. கணவனை இழந்த பெண்ணைத் திருமணம் செய்வது குறித்தோ, வாய் பேச முடியாத/காது கேட்காத பெண்ணைக் காதலிப்பது குறித்தோ, எந்தப் பெருமிதமும் அவர்களிடம் இருக்காது. மிக இயல்பாக தங்கள் காதலை வெளிப்படுத்துவார்கள். ஒரு சிறிய வசனம்கூட அந்த இரு பெண்களையும் இழிவு படுத்தாது. 'மொழி' படம் பார்க்கிற ஒரு மாற்றுத்திறனாளிப் பெண்ணின் மனதில் அந்தப் படம் எவ்வளவு நம்பிக்கையை, பெருமிதத்தை ஏற்படுத்தியிருக்கும்!

இந்தியச் சமூகத்தில், குடும்ப அமைப்பில் ஒரு பெண் சந்திக்கும் அவமானங்களை, ஏமாற்றங்களை, வாழத் துடிக்கும் ஒரு வாழ்க்கையை மிகச் சரியாகச் சொன்ன படம் ஸ்ரீதேவி நடித்த 'English Vinglish'. ஆங்கிலம் தெரியாமல் மகளிடம் அவமானப்படுவது, காபி ஷாப்பில் ஆங்கிலம் தெரியாமல் தெறித்து ஓடுவது, சிநேகம் காட்டும் நண்பனிடம் தன் துயரங்களை தாய்மொழியில் புலம்புவது... என ஒவ்வொரு பெண்ணும் தன்னை அந்தப் படத்தோடு ஒப்பிட்டுப் பார்த்துக்கொள்ள முடியும். சிநேகத்தை எதிர்பார்க்கும் இடத்தில் ஏமாற்றம், எதிர்பாராமல் கிடைக்கும் சிநேகம்... இரண்டுக்கும் இடையிலான தடுமாற்றத்தை எல்லா பெண்களும் கடந்து வந்திருப்பார்கள். 'அது மிகவும் இயல்பான ஒன்றுதான்' என ஒரு சினிமா தட்டிக்கொடுப்பதே எவ்வளவு பெரிய ஆறுதல். படத்தின் கிளைமாக்ஸ் திருமண நிகழ்வில், 'அவளுக்கு ஆங்கிலம் தெரியாது. அவள் பேச முடியாது' எனக் கணவன் சொல்ல, 'மே ஐ...' என்று ஸ்ரீதேவி எழுந்து பேச ஆரம்பிக்கும் இடத்தில் ஒவ்வொரு பெண்ணுக்கும் நம்பிக்கை வருகிறதே... அதுதான் சினிமா மேஜிக்.

'இப்போ ஏன் இவ்வளவு புலம்புறீங்க..? சினிமாவை சினிமாவா எடுத்துட்டுப் போகவேண்டியதுதானே! ஏலியனோட சண்டை போடுறமாதிரிகூட சினிமால்லாம் வருது. அதுக்காக அதெல்லாம் உண்மையா?' என்று நீங்கள் கேட்டால், உண்மை இல்லைதான்! ஆனால், நம்மில் பலர் சினிமாவை சினிமாவாக மட்டும் பார்த்துப் பழகவில்லையே!

'அங்காடித் தெரு' படம் பார்த்துவிட்டு தூத்துக்குடியில் இருந்து நிறையப் பேர் சென்னையின் 'பிரமாண்டக்' கடைகளில் வேலைபார்த்துக்கொண்டிருந்த தங்கள் பிள்ளைகளை ஊருக்கே திரும்ப அழைத்துப் போய்விட்டார்கள் என்றெல்லாம் செய்திகள் வந்தன. அது ரொம்ப நல்ல விஷயம். அதேபோல் 'அமரகாவியம்' பார்த்துவிட்டு, 'அவ காதலிக்கிறாளானு தெரியலை... கத்தியால குத்திட்டேன்' என யாராவது சொன்னால், அதற்கு யார் பொறுப்பு?!

17

‘ஏண்டா இந்த ஊருக்கு வந்தோம். கருப்பட்டி காபியைக் குடிச்சுட்டு ஊர்லயே இருந்திருக்க லாமோ?’ என நினைத்துக்கொள்ளும் பல தருணங்களை பிழைக்க வந்தவர்களுக்கு, மாநகரங்கள் பரிசளித்துக்கொண்டேதான் இருக் கின்றன. வீடு வாடகைக்குத் தேடும் வைபவம், அதில் மிக முக்கியமானது. ‘எத்தனை பேரு, யார் யார் வேலை பாக்கிறீங்க, எவ்வளவு சம்பளம், பிள்ளைங்க எத்தனை?’ என்ற சாதாரண கேள்விகளில் தொடங்கி, ‘ஒரு குழந்தைதானா, இனி வேற பெத்துப்பீங்களா, வீட்ல பெரியவங்க இருந்தாலும் கூட வெச்சிக்க மாட்டீங்கல்ல?’ என்ற அசாதாரணக் கேள்விகள் கட்டளைகளாகவே மாறிவிடும்.

சென்னைக்கு வந்துவிட்ட இந்த ஒன்பது ஆண்டுகளில், 10 வீடுகளுக்கு மேல் மாறியிருப் பேன். என் குடும்பத்தை சென்னைக்கே அழைக்க விரும்பி, வீடு தேடினேன். ‘அப்பா ஊர்ல என்ன பண்றார், நிலம் எல்லாம்

இருக்கா, இங்க நீங்க என்ன வேலை செய்றீங்க; யார் வாடகை குடுப்பாங்க, பிரேக்ஃபாஸ்ட்டுக்கு என்ன சாப்பிடு வீங்க?' என்றெல்லாம் வகைதொகையில்லாமல் விசாரித்து விட்டு, வீடு தருவதாக ஒருவர் ஒப்புக்கொண்டார். அட்வான்ஸ் தருவதாகச் சொன்ன அன்று காலையில் அவருக்கு அழைத்தால், 'வீட்ல நீங்க, உங்க அம்மா, அக்கானு ஒரே பொண்ணுங்களா இருக்கீங்க. நம்பித் தர மனசு ஒப்பலை. நீங்க வேற வீடு பாருங்க' எனக் குண்டைத் தூக்கிப் போட்டார். 'இதை அன்னைக்கே சொல்லிருக்கலாமே?' எனக் கடுப்புடன் கேட்டால், 'எனக்கு ஒண்ணும் பிரச்னை இல்லைங்க. என் மனைவிதான் இந்த ஆங்கிள்ல ஒரு கேள்வி கேட்டாப்ல. எனக்கும் சரினு பட்டுச்சு' என போனை வைத்துவிட்டார்.

ஹவுஸ் ஓனர் ஆண்களைக்கூட சமாளித்துவிடலாம். பெண் ஹவுஸ் ஓனர்களைச் சமாளிப்பது... சவால் நிறைந்த சாதனை!

எழுத்தாளர் வண்ண நிலவனின் சிறுகதை ஒன்றில் 'வளவு வீட்டம்மா' என்கிற பெண் ஒருவர் ஹவுஸ் ஓனராக இருப்பார். 'அங்கன யாரு பம்பை அப்படி அடிக்கிறது?' 'நைட் ஒம்பது மணிக்கு மேல உன்னை யாரு வெளிய சுத்தச் சொன்னது?' என சர்வாதிகாரம் செய்வார். விக்ஸ், ரேடியோ கேட்பது முதல் சாப்பாடு வரை குடித்தனக்காரர்கள் செலவிலேயே முடித்துவிட்டு, அவர்களையே அதிகாரம் செய்வார். எனக்கு ஹவுஸ் ஓனர்களாக இருந்தவர்கள், 80 சதவிகிதம் இவரோடு பொருந்திப்போகிறவர்கள்தான்.

கிருஷ்ணாம்பேட்டை சுடுகாட்டுக்கு நேர் முன்னால் இருக்கும் ஒரு வீடு அது. சுவரில் ஓர் ஓட்டை போட்டால், நேராக சுடுகாட்டில் இறங்கிவிடலாம். 10 வருடங்களுக்கு முன் அந்த ஒண்டுக்குடித்தன அறைக்கு வாடகை 800 ரூபாய்; அட்வான்ஸ் 8,000 ரூபாய். ஏகப்பட்ட சிபாரிசு களுக்குப் பிறகு, 'தனியா இருக்கிற பொண்ணுக்கு வீட்டை விட்டுட்டு அப்புறம் எதுனா ஒண்ணுன்னா, யார் அலையிறது? தெரிஞ்சவங்க சொல்றாங்களேனு விடுறேன்' என ஏகப்பட்ட நிபந்தனைகளோடுதான், அந்த ஓர் அறை வீட்டை எனக்கு வாடகைக்கு விட்டார். 'முதல் மரியாதை' வடிவுக்கரசியை சென்னைத் தமிழில் பேசவைத்தால், அச்சு

அசல் அந்த ஹவுஸ் ஓனர்தான்.

நான் தங்கியிருந்த வீட்டையும் சேர்த்து, அந்த வீட்டில் ஆறு ஒண்டுக்குடித்தனங்கள். பக்கத்து அறையில் (வீட்டில்) ஒரு கணவன் - மனைவி, ஒரு குழந்தை, கணவரின் அம்மா... என நான்கு பேர் ஒற்றை அறையில் தங்கியிருந்தார்கள். ஒரு கட்டில், டி.வி., ஓரமாக பம்ப் ஸ்டவ் கிச்சன் என ஒரே அறைக்குள் மூச்சுத்திணறும் ஒரு வாழ்க்கை. கட்டில் மேல் பாட்டியும் பேத்தியும் படுத்துக்கொள்ள அடியில் கணவன், மனைவி தூங்க வேண்டும். 'அதான் புள்ள பொறந்து நாலு வயசு ஆச்சுல்ல... இன்னும் என்ன கட்டிலை ஆட்டிக்கிட்டு. தூங்க வேண்டாமா?' என அந்த அம்மா கத்துவது சுவரைத் தாண்டி, நள்ளிரவுகளில் தெளிவாகக் கேட்கும். தொடர்ந்து 10 நிமிடங்களுக்குத் திட்டலும், பொருமலும் இருக்கும். காலையில் அப்படி ஒரு சம்பவமே நடக்காததுபோல் மாமியார், மருமகள் பேசிக்கொள்வார்கள்.

நள்ளிரவில் மட்டுமே அங்கே அடி பம்பில் தண்ணீர் வரும். அது எப்போது வரும் என 10 நிமிடங்களுக்கு ஒருமுறை அடித்துப் பார்த்துக்கொள்ள வேண்டும். தண்ணீர் வர ஆரம்பித்தால், ஒருவர் மட்டுமே உடலைச் சரிவாகத் திருப்பி ஏற முடிகிறபடி வழியாக, குடம் வைத்து தண்ணீர் பிடிக்க வேண்டும். குடிக்க, குளிக்க, துவைக்க... என அனைத்துத் தேவைகளுக்கும் அடுத்து தண்ணீர் வரும் வரை சேமித்துவைக்க வேண்டும். 'நீ தனியாத்தான இருக்க. உனக்கு எதுக்கு தண்ணி? நான் எடுத்துக்கிறேன்' என ஆளாளுக்கு என் தண்ணீரை எடுத்துக்கொள்ள, விடியும் வரை காத்திருந்து ஒரே ஒரு குடம் தண்ணீர் மட்டுமே கிடைத்த நாட்களும் உண்டு.

வேறு வழியே இல்லாமல் வாட்டர் கேன் வாங்கிக் குளித்த ஒருநாளில், ஹவுஸ் ஓனர் வந்து வகுப்பு எடுக்கத் தொடங்கினார். 'இங்க பாரு, இந்த வயசுல காசோட அருமை தெரியாது. குடுக்கிறதுக்கு நாலு பயலுகளும் ரெடியா இருப்பான். ஆனா, அதெல்லாம் சரியா வருமா சொல்லு?' என்று கேட்டார். 'ஹலோ... நான் என் காசுல தண்ணி வாங்குறேன்; குளிக்கிறேன். உங்களுக்கு என்ன?' என நான் கோபப்பட, ஆரம்பித்தது வினை. கரன்ட் கட்,

கேட்டில் பூட்டு... எனத் தொடர் துன்பங்கள். அடுத்த மாதத்தில் ஒரு பல்பு, ஒரு ஃபேன் மட்டுமே உள்ள என் வீட்டுக்கு 400 யூனிட் கரன்ட் பில் வந்ததாகச் சொல்லி வாடகையைவிட அதிகமாகக் காசு பிடுங்கினார். 'தனியாத்தான இருக்க' எனச் சொல்லி அடிப்படை வசதிகள் கொஞ்சமும் இல்லாத, நான்கு சுவர்கள் மட்டுமே இருக்கும் அறைகளை தலையில் கட்டிக் கொள்ளை வாடகை வாங்குவார்கள்.

அரும்பாக்கத்தில் நான் இருந்த வீடு அப்படியானது. இரண்டாவது மாடியில் ஒரே ஓர் அறை; ஓரமாக ஒரு சமையல் அறை; வெளியே ஒரு பாத்ரூம். இப்படியான வீட்டுக்கு என்னிடம் வாங்கிய வாடகை, கீழே சிங்கிள் பெட்ரூம் வீட்டுக்கு வாங்கிய வாடகையைவிட அதிகம்.

பேச்சிலர்களுக்கு வீடு இல்லை என்பதில், தனியே இருக்கும் பெண்களும் அடக்கம்தான். தப்பித்தவறி வீடு கொடுத்துவிட்டால், வீட்டுக்கு யார், யார் வருகிறார்கள், எவ்வளவு நேரம் இருக்கிறார்கள், நாம் எத்தனை மணிக்கு வெளியே கிளம்புகிறோம், எத்தனை மணிக்கு திரும்பி வருகிறோம் என எல்லாவற்றையும் கண்காணித்துக்கொண்டே இருப்பார்கள். தோழி ஒருத்தியின் ஹவுஸ் ஓனர், அவளைப் பற்றிய எல்லா தகவல்களையும் பேப்பரில் குறித்துக் கொள்வார்போல. தோழியின் அம்மா எப்போதாவது வரும் போது முழுக்க அவரிடம் ஒப்பிப்பார். ‘செப்டம்பர் 20-ம் தேதி ஞாயித்துக்கிழமை மத்தியானம் நீ ரெண்டு மணி நேரம் போன் பேசியிருக்க... யார்கூடப் பேசின?’ என டிசம்பரில் வந்து கேட்கும் அம்மா முன், திருதிருவென விழித்தபடி நிற்பாள் தோழி.

இப்படியான அதட்டல், மிரட்டல், உருட்டல் ஹவுஸ் ஓனர்களைக் கவிழ்ப்பது, மிகவும் சுலபம். ஆனால், கொஞ்சம் செலவு ஆகும். என் ஹவுஸ் ஓனர், சைடு தொழிலாக புடவை விற்றுக் கொண்டிருந்தார். அவர் காண்பிக்கிற பச்சை, மஞ்சள், ரோஸ் கலர் புடவைகளை சொன்ன விலைக்கு வாங்கிக்கொண்டால், அடுத்த ஒரு வாரத்துக்கு, ‘என்ன கண்ணு சாப்பிட்டியா?’ என்ற ரேஞ்சில் கவனித்துக்கொள்வார். தனியார் டி.வி சேனல் ஒன்றில் வேலை செய்யும் தோழியின் ஹவுஸ் ஓனர் அஜித் ஃபேன். அஜித் படத்துக்கு முதல் நாள் டிக்கெட் எடுத்துக் கொடுத்தால், அதை வைத்தே அடுத்த படம் வரும் வரை ஓட்டிவிடலாம். ஐந்தாம் தேதி வாடகையை 28-ம் தேதியே தருவது, சமையல் முயற்சிகளில் எப்போதாவது ஜெயித்து விட்டால் அதைப் பகிர்ந்துகொள்வது, ஹவுஸ் ஓனர் வீட்டு விருந்தினர்களை உடன் தங்கவைத்துக் கொள்வது... என விக்ரமன் பட ஹீரோபோல நடந்துகொண்டால், அவர்களை ‘பாக்கெட்’ செய்துவிடலாம். திருமணத்துக்கு முன்பு வரை இந்தப் பாடு; ஆனால் திருமணத்துக்குப் பின் வேறு சிரமங்கள்.

குடும்பம் என்றால், அப்பா, அம்மா, குழந்தைகள் என்ற அட்டவணையைப் பள்ளியில் படித்திருப்போம். அந்த அட்டவணைப்படி போய் நின்றால்தான் வீடு கிடைக்கும்.

'கணவர் இறந்துட்டார், நானும் குழந்தையும்தான் இருக்கோம்' என நின்றால், கதவையே திறக்க மாட்டார்கள். விவாகரத்தான பெண்கள் எனில் அவர்களுக்கு வீடு கொடுக்கக் கூடாது என எழுதப்படாத விதியே இருக்கிறது. ஒருவேளை ரொம்ப யோசித்து வீடு கொடுத்தாலும்கூட, அவர்கள் கடுமையான கண்காணிப்பு வளையத்துக்குள் கொண்டுவரப்படுவார்கள். உடன் வேலை செய்யும் நண்பர் ஒருநாள் வீட்டுக்கு வந்துவிட்டால் போதும், 'இந்தா பாரும்மா... நாங்கள்லாம் கௌரவமானவங்க. இப்படி எல்லாம் இருந்தா, இங்க இருக்க முடியாது. ஒரு மாசத்துக் குள்ள வேற வீடு பார்த்துக்கோ' என அடாவடி செய்வார்கள். மூன்றாம் வகுப்புப் படிக்கும் மகளோடு வசிக்கும் விஜய லஷ்மி இந்தப் பிரச்னைக்காக, அம்பத்தூரில் இரண்டு வருடங்களில் ஆறேழு வீடுகள் மாறிவிட்டார். 'எப்படியாவது சீக்கிரம் ஒரு வீடு வாங்கணும்' எனப் பார்க்கும்போதெல்லாம் புலம்புவாள்.

பெண்கள் தனியாக எவ்வளவு சம்பாதித்தாலும், எவ்வளவு நல்ல வேலையில் இருந்தாலும் தனக்கு என ஒரு வீடு எடுப்பது சென்னையிலேயே இன்னும் சிரமம்தான். 'நான் இத்தனை லட்சம் சம்பளம் வாங்குறேன்' எனச் சொன்னாலும், 'அதை விடுங்க... உங்க ஹஸ்பண்டு என்ன செய்றாரு?' எனத் தெரிந்துகொள்வதிலேயே ஆவலாக இருப்பார்கள். 'கல்யாணம் ஆயிடுச்சுனு சொல்றீங்க... கழுத்தில தாலியைக் காணோம், நெத்தியில் பொட்டு இல்லை' எனக் கேட்கப்படுகிற கேள்விகளை மனித உரிமை மீறலில் சேர்க்க முடியுமா எனத் தெரியவில்லை. 'சொந்த ஊரு எது... எந்த சாமியைக் கும்பிடுவீங்க?' என மறைமுக மாகப் பல கேள்விகள் கேட்டு சாதியைத் தெரிந்துகொள் வார்கள். 'மலையாளத்துக்காரங்கனா பொண்ணுங்க ஒரு மாதிரி இருப்பாங்கனு கேள்விப்பட்டிருக்கோம்' என இளித்தவர்களை சப்பென அறையத் தோன்றும். 'ஏன் நமக்கு இந்த நகரில் சொந்த வீடு இல்லை?' எனக் கழிவிரக்கம் கொள்ளவைக்கும் நிமிடங்கள் அவை. உண்மையில் மாநகரங்கள் இதுபோன்ற அவலங்களை மறைத்துவிட்டுத்தான் பளபளப்பாகக் காட்சியளிகின்றன. ஆனால், முழுக்க விரக்தி அடையத் தேவை இல்லை.

எங்கேயும் இருப்பதுபோல் இங்கேயும் நல்லவர்கள் இருக்கத் தான் செய்கிறார்கள்.

அப்போது சென்னையில் வரலாறு காணாத வெள்ளப் பெருக்கு. கடைக்குப் போய் பால்கூட வாங்க முடியாத நிலை. தண்ணீர் வடியும் வரை மூன்று நாட்கள் மூன்று வேளையும் உணவு அளித்துப் பார்த்துக்கொண்டது அரும்பாக்கம் ஹவுஸ் ஓனர்தான். பிறந்த நாள் அன்று பிரியாணியும் பாயசமும் செய்து, கேக் வெட்டி, ஆச்சர்யம் தந்து 'வீட்டைவிட்டுத் தள்ளியிருக்கிற பிள்ள... நாங்கள்லாம் இருக்கோம். நல்லா சாப்பிடு' எனக் கண் கலங்கவைத்த ஹவுஸ் ஓனர்களும் இருக்கிறார்கள்.

சில ஆண்டுகளுக்கு முன்பு செய்தி சேகரிக்கச் சென்ற இடத்தில் திருநங்கைத் தோழிகள் சிலர் பழக்கம் ஆயினர். சைதாப்பேட்டை நட்ராஜ் தியேட்டர் பக்கத்தில், குடிசை மாற்று வாரிய வீடு ஒன்றில் அவர்கள் ஏழெட்டு பேர் தங்கி யிருந்தார்கள். நண்பரோடு நான் அவர்களைப் பார்க்கச் சென்றிருந்தேன். எங்களை அழைத்துப்போக வந்திருந்த அந்தத் தோழிகளில் ஒருவரை, தெருவில் நின்றிருந்த ஒருவன் பின்புறம் தட்டிவிட்டுச் சென்றான். தோழியோ, 'தினமும் அது நடப்பதுதானே' என்பதுபோல் கடந்துபோய்க் கொண்டிருந்தார். நாங்கள் அங்கிருந்து கிளம்பும்போதும் அது நடந்தது. 'ஏய் பொட்டை' என ஆண்களும் பெண்களும் அவர்களைக் கிண்டல்செய்து சிரிக்க, பொறுக்கி ஒருவன் தோழியின் மார்பைப் பிடித்து அழுத்தினான். நான் சண்டைக்குப் போக, தோழி சமாதானப்படுத்தி என்னை அனுப்பிவைத்தார். நான் கிளம்பிய கொஞ்ச நேரத்தில் என்னை போனில் அழைத்தார் அவர். 'வெளிய இருந்து ஆள் கூட்டிட்டு வந்து மிரட்டுறீங்களா? உடனே வீட்டைக் காலி பண்ணுங்கனு சொல்றாங்க' என்றார். தோழர் ஒருவரின் வீட்டுக்கு அவர்கள் இடம்பெயர, அந்தக் குடியிருப்புவாசிகள் மீட்டிங் போட்டு, 'அலிங்களை வீட்டுல வெச்சிருந்தா நீங்களும் காலி பண்ணுங்க' எனத் தோழரை நெருக்க, அவர் வேறுவழியின்றி, திருநங்கைத் தோழிகளை வீட்டைவிட்டு வெளியேற்ற வேண்டியதாயிற்று.

'குழந்தை ஏன் சத்தம் போடுது?', 'நைட் ரொம்ப நேரம்

ஏன் லைட் போட்டுருக்கீங்க?', 'தண்ணிய கம்மியா செலவு பண்ணுங்க', 'முடிஞ்சா வாரத்துக்கு ஒருதடவை மட்டும் குளிங்க', 'உங்க சமையல் வாசனை எதுக்கு எங்க வீடு வரைக்கும் வருது' என ஹவுஸ் ஓனர்களிடம் இருந்து கேள்விகளை எதிர்கொள்ளும்போதெல்லாம் அம்மா புலம்புவார்... 'சொந்தமா ஒரு புறாக்கூண்டு இருந்தா இதெல்லாம் கேக்கணுமா?' என. சொந்த ஊரையும், அழகான தோட்டங்களையும் விட்டுவிட்டு பிழைப்புக்காக

இங்கே இடம்பெயர்ந்திருப்பவர் அவர். 20-30 வருடங்கள் ஈ.எம்.ஐ கட்டி, மொத்த சேமிப்பையும் போட்டு ஒரு வீட்டுக்காக வாழ்க்கையைத் தொலைக்கணுமா என சொந்த வீடு வாங்குபவர்களைப் பார்த்து ஆச்சர்யப்படுவேன் நான். ஆனால், அவர்கள் ஒவ்வொருவர் பின்னாலும் மாநகரம் தந்த இதுபோன்ற அவமானங்கள் ஏராளம் இருக்கக்கூடும்!

18

ரயிலின் பகல் நேரப் பிரயாணங்களை 'டிபன் ட்ரிப்' என்றே குறிப்பிடலாம்போல. அந்த அளவுக்கு 10 நிமிட இடைவேளைகளில் உணவுக் கடை விரிக்கப்பட்டுக்கொண்டே இருக்கிறது. கடந்த வாரம் வைகை எக்ஸ்பிரஸில் சென்னைக்கு வந்தேன். 30 ரூபாய்க்கு ஒரு பொங்கல் வாங்கி ஒரு கவளத்தைக்கூட வாயில் வைக்க முடியாமல் தூக்கி வீசியபோது, 'வேலை பாக்கிறீங்களா... எவ்ளோ ரூபா சம்பளம்?' என அருகில் அமர்ந்திருந்த பெண் திடீரெனக் கேட்டார். 'இப்போ ஏன் இந்தக் கேள்வி?' என நான் விழித்தபோது, அவரோடு வந்திருந்த பெண்ணிடம், 'எதுனா கம்ப்யூட்டர் வேலை பாக்கிறவங்களா இருக்கும். அதான் தூக்கிப் போட்டுட்டாங்க!' என அங்கலாய்ப்பு கலந்த தொனியில் சொன்னார்.

பேச்சு கொடுத்தேன். முருகேஷ்வரி எனத் தன்னை அறிமுகப்படுத்திக்கொண்டார். 'தீபாவளிக்கு டிரெஸ் எடுத்தாச்சா?' எனச்

சம்பந்தமே இல்லாத ஓர் இடத்தில் கேட்டார். 'இல்லைங்க... அப்படிலாம் பண்டிகைக்குனு தனியா எடுத்துக்கிறது இல்லை. தேவைப்படுறப்போ எடுக்கிறதுதான்' என்ற என் பதில், அவருக்கு அதிர்ச்சியை அளித்தது. 'டிரெஸ் இல்லாம என்ன பண்டிகை?' என அசுவாரஸ்யம் அடைந்தார். முருகேஷ்வரியும் அவரது தோழிகளும் தீபாவளி டிரெஸ் வாங்குவதற்காகவே, வத்தலக்குண்டில் இருந்து சென்னைக்கு வந்துகொண்டிருக்கிறார்கள். 'விளம்பரத்துல அவ்ளோ பெரிய பெரிய கடைகளைக் காட்டுறாங்க. அங்ஙன துணி வாங்கணும்னு எம் மகன் ஆசைப்பட்டான்' என அருகில் இருந்த 11 வயது பையனைக் காட்டினார். அவரோடு வந்திருந்த எல்லா பெண்களுக்கும் ஒன்றோ, இரண்டோ குழந்தைகள் இருந்தனர். 'மதியம் சென்னையில் இறங்கி துணி வாங்கிவிட்டு, அரக்கப்பரக்க ஓடி, இரவு நேர பாண்டியனின் 'அன்ரிசர்வ்டு' பெட்டியில் இடம்பிடித்து ஊர் திரும்பிவிடுவோம்' எனச் சொன்னார்கள்.

நான் பொங்கல் வாங்கி 'வீணாக்கிய' 30 ரூபாய்க்காக அதிர்ச்சியடைந்தவர்கள், இவ்வளவு தொலைவு பயணித்து துணி வாங்குவது எனக்கு வியப்பை அளித்தது. இத்தனைக்கும் முருகேஷ்வரி, வீட்டில் பலகாரம் சுட்டு விற்பவர். தீபாவளி துணிக்காக ஒரு வருடமாக, மாதம் 300 ரூபாய் எனச் சேர்த்துவைத்த பணத்தைக் கொண்டுவந்திருந்தார்.

பால்ய வயதில் 'அரசன் ரெடிமேட்ஸில்' துணி எடுக்க அம்மா எங்கள் மூவரையும் அழைத்துப்போன ஒரு தீபாவளிக்கு முந்தைய நாள் என் நினைவுக்கு வந்தது.

கடையில் இருப்பதிலேயே காஸ்ட்லி சுடிதாரை கையில் தூக்கிக்கொண்டு அக்கா நிற்க, விலையைப் பார்த்ததும் அம்மாவின் முகம் வெளிறியது. எங்கள் அனைவருக்குமான அம்மாவின் பட்ஜெட், அந்த ஒற்றைச் சுடிதாரின் விலை. 'அது வேண்டாம்டா... அவ்வளவு காசு இல்லை அம்மாகிட்ட' எனச் சொன்னபோது அவர் கண்கள் கலங்கியிருந்தன. வேறு ஒரு சின்னக் கடைக்கு அழைத்துப்போய், வாங்கிக் கொடுத்த 300 ரூபாய் வயலெட் கலர் சுடிதாரின் டிசைன் இன்றும் நினைவில் இருக்கிறது.

கொஞ்சம் வளர்ந்ததும் தாவணி மீது பயங்கர கிரேஸ் உண்டானது. பாட்டுப் போட்டியோ, க்விஸ் போட்டியோ

தாவணி அணிந்து மேடை ஏறினால்தான் இளைஞர்கள் பார்ப்பார்கள் என நினைப்பு. ஆனால், வயதுக்கு வந்தவர்கள்தான் தாவணி அணிய வேண்டும், திருமணம் ஆனவர்கள் தாவணி அணியக் கூடாது என்ற கறார் விதிகள், அமலில் இருந்த காலம் அது. தேவிகா ஒன்பதாவது படிக்கும்போதே தாவணி அணியத் தொடங்கிவிட்டாள். தாவணியுடன் அவள் உலா வருவதை நாங்கள் பொறாமையுடன் பார்ப்போம். 'நாம எப்ப வயசுக்கு வருவோம்?' என உள்ளுக்குள் ஏங்கவைத்தது தாவணிதான். தாவணி அணிந்ததும் எங்கள் நடையே மாறிவிடும். வாத்துபோல தத்தி தத்தித்தான் நடந்தோம்; அப்படித்தான் நடக்கவும் முடியும். முழுக் கவனமும் உடையிலேயே இருப்பதால், தலை இயல்பாகவே கவிழ்ந்துகொள்ளும். 'அதுதான் வெட்கமா... அல்லது எக்ஸ்ட்ராவாக ஏதாவது செய்ய வேண்டுமா?' என்றெல்லாம்கூட நாங்கள் பேசியிருக்கிறோம். அப்போதெல்லாம் டீன்-ஏஜ் பெண்களின் தீபாவளியைத் தகதகக்க வைத்தவை தாவணிகள்தான்.

சாட்டிலைட் சேனல்கள் பரவலாவதற்கு முன்பு, தீபாவளிக்கு முந்தைய இரவில் புதுப் படத்தின் செகண்ட் ஷோவுக்குக் கிளம்பிவிடுவார்கள் ஆண்கள். பெண்களுக்கு அன்றைக்கும் தூர்தர்ஷன் சேனல்தான். இரவில் அம்மா, அத்தை, அக்கா அனைவரும் வீட்டில் பலகாரம் சுடும்போது, நாங்கள் தூர்தர்ஷன் முன்பு காத்துக்கிடப்போம். அதில் ஏதேனும் ஆதிகாலத்து சினிமாவை ஒளிபரப்புவார்கள். வேறு வழி இல்லாமல் பலகார செக்ஷனில் தலை நீட்டுவோம். எப்போதும் மின்சார வோல்டேஜ் குறைவாக இருக்கிற ஒரு காம்பவுண்டு வீட்டில் அப்போது குடியிருந்தோம். கிரைண்டர் ஓடவே ஓடாது. தீபாவளிக்கு முந்தைய நாள் மாலை இட்லி மாவு அரைக்க, வடைக்கு மாவு அரைக்க, இருக்கும் ஓர் ஆட்டுக்கல் முன்பு இடம் ரிசர்வ் செய்வார்கள் அம்மாக்கள். மாலை ஆரம்பித்து அதிகாலை வரை மாற்றி, மாற்றி ஒவ்வொருவராக அரைத்துக் கொண்டிருப்பார்கள். விடிய விடியப் பலகாரம் சுடுகிற வேலைதான் அம்மாக்களுக்கு. முதலில் ஆர்வமாக உட்கார்ந்திருக்கும் நாங்கள் நேரம் ஆக, ஆக கிடைத்த இடத்திலேயே தூங்கியிருப்போம். அதிகாலையில் எண்ணெய் தேய்க்க எழுப்பும்போதுதான் தெரியும்... அம்மாக்கள் தூங்கியிருக்கவே இல்லை என.

அதிகாலை 3 மணிக்கு மட்டன் வாங்க எழுந்த அசதியில், காலை சாப்பாடு சாப்பிட்டதும் அப்பா தூங்கிவிட, மதியம் சமைக்கும் வேலை அம்மாவை 'வா, வா' என இழுக்கும். செய்த பலகாரங்களைச் சாப்பிட்டுப் பார்க்கக்கூட நேரம் இல்லாமல் ஓடிக்கொண்டிருப்பார்கள். ஆனால், அவர்களுக்கு இந்தக் கஷ்டத்தில் ஒரு புகாரும் இருக்காது. 'பிள்ளைங்க சந்தோஷமா சாப்பிட்டா சரி' எனத் தூங்காத கண்களோடு பொடி அடுப்பின் முன்பும், விறகு அடுப்பின் முன்பும் புகைந்துகொண்டிருப்பார்கள். நாங்கள் பக்கத்து வீட்டு வாண்டுகளுடன் சேட்டை, ஸ்வீட், பட்டாசு எனக் கொண்டாடுவோம். இப்போது யோசித்தால், அம்மாக்கள் அடுக்களையைவிட்டு நகரவே விடவில்லை எனக் குற்றவுணர்வு உறுத்துகிறது.

இப்போதெல்லாம் தீபாவளிகளுக்கு முந்தைய இரவில் பட்டாசுக் கடையைவிட ஸ்வீட் ஸ்டால்களில் கூட்டம்

நிரம்பி வழிவதைப் பார்க்கும்போது சந்தோஷமாக இருக்கிறது. அங்கே க்யூவில் நிற்கும் ஒவ்வோர் ஆணுக்குப் பின்பும், அடுக்களை வெக்கையில் இருந்து கொஞ்சம் நேரத்தை மீட்டுக்கொண்டு, 'உலகத் தொலைக்காட்சிகளில் முதல் முறையாக...' சினிமாவைப் பார்க்கிற ஒரு பெண் இருப்பாள்தானே!

இன்று, மாநகர இளைஞிகள் ஆயிரங்களைக் கொட்டி வாங்கப்பட்ட தீபாவளி சல்வார் அணிந்து, பேருக்கு பட்டாசு வெடித்துவிட்டு டி.வி முன்பு அமர்ந்துவிடுகிறார்கள். எங்கள் கீழ் வீட்டுப் பெண் சென்னையின் 'பிரபல கல்லூரியில் படிக்கிறாள். தீபாவளி அன்று காலையில் இருந்தே அவளை எழும்பச் சொல்லி கெஞ்சும் அம்மாவின் குரல் கேட்கும். 'லீவுலயாவது தூங்கவிடு' என மதியத்துக்கு மேல்தான் எழுந்து குளித்து சோம்பேறியாகச் சாப்பிட உட்கார்வாள். மாலையில் பட்டாசு வெடிக்கிற நேரத்தில் மட்டும், அவளது முகத்தில் பண்டிகைக் கொண்டாட்டம் சில நிமிடங்களுக்கு மின்னும். 'தீபாவளியைக் கொண்டாட மாட்டியா?' என அவளிடம் கேட்டால், 'டெய்லி ஃப்ரெண்ட்ஸ், அவுட்டிங்னு ஜாலியாத்தானே இருக்கோம். இதுல தனியா எதுக்குக் கொண்டாட்டம்?' எனக் கேட்பாளாய் இருக்கும்.

ஒரு புதுத் துணிக்காகக் காத்துக்கிடக்கிற இளம் வயதுப் பெண்கள் இன்றைக்கும் இருக்கிறார்கள். எக்ஸ்போர்ட் கம்பெனிகளில் வேலை பார்க்கும் பெண்ணுக்கோ, சிவகாசி தீப்பெட்டித் தொழிற்சாலைகளில் வேலைபார்க்கும் ஒருத்திக்கோ, தன் தீபாவளி ஆடைக்காகத் தானே உழைத்தாக வேண்டிய கட்டாயம் இருக்கிறது. தீபாவளிக்குக் கிடைக்கும் போனஸை நினைத்தே வருடம் முழுக்க அவள் உழைத்தாக வேண்டும். அம்மாவுக்குப் புடவை, அப்பாவுக்கு வேட்டி சட்டை, தங்கை, தம்பிகளுக்கு புதுத் துணி என கை நிறையப் பைகளோடு திருப்பூரில் இருந்து ஆறுமுக நேரிக்குக் கிளம்பும் ஒரு பெண்ணுக்கு, அந்தத் தீபாவளி எவ்வளவு பெருமிதம் நிறைந்ததாக இருக்கும்.

வேலை பார்த்துக்கொண்டிருந்த ஹாஸ்டல் நாட்களில் தீபாவளிக்காக, நாங்கள் தோழிகள்சகிதம் ரங்கநாதன்

தெருவை அலசியெடுத்திருப்போம். அப்போது 10 ஆயிரத்துக் குள் சம்பளம் வாங்கிய எங்களிடம் கையில் பெரிதாகப் பணம் இருக்காது. ஆனாலும், ஹாஸ்டல், மெஸ் கட்டியது போக மீதிப் பணம் அனைத்தும் துணியாக மாறும். வீட்டில் இருக்கும் அனைவருக்கும் ஒரு டிரெஸ்ஸாவது வாங்கியாக வேண்டும் எங்களுக்கு. திரும்பி சென்னை வருவதற்கு வீட்டில்தான் காசு வாங்க வேண்டும் எனத் தெரிந்தும் சந்தோஷமாக ஷாப்பிங் செய்வோம்.

ஒருமுறை தீபாவளிக்கு சில வாரங்களே இருக்கும்போது, அப்பா என்னைப் பார்க்க சென்னை வந்திருந்தார். மகளிர் ஹாஸ்டல்களில் அப்பாக்கள் தங்க முடியாது. அவர் ஹோட்டலில் தனியாகத் தங்கியும் பழக்கம் இல்லாதவர். அதனால் அன்றைக்கு முழுக்க நான் அவரை தி.நகரில் ஷாப்பிங் அழைத்துச் சென்றேன். டி.வி-யில் மட்டுமே பளபள, பிரமாண்ட கடைகளைப் பார்த்தவருக்கு, நேரில் அவற்றைப் பார்த்து அதன் குளிரில் உதறியதும் சந்தோஷம் தாங்கவில்லை. 'தீபாவளிக்கு டிரெஸ் எடுத்துக்கங்கப்பா' எனச் சொன்னால், 'வேண்டாம்... வேண்டாம்...' எனச் சொல்லிக்கொண்டே சந்தோஷமாக வாங்கிக்கொண்டார். ஊருக்குச் சென்றதும் அந்த ஆடையை அணிந்துகொண்டு, 'டி.வி-ல காட்டுறான்ல... அந்தக் கடைல என் பொண்ணு வாங்கிக் குடுத்தா!' என அப்பா சொல்லித் திரிந்ததை, 'பட்டிக்காட்டான் முட்டாய்க் கடையைப் பார்த்த மாதிரி சொல்லிட்டுத் திரியுறாரு!' என அம்மா பூரிப்போடு போனில் சொல்லிச் சிரித்தார்.

சமீப வருடங்களில் சென்னையில் இருந்து ஊருக்குச் செல்ல டிரெயின் டிக்கெட் கிடைப்பதே தீபாவளிக் கொண்டாட்டத்தைத் தீர்மானிக்கும் விஷயமாக மாறி விட்டது. தீபாவளிக்கு முந்தைய நாளில் சென்னையின் பிரதான சாலைகள் வெறிச்சோடிக்கிடக்க, தாம்பரம்-விழுப்புரம் சாலைகள் நெரிசலில் திணறும். படிகளில் தொங்கிக்கொண்டு பக்கத்து ஊருக்குப் போவதுபோல், 14 மணி நேரப் பயணத்துக்குத் தயாராக நிற்பார்கள். ரயிலில் அன்ரிசர்வ்டு பெட்டியைப் பார்த்தால், பூகம்பம் வந்து ஊரைக் காலி செய்துபோகிறார்களோ என்ற அளவுக்கு கூட்டம் பிதுங்கி வழியும். ரயில் கழிப்பறைகளில்கூட

பேப்பர் விரித்து உட்கார்ந்திருப்பார்கள். அதே ரயிலின் ரிசர்வேஷன் பெட்டிகளில் உட்கார்ந்திருப்பவர்கள் முகங்களில் சாதித்த திருப்தி தெரியும். அவர்கள் அந்த ரயில் டிக்கெட்டுக்காக அபாரமாக உழைத்தவர்கள். தீபாவளிக்கு எப்போது முன்பதிவு ஆரம்பிக்கும் எனக் காத்திருந்து, கச்சிதமாக 60 நாட்களுக்கு முந்தைய இரவில் ரிசர்வேஷன் கவுன்ட்டர் முன்பு துண்டு விரித்துப் படுத்துக்கிடந்து, தங்கள் இருக்கையைக் கைப்பற்றியவர்கள்!

இப்படி, உட்கார்ந்துகொண்டு போனாலும் சரி, தொங்கிக்கொண்டு போனாலும் சரி களைப்பை மீறி ஊருக்குச் செல்லும் உற்சாகம் அவர்களிடம் தெரியும். அவர்கள் ஒவ்வொருவரையும் எதிர்பார்த்து அம்மாவோ, அப்பாவோ, மனைவியோ, குழந்தைகளோ, தங்கைகளோ காத்துக்கொண்டிருப்பார்கள். பேருந்தில் நின்றுகொண்டே 14 மணி

நேரம் பயணம் செல்பவனுக்கு ஒரு பண்டிகை நாளில், நமக்காகக் காத்திருப்பவர்களை ஏமாற்றக்கூடாது என்பதைத் தவிர வேறு என்ன எண்ணம் இருக்க முடியும்? பண்டிகை முடிந்து மீண்டும் பிழைப்புக்குத் திரும்பும் நாளில், அவர்கள் அனைவரின் கண்களிலும் ஒரு வெறுமை இருக்கும். கொண்டாட்டம் தந்திருக்க வேண்டிய புத்துணர்ச்சியே இருப்பது இல்லை. ஏனென்று யோசித்தால், பால்யத்தைக் கடக்கும்போதே, கொண்டாட்டங்களையும் கடந்து விடுகிறோம். என்றோ ஒரு தீபாவளி இரவில், அப்பாவுக்காகக் காத்திருந்து, ஏமாந்து சோர்ந்து தூங்கிப்போன பிறகு, நள்ளிரவில் அவர் எழுப்பித் தந்த பட்டாசும், அதை அப்போதே வெடித்த சந்தோஷமும், இப்போது ஆயிரக் கணக்கில் வாங்கி வெடிக்கிற பட்டாசுகளில் ஏன் இல்லை? எல்லா வருடமும் தீபாவளி வந்து செல்கிறதுதான். ஆனால், பால்யத்தின் கொண்டாட்டங்கள் மட்டுமே முகத்தில் சிரிப்பை வரவழைக்கிறதே... ஏன்?

கு.அழகிரிசாமியின் 'ராஜா வந்திருக்கிறார்' என்ற கதையில் ஓர் ஏழை வீட்டின் தீபாவளிக் கொண்டாட்டங்களை எழுதியிருப்பார். பட்டாசு வாங்கக் காசு இல்லாத அந்த வீட்டின் குழந்தைகள், வசதியான வீட்டுக் குழந்தைகள் பட்டாசு வெடிப்பதை வேடிக்கை பார்த்துக்கொண்டிருப் பார்கள். விலை குறைந்த துணியில் அளவு பெரிதாகத் தைக்கப்பட்ட புத்தாடைகள், அவர்கள் அணிவதற்காகக் காத்துக்கொண்டிருக்கும். அதிகாலையில் எண்ணெய் தேய்த்துக் குளிப்பதற்காக அந்தக் குழந்தைகள் எழும்போது, வீட்டுக்கு வெளியே சொறி பிடித்து, அழுக்காக, உடையின்றி ஒரு சிறுவன் இருட்டில் நின்றிருப்பான். அவன் பெயர் ராஜா. அவனை உள்ளே அழைக்கும் அந்த வீட்டு அம்மா, அவனையும் குளிக்க வைத்து தன் கணவனுக்குப் புத்தாடையாக வாங்கிய துண்டை அவனுக்கு அணிவித்து, தன் குழந்தைகளைப்போலவே அவனுக்கும் உணவு அளிப்பார். அவனை அழைத்துக்கொண்டு ஊர்வலம் செல்லும் அந்தக் குழந்தைகளிடம், பணக்கார வீட்டுச் சிறுவன், தன் வீட்டுக்கு தலைதீபாவளிக்கு புது மாப்பிள்ளை ராஜா வந்திருப்பதாகப் பெருமையோடு சொல்வான். உடனே இந்த வீட்டுக் குழந்தைகள், 'எங்க வீட்டுக்கும்தான்

ராஜா வந்திருக்கார்' எனக் கம்பீரமாகச் சொல்வார்கள். தங்களிடம் பட்டாசு இல்லை; விலையுயர்ந்த ஆடை இல்லை என்ற குறைகள் ஏதும் அந்தக் குழந்தைகளிடம் இருக்காது.

உண்மையில், பண்டிகைகளை குழந்தைகள்தான் கொண்டாட்டமாக கொண்டாடுகிறார்கள். குழந்தைமையைக் கடப்பதுபோலவே, நாம் கொண்டாட்ட மனநிலையையும் ஏதோ ஒரு காலகட்டத்தில் கடந்துவிடுகிறோம். மனதை அழுத்தும் அனுதின சிக்கல்கள், மறுநாள் நம்மை வரவேற்கக் காத்திருக்கும் சவால்கள், பண்டிகை நாள் கொண்டாட்டங் களைக்கூட பெரியவர்களின் மனங்களில் உறையச் செய்வது இல்லை!

ஆனாலும் தன் மகனின் தீபாவளி சந்தோஷத்துக்காக 500 கி.மீ தாண்டிப் பயணிக்கவும் தயாராக இருக்கிறார் முருகேஷ்வரி. ஓர் உடைக்காக ஒரு வருடம் காத்திருக்க வேண்டிய அந்தச் சிறுவனும் கண்கள் மினுங்க, ரயில் ஜன்னல் காட்சிகளில் மனம் நிலைகொள்ளாமல், 'சென்னை வந்துவிட்டதா?' என எட்டி எட்டிப் பார்க்கிறான். அவனுக் காகவும், அவனைப் போன்ற குழந்தைகளுக்காகவும் வந்து போகட்டும் இன்னும் பலப் பல பண்டிகைகள்.

ஹேப்பி தீபாவளி!

19

எதிர்பாராத நேரங்களில், சம்பந்தமே இல்லாத நபர்கள் வாழ்க்கையை சுவாரஸ்யமானதாக மாற்றிவிடுகிறார்கள்!

'நல்லா இருக்கியாக்கா?' என நேற்று காலையில் வந்த குறுஞ்செய்தி அப்படியானது. அந்தக் குறுஞ்செய்தியை அனுப்பியவனை இரண்டு வாரங்களுக்கு முன்புதான் சந்தித்தேன். 'மெட்ராஸ்' படத்தை ரியல் சென்னை மக்களோடு பார்க்க வேண்டும் என வட சென்னை தியேட்டர்களில் டிக்கெட் தேடி நான் அலைந்த போது, எல்லா தியேட்டர்களிலும் செம கூட்டம். கடைசியாக சங்கம் தியேட்டரிலும் டிக்கெட் கிடைக்காமல் வெளியே வந்தபோது, பிளாக்கில் சில பெண்கள் டிக்கெட் விற்றுக் கொண்டிருந்தனர். இரண்டு அல்லது நான்கு டிக்கெட்டுகளாகச் சேர்த்துவைத்திருந்தவர்களிடம், 'ஒரு டிக்கெட் மட்டும் வேணும்' எனக் கேட்டபோதுதான், அவன் அறிமுகம் ஆனான்.

"அக்கா ஒரு டிக்கெட் இருக்கு... வாங்கிக்கிறியா?" என்றான். நான் உடனே தலையசைத்தேன். "நாங்க மூணு பேரும் பசங்க, நீ ஒருத்திதான் பொண்ணு. நாலு டிக்கெட்டும் சேர்ந்துதான் இருக்கு, பரவாயில்லியா?" என்று கேட்டுவிட்டு, என்னை யோசிக்கவிடாமல், "பயப்படாதக்கா. நாங்க எல்லாம் நல்ல பசங்க. நம்பி வா" என 85 ரூபாய் டிக்கெட்டுக்கு 200 ரூபாய் வாங்கிக்கொண்டான்.

படம் ஆரம்பிக்க இன்னும் ஒரு மணி நேரம் இருக்கவே, பக்கத்தில் எங்கேயாவது போய்விட்டு வரலாம் எனக் கிளம்பினேன். "அக்கா, சீக்கிரம் வந்துடு. தலைவர் படத்தை ஃபர்ஸ்ட் சீன்ல இருந்தே பாக்கணும். மூணு தடவையும் அப்படித்தான் பாத்தோம்" எனப் பதறினான். நான்கு டிக்கெட்டுகளும் ஒரே டிக்கெட்டாக என் கையில் இருந்தது.

“நீயே வெச்சுக்கோ” என டிக்கெட்டை அவனிடம் கொடுத் தேன். அவன் வாங்கவில்லை. “நீ போயிட்டு வந்து எங்களை எங்க தேடுவ? நீயே வெச்சுக்கோ...” என்றவனிடம், என் செல் நம்பரைத் தந்துவிட்டுக் கிளம்பினேன்.

மீண்டும் தியேட்டர் வந்து சேர்வதற்குள், இரண்டு முறை அழைத்திருந்தான். எரிச்சலாக தியேட்டர் வந்தால், “அக்கா பொம்பளைங்களுக்கு அந்தப் பக்கம், நீ அந்தப் பக்கமா வா. ஸாரிக்கா டிஸ்டர்ப் பண்ணதுக்கு, அதனாலதான நீ சீக்கிரம் வந்த...” எனச் சிரித்தவனிடம் எங்கிருந்து கோபப் பட? இப்போது அவனுடன் இன்னும் இரண்டு பேர் இருந் தார்கள்.

நாங்கள் நால்வரும் தியேட்டருக்குள் உட்கார்ந்த நேரத்தில் இருந்து, மூன்று பேரும் ரணகளம்தான். ஒவ்வொரு காட்சியையும் கைதட்டி, ரசித்து, விசிலடித்துக் கொண்டாடி விட்டார்கள். மொத்த தியேட்டரும் அப்படித்தான் இருந்தது. ‘வரம் இருந்து பெத்த புள்ளடா’ என கார்த்தியின் அம்மா திரையில் சொல்லும்போது, “அக்கா... எங்கம்மாவை நீ பார்த்தது இல்லையே... இத்தே மாதிரிதான் புலம்பினு இருக்கும்” எனச் சிரித்தான். ஒவ்வொரு காட்சியிலும், “அப்படியே எங்க ஏரியாக்கா, நாங்க மூணு பேருமே ஃபுட்பால் பிளேயர்ஸ்” என ரன்னிங் கமென்ட்ரி வேறு கொடுத்துக்கொண்டே இருந்தான். அவன் கூப்பிட்ட அக்காவின் எண்ணிக்கையில், கிட்டத்தட்ட அவனை நான் தம்பியாகவே நினைக்கத் தொடங்கியிருந்தேன்.

இடைவேளையில், “அக்கா உனக்கு என்ன வாங்கிட்டு வரட்டும்?” என உரிமையாகக் கேட்டபோது மறுத்தேன். ஆனால் பெப்சி, பாப்கார்ன் வாங்கி வந்து சாப்பிட்டே ஆக வேண்டும் என மூவரும் அடம்பிடித்தார்கள். “என்கிட்ட வாங்கின 200 ரூபாயைவிட அதிகம்டா” என நான் சிரித்தபோது, “எல்லாத்தையும் காசா பார்த்துட்டு இருக்க முடியுமாக்கா?” என சென்ட்டிமென்ட் கொண்டு அடித்தார்கள். திரையில் தெரிந்த கலையரசன் மூவராக உருமாறி என் பக்கத்து இருக்கைகளில் அமர்ந்திருப்பதுபோல் தோன்றியது. படம் முடிந்து வெளியே வரும்போது மாலை 7 மணி.

நான் வீடு வந்து சேர்வதற்குள் செல்போனில் அழைத்து விசாரித்தான்... "அக்கா வீடு போய்ச் சேர்ந்துட்டியா?" என. "எங்களை நம்பி டிக்கெட் வாங்கி, கூட உக்காந்து படம் பார்த்த நீ, பத்திரமாப் போயிட்டியானு கவலைப்பட மாட்டோமா?" எனச் சொல்லிவிட்டு, அவன் பெயர் கேட்பதற்குள் செல்போனை வைத்துவிட்டான். என் பெயரை அவனும் கேட்கவில்லை. அவனுக்கு நான் அக்கா, எனக்கு அவர்கள் மூவரும் தம்பி. இடையில் பெயர் எதற்கு என நானும் திரும்ப அழைத்துக் கேட்கவில்லை.

அன்றைக்கு ஒரு நல்ல படம் பார்த்த திருப்தியைவிட, இவர்கள் மூவரையும் சந்தித்ததே அதிக மகிழ்ச்சியைக் கொடுத்தது. அவன் நம்பரை நான் 'மெட்ராஸ் தம்பி' எனப் பதிவு செய்துகொண்டேன். அவன் என்னை, 'மெட்ராஸ் அக்கா' எனப் பதிவு செய்திருக்கக்கூடும். அவன்தான், 'அக்கா நல்லா இருக்கியா?' என நேற்று குறுஞ்செய்தி அனுப்பி இருந்தான். உடனே நான் அவனை அழைத்தேன். வெகுநாள் பழகியவன்போல் லொடலொடவெனப் பேச ஆரம்பித்தான். "வீட்டுக்கு வாக்கா. எண்ணூர் சர்ச்சாண்ட தான் வீடு. என்னைக்குனு சொல்லு. நான் வந்து கூட்டிட்டுப் போறேன்" என்றான். 15 நிமிட எங்களது பேச்சில், இருவருமே இப்போதும் பெயர்களைக் கேட்டிருக்கவில்லை. இனி அடிக்கடி பேசிக்கொள்வோம்; பார்க்கவும் செய்வோம். எனக்கு இப்போது சென்னையில் பெயர் தெரியாத மூன்று தம்பிகள். வாழ்க்கையில் நம்மோடு நெடுந்தூரம் பயணிக்கக் கூடியவர்களைச் சந்திக்கும் புள்ளி எப்போதும் ஆச்சர்யம் நிறைந்தது.

கார் விபத்தில் மொத்தக் குடும்பத்தையும் பறிகொடுத்து விட்டு மனசு வெறுத்து, காசி கிளம்பியபோது, பார்வதி அம்மாவுக்கு எல்லா துயரங்களோடும் தானும் கங்கையில் தொலைந்துவிட வேண்டும் என்ற எண்ணமே இருந்தது. காசியைப் புகைப்படம் எடுப்பதற்காக வந்த சூரஜ், கங்கைக் கரையில் சிலைபோல உட்கார்ந்திருந்த பார்வதி அம்மா விடம், "உங்களை ஒரு போட்டோ எடுத்துக்கட்டுமா?" எனக் கேட்க, "கடைசி போட்டோவா?" என பார்வதி அம்மா சோகமாகச் சிரித்திருக்கிறார். 'கடைசி' என்ற வார்த்தை சூரஜைத் தொந்தரவு செய்ய, பக்கத்தில் உட்கார்ந்து பேச

ஆரம்பித்திருக்கிறார். சூரஜின் பேச்சு, பார்வதி அம்மாவைத் தற்கொலை எண்ணத்தில் இருந்து மீட்டு, அவரது சொந்த ஊருக்குத் திரும்பவும் செலுத்தியது; கூடவே சூரஜும் வந்தார். இன்றைக்கு பார்வதி அம்மாவுக்கு சூரஜ்தான் மகன். இவர்கள் இருவரையும் நான் ஒரு ரயில் பயணத்தில் சந்தித்தேன். துயரின் விளிம்பில் எப்போதும் துயரம் மட்டுமே தொக்கி நிற்பது இல்லை. அங்கே வாழ்க்கையின் இன்னொரு தொடக்கப்புள்ளியும் இருக்கும் என பார்வதி அம்மா நம்பிக்கையோடு சொன்னபோது, உறவுகளைச் சந்திக்கும் அந்த மர்ம நிமிடம் குறித்து ஆச்சர்யமாக இருந்தது.

தோழி ஜெனிஃபர், எதற்கெடுத்தாலும் தன் நண்பரின் புகழ்பாடிக் கொண்டிருப்பாள். 'அப்படி என்னதான் ஸ்பெஷல் அவனிடம்?' எனத் தோன்றும். ஒருநாள் அவனைச் சந்தித்த கதையைச் சொன்னபோது வாழ்க்கை இத்தனை இனிமையானதா என ஆச்சர்யமாக இருந்தது.

கல்லூரியில் ஹாஸ்டல் ஃபீஸ் கட்ட முடியாமல், வீட்டுக்கு அனுப்பப்பட்ட ராத்திரியில், வீட்டுக்குப் போவ தற்காக பேருந்து நிறுத்தத்தில் காத்திருந்திருக்கிறாள் ஜெனிஃபர். வீட்டுக்குப் போனாலும், ஃபீஸ் கட்ட உடனே பணம் கிடைக்காது என அவளுக்குத் தெரியும். பேருந்துகள் கடந்து செல்வதைக் கவனிக்காமல், அதே யோசனையில் அவள் மூழ்கியிருந்தபோது, அவளைக் கடந்து ஒரு பைக் போயிருக்கிறது. இரண்டு மணி நேரம் கழித்து அந்த பைக் திரும்பவும் அவள் அருகே வந்து நின்றபோது, அவள் ஊருக்குச் செல்லும் எல்லா பேருந்துகளும் சென்றிருந்தன. பைக்கில் வந்தவன் அவளிடம் பேசிய அந்தச் செயல்தான், காலமெல்லாம் அவனைப் பற்றியே ஜெனிஃபரைப் பேசவைத்திருக்கிறது.

'நான் கொஞ்சம் நேரத்துக்கும் முன்னாடி போகும்போது உங்களைப் பார்த்தேன். அழுதுட்டு இருந்தீங்க. ஆனா, என்னன்னு கேட்க ஒருமாதிரி இருந்துச்சு. வீட்டுக்குப் போன பிறகும், உங்க ஞாபகமாவே இருந்துச்சு. நீங்க எதுவும் தப்பு பண்ணிடக் கூடாது, அல்லது பிரச்னையில் மாட்டிக் கக் கூடாதுனு தோணிச்சு. நீங்க இங்கே இருந்தா பார்க்க லாம்னு வந்தேன்' எனச் சொல்லியிருக்கிறான்.

ஒரு பின்னிரவில், அப்படி ஓர் ஆண் வந்து 'என்ன பிரச்னை?' என்று வாஞ்சையாகக் கேட்பான் என ஜெனிஃபர் எதிர்பார்க்கவில்லை. இப்போதும் அழுதபடி நின்ற அவளைத் தேற்றி, தன் தங்கையோடு தங்கவைத்து, மறுநாள் ஹாஸ்டல் ஃபீஸ் கட்டியிருக்கிறான். இதைச் சொல்லும்போதே ஜெனிஃபர் கண்களில் நீர் கோத்திருந்தது. அடுத்த காட்சியில் அவர்கள் இருவரும் காதலித்து, அடுத்த சில காட்சிகளுக்குப் பிறகு கல்யாணமும் செய்திருந்தால், இதில் எந்தச் சுவாரஸ்யமும் இல்லை. ஆனால், அப்படி எதுவும் நடக்கவில்லை. எந்த எதிர்பார்ப்பும் இல்லாத மனிதர்கள், தேவைப்படும் நேரங்களில் ரட்சகரைப்போல் நம் முன் வந்து நிற்பதுதான் வாழ்வின் சுவாரஸ்யமே!

குடியிருப்பில், பள்ளி-கல்லூரிகளில், விடுதிகளில், அலுவலகங்களில், பயணங்களில் நாம் நம்பிவந்தவர்களிடம் எதிர்பார்த்த அரவணைப்பு கிடைக்காது. ஆனால், எதிர்பாராத நபர் நமக்கு நண்பர் ஆவார். அவர்கள் போகிற போக்கில் சொல்லும் தகவல், ஏற்படுத்தும் அறிமுகம், கொடுக்கும் செல்போன் எண் நம் வாழ்க்கையில் பளிச் திருப்புமுனையை ஏற்படுத்தும். ஆனால், அதை அந்தத் தருணத்தில் நாம் உணர மாட்டோம்.

நாகர்கோவிலில் இருந்து சென்னைக்குக் கிளம்பும் பேருந்தில் அன்று ஏறி உட்காரும்போது, அந்தப் பயணம் வாழ்வின் மிகச் சிறந்த நண்பன் ஒருவனைப் பெற்றுத்தரப் போகிறது என நான் நினைக்கவில்லை. மதுரை அருகே நான் வந்த பேருந்து விபத்துக்குள்ளாகிக் கவிழ்ந்தபோது, கொஞ்ச நேரத்துக்கு ஒன்றுமே புரியவில்லை. பின்னால் வந்த லாரி டிரைவர்கள் ஜன்னல் கண்ணாடிகளை உடைத்து எங்களை மீட்டபோது, கை, கால், தலை என எனக்கு உடலின் எந்தப் பாகத்தையும் அசைக்க முடிய வில்லை. சாகப்போகிறோம் எனத் தோன்றிய நிமிடத்தில், 'அய்யோ காப்பாத்துங்க' என்ற ஒரு கதறல், அந்த இடத்தின் எல்லா அழுகைகளையும் மீறி பேருந்தின் பின்புறம் இருந்து கேட்டது.

நகர்ந்து நகர்ந்து அருகே சென்று பார்த்தபோது, இடது கை துண்டான நிலையில் ஓர் இளைஞன் விழுந்துகிடந்தான். அவன் கை கொஞ்சம் தள்ளிக்கிடந்தது. "அம்மா, தங்கச்சி

எல்லாரும் என்னை நம்பித்தான் இருக்காங்க. என்னைச் சாகவிட்றாதீங்க. நான் உயிரோடு இருக்கணும்" எனத் திரும்பத் திரும்பச் சொல்லிக் கதறினான். மிக அனிச்சையாக அவனது தலையை இழுத்து என் மடியில் வைத்துக்கொண்டு, "ஒண்ணும் ஆகாது. நீங்க கண்டிப்பா உயிரோட இருப்பீங்க" என நான் சொன்னபோது, மேலும் அதிகமாக அவன் அழுதான். முன்பின் தெரியாத அவன் உயிரோடு இருக்க வேண்டும் என அந்த நேரத்தில் மனதார விரும்பினேன்.

அப்புறம் ஆம்புலன்ஸ் வந்து, மருத்துவமனைக்குச் சென்று, நினைவு இழந்து... என நான் தேறவே ஒரு மாதம் ஆனது. கை துண்டான அந்த இளைஞன் முகம் மீண்டும் மீண்டும் நினைவுக்கு வந்துகொண்டே இருந்தது. அவனைத் தேடி மதுரை, திருநெல்வேலி என அலைந்து நாகர்கோவிலில் ஒரு மருத்துவமனையில் கண்டுபிடித்தேன். அவனது கையை மீண்டும் இணைக்க முடியவில்லை. என்னைப் பார்த்த நொடியில் அவன் கண்களில் தெரிந்த பரவசம், அன்பு எல்லாவற்றையும் சொல்ல வார்த்தைகள் இல்லை. "கையை எரிச்சுட்டாங்க. அவ்ளோதான் போச்சு" என சிரித்தான். ஆம்புலன்ஸில் அவனை மருத்துவமனைக்குக் கொண்டு சென்றபோது, கையை நான் எடுத்துவைத்தது அப்போது நினைவுக்கு வந்தது.

"அந்தக் கை சாகுறதுக்கு முன்னாடி நீங்க எடுத்துவெச் சீங்களே... அதுபோதும்" என அவன் சொன்னபோது, நான் அழுதுவிட்டேன்.

அந்த விபத்தின் விளைவுகளை உடல் அளவில் நாங்கள் இருவருமே சுமக்கிறோம். ஆனால் எங்களுக்குள் ஒரு நல்ல நட்பு அதில்தான் சாத்தியப்பட்டது. துயரில் சந்திக்கும் மனிதர்கள் முக்கியத்துவம் பெறுகிறார்களா, அல்லது துயரத்தை மறக்கவைப்பதற்காக எங்கிருந்தோ நமக்காக அவர்கள் அனுப்பப்படுகிறார்களா என்ற கேள்விகளுக்கு பதில் இல்லை என்னிடம். ஆனால், நேசத்துக்குரியவர்களைச் சந்திக்கும் நிமிடம் எப்போதும் ஆச்சர்யம் நிறைந்ததாக, எதிர்பாராத நேரமாகத்தான் இருக்கிறது!

20

நோபல் பரிசு வென்ற மலாலா பற்றிய செய்திகளை வாசிக்கும்போது, அவளையும் தாண்டி அவளது தந்தை ஜியாவுதீனே நினைவுக்கு வருகிறார். 'படிப்பா..? பர்தா போட்டுக்கிட்டு வீட்ல சும்மாக் கிட' எனச் சுற்றியிருப்பவர்கள் தங்கள் பெண் குழந்தைகளை அதட்டிக்கொண்டிருந்தபோது, பெண் குழந்தைக்கு படிப்பு எவ்வளவு முக்கியம் என்பதை தன் மகளுக்குச் சொல்லிக்கொடுத்த அப்பா; 'பள்ளிக்குப் போனால், துப்பாக்கியால் சுடுவேன்' எனச் சுற்றிலும் தாலிபான்கள் மிரட்டும் பின்தங்கிய சமூகத்தில், தன் மகளுக்கு அரசியல் சொல்லிக்கொடுத்த அப்பா; மலாலாவுக்கு எதிராக தாலிபான்களின் எதிர் வினை மிகப் பயங்கரமாக இருந்தபோதிலும், மகளைத் துவண்டுவிடாமல் தாங்கிப்பிடித்து, அந்தச் சோதனைகளை எதிர்கொள்ளவைத்த அப்பா. தான் பட்ட கஷ்டங்களை தன் மகள் படக்கூடாது என ஓர் அம்மா நினைத்து, மகளுக்காக உழைப்பதைப் புரிந்துகொள்ள

முடிகிறது. ஆனால், மகளின் கனவுகளைப் புரிந்துகொண்டு, கனவுகளோடு போராட அவளை அனுமதிக்கிற ஒரு தந்தை இங்கே அபூர்வம். ஜியாவுதீனைப் போன்ற தந்தையைப் பெற்ற மலாலாக்கள் கொடுத்துவைத்தவர்கள்.

எல்லா மகள்களுக்கும் முதலில் அறிமுகம் ஆகும் ஆண், அப்பாதான். ஆகவே, அவளுக்கு அவர்தான் ஹீரோ. என் சிறுவயதில், அப்பா வேகமாக நடக்கிறார் என்பதில் எனக்கு அவ்வளவு பெருமை. என் நடைக்கு ஈடுகொடுக்க அவர் மிக மெதுவாக நடந்துவருவார். ஆனால், இன்றைக்கு நான் தெருமுனை திரும்பும்போது திரும்பிப் பார்த்தால், அவர் எங்கோ பின்னால் நடந்துவருகிறார். அவர் வேகத்துக்கு நடக்கும் பொறுமை எனக்கு இல்லை. எங்கள் பள்ளி நாட்களில் எல்லா குழந்தைகளைப் போலவும், 'யார் அப்பா பெஸ்ட்?' என நாங்கள் பயங்கரமாகச் சண்டை போடுவோம். 'அப்பா மட்டும் உடன் இருந்தால் போதும், என்ன வேண்டுமானாலும் செய்துவிடலாம்' என நம்பிக்கொண்டிருந்த நாட்கள் அவை!

எங்கள் தோழிகளில் அஜிதாவின் அப்பா, ஒரு கம்யூனிஸ்ட் தோழர். நாங்கள் அப்பாக்களோடு குளத்தில் குளிக்கச் செல்லும்போது, அவள் அம்மாவுடன் அல்லது பாட்டியுடன் குளிக்க வருவாள். எந்தப் பண்டிகைக்கும் அவளது அப்பா வீட்டில் இருந்தது இல்லை. ரேங்க் கார்டில் எப்போதும் அவள் அம்மாதான் கையெழுத்து போடுவார். டீச்சர் கேட்டால், 'அப்பா ஊர்ல இல்ல' எனப் பதில் சொல்வாள். நாங்கள் அஜிதாவின் அப்பாவை 'அன்பு இல்லாதவர்' என முத்திரை குத்தினோம். உடல்நிலை சரியில்லாத நாட்களில், அப்பா என்னை ஆஸ்பத்திரிக்கு தோளில் தூக்கிப்போகும் போது அஜிதாவுக்காக வருத்தப்படுவேன்... 'அவங்க அம்மாவால் தூக்க முடியாது. அவ நடந்துதானே வரணும்' என்று. என் அப்பா வீட்டில் இல்லாத நாட்களில் நான் தூங்கியதே இல்லை. எவ்வளவு நேரம் ஆனாலும் அவருக் காகக் காத்திருந்து, அவர் வந்த பிறகுதான் தூங்கப்போவேன். அவர் இல்லாத வீட்டில் தூங்குவது, கொடுங்காட்டில் தனித் திருப்பதைப்போல ஒரு பயத்தை உருவாக்கிவிடும்.

அப்பா எப்போதும் உடன் இல்லாததாலே அந்தக் குட்டி வயதிலேயே அஜிதா பக்குவமாகவும் நிதானமாகவும் நடந்துகொண்டாள் என்பதை இப்போது புரிந்துகொள்ள முடிகிறது. ஏனெனில், 'அப்பாதான் உலகம்' என்பது வெகு சீக்கிரமே இல்லாமல் ஆனது. அவர் தூக்கிவைத்து விளையாடுவதும், குளத்துக்குக் குளிக்க அழைத்துப்போவதும், எண்ணெய் தேய்த்துவிடுவதும், காத்தாடி செய்து தருவதும் என அவரிடம் ஈர்த்த விஷயங்கள் 10 வயதுக்குப் பிறகு இல்லாமல்போனது. தொடர்ந்த ஆண்டுகளில் அப்பா எங்களிடம் இருந்து விலகத் தொடங்கினார். 'அதான் வளர்ந்தாச்சுல... பொம்பளைப் பிள்ளை இனியும் எதுக்கு அப்பாவைப் பிடிச்சித் தொங்கிட்டு..?' என்ற வார்த்தைகள் மகள்களின் மனதை எவ்வளவு காயப்படுத்தும் என்பதை யாரும் புரிந்துகொள்வதே இல்லை!

'அப்பாவா இருந்தாலும் அவர் ஒரு ஆம்பிளை. லிமிட்டா பழகு...' எனப் பெரும்பாலான பெண் பிள்ளைகளுக்கு மூளையிலேயே பதிவாகியிருக்கிறது. மணிக்கு ஒருமுறை அதை நினைவுபடுத்தவும் ஆட்கள் சுற்றியிருக்கிறார்கள். அப்பா என்னில் இருந்து விலகத் தொடங்கிய நாட்களை

இப்போதும் வலியுடன் நினைவுகூர முடியும்.

கல்லூரி சேர்த்துவிட்டு முதல் நாள் பேருந்தில் வீடு திரும்பியபோது, நான் அப்பா தோளில் சாய்ந்து தூங்கத் தொடங்கினேன். உடனே அப்பா நெளியத் தொடங்கினார். கொஞ்ச நேரத்தில் எழுந்த அவர், என்னை அந்த ஸீட்டில் படுக்கவைத்துவிட்டு, முந்தைய ஸீட்டில் போய் உட்கார்ந்து கொண்டார். நான் பாதுகாப்பாக இருக்கிறேனா என நிமிடத்துக்கு நான்கு முறை திரும்பித் திரும்பி என்னைப் பார்த்தார். மறுநாளில் இருந்து வீட்டை விட்டு ஹாஸ்டலில் தங்கிப் படிக்கப்போகிற பெண்ணான எனக்கு, அன்றைக்குத் தேவையாக இருந்தது அப்பாவின் தோள்களே. ஆனால், அவை எனக்குக் கிடைக்கவில்லை. இதுபோன்ற பல சங்கடமான சந்தர்ப்பங்கள் என் தோழிகளுக்கும் நிகழ்ந்தன.

இதில் இன்னொரு பார்வையும் உண்டு. ஃபேஸ்புக்கில் கொஞ்ச நாட்களுக்கு முன்னர் நண்பர் சங்கர் ஒரு விஷயத்தை வருத்தத்துடன் பகிர்ந்திருந்தார். வீட்டுக்குள் நுழைந்ததுமே ஓடிவந்து கட்டிப்பிடிக்கும் மகள், தன்னைக் கட்டிப்பிடித்தபடி தூங்கிக்கொண்டிருந்த மகள், திடீரெனத் தன்னிடம் இருந்து விலகுவது பற்றி வருத்தத்தோடு சொல்லியிருந்தார்... 'பேசக் கூப்பிட்டால்கூட, ஓடிப்போய் ஒளிந்துகொள்கிறாள். என் மகள் ஏன் என்னைப் பார்த்து வெட்கப்படுகிறாள். மனைவியிடம் கேட்டால் 'பெண் பிள்ளைகள் அப்படித்தான்' என்று சொல்கிறாள். என் மகளுக்கும் எனக்கும் இடையே பேச ஒன்றுமே இல்லையா இனி?' என ஆதங்கத்தோடு எழுதியிருந்தார். இது இயல்பான அப்பாக்களின் வேதனை!

எங்கள் அப்பாக்கள் எங்கள் படிப்புக்காக, திருமணத்துக் காக, காசு சேர்க்க என எங்களுக்காகத்தான் ஓடிக்கொண் டிருந்தார்கள். ஆனால், அதை எங்களில் இருந்து விலகிச் செய்துகொண்டிருந்தார்கள். அப்பா வீட்டில் இல்லை என்றால் தூங்காத நாட்கள் போய், 'அப்பா ஏன் வீட்டுக்கு வருகிறார்?' என வருந்திய நாட்களும் விரைவிலேயே வந்தன. 'சைக்கிளில் தனியாப் போனா, யாராவது ஏதாவது சொல்வாங்க? நானே கொண்டுபோய் விடுறேன்' என அவர்கள் எங்களைப் பாதுகாக்கத் தொடங்கினார்கள். மாலை 6 மணி டியூஷனுக்கு அப்பாக்களின் பின்னால்

அமர்ந்து நாங்கள் பாதுகாப்பாகச் சென்றுகொண்டிருக்கும் போது, எங்களைக் கடந்து அஜிதா தனியாக சைக்கிளில் சென்றுகொண்டிருந்தாள். எங்களை முன்னால் விட்டு, அப்பாக்கள் பின்னால் நடந்து வந்தபோது, அஜிதாவின் அப்பா அவள் தோளில் கைபோட்டுப் பேசியபடி சாலைகளில் அழைத்துச் சென்றார். அவளது அப்பாவை நண்பர்கள் அழைப்பதுபோல், அவளும் சில நேரங்களில் 'தோழர்' என்றே அழைக்க ஆரம்பித்திருந்தாள். கெஞ்சிக் கேட்டால்கூட சினிமாவுக்கு எங்கள் அப்பாக்கள் மறுத்த நாளில், அஜிதா அவளது அப்பாவோடு கட்சிக் கூட்டங்களுக்கு வெளியூர் செல்ல ஆரம்பித்திருந்தாள். 'மேத்ஸ் படிச்சாதான் வேலை; பி.காம் படிச்சாதான் கல்யாணத்துக்கு ஈஸியா மாப்பிள்ளை பார்க்க முடியும்' என்ற அளவீடுகளை வைத்து, வீட்டினர் எங்கள் படிப்பை முடிவுசெய்த நாட்களில், 'உனக்குப் பிடிச்சதைப் படிடா' எனச் சொன்ன அஜிதாவின் அப்பாவை ஆச்சர்யமாகப் பார்த்தோம். அஜிதாவைப் பார்த்துப் பரிதாபப்பட்ட நாட்கள் போய், அவளை ஏக்கத்தோடு பார்க்க ஆரம்பித்தோம். 'அஜிதா வீட்ல பொறந்திருக்கணும்டி' என ஸ்ரீதேவி வெளிப்படையாகவே புலம்ப ஆரம்பித்தாள்.

உடன்படித்த ஆணோடு பேசியதற்காக ஸ்ரீதேவி வாயில் அறைவாங்கி அழுத நேரத்தில் தான், அஜிதா தன் நண்பர்களை வீட்டுக்கு அழைத்துவந்து அப்பாவோடு உட்கார்ந்து அரட்டை அடித்துக்கொண்டிருந்தாள். 'வெளியூரில் வேலைக்குப் போகிற எண்ணத்தைத் தூக்கிப்போட்டுடு' என்ற அதட்டல்களை நாங்கள் கேட்டுக்கொண்டிருந்த போது, அஜிதா படிப்பதற்காக வெளியூர் கிளம்பிச் சென்றாள். அவள் விடுமுறைக்கு வரும் நேரங்களில் 'தோழர் அப்பா' வேலைகளை விடுத்து வீட்டிலேயே இருக்க ஆரம்பித்தார். 'நாங்க பார்க்கிற மாப்பிள்ளையைக் கட்டிக் கிட்டா போதும்; அப்பா உனக்கு வேணுமா... வேண்டாமா?' என கவிதாவின் அப்பா கத்தியபோது, அஜிதா தன் காதல் பற்றி அப்பாவோடு பேசிக்கொண்டிருந்தாள். அஜிதாவே தன் காதலை 'வேண்டாம்' என ஒதுக்கிவந்தபோது, அதையும் அவளது அப்பா ஏற்றுக்கொண்டார். என் 23-ம் வயதில் எதற்கு என்றே தெரியாமல் சண்டை போட்டுக்

கல்யாணம் செய்துகொண்டபோது, அஜிதா தெளிவான இலக்கோடு படிப்பதற்காக வட இந்தியா கிளம்பிச் சென்றாள். இன்றைக்கும் அவள் திருமணம் செய்துகொள்ள வில்லை. பெண்கள், குழந்தைகள், சினிமா, புத்தகம் என ஓடிக்கொண்டே இருக்கிறாள். சோர்வாக இருக்கும்போது சாய்வதற்குத் திரும்பினால், தோள்கொடுக்க தோழர் எப்போதும் இருக்கிறார்!

'சைக்கிளில் போனா கீழ விழுந்துருவ, பைக் பில்லியனில் உக்காந்துக்கோ' எனச் சொல்லும் அப்பாக்களின் பாசத்தை மகள்கள் எப்போதும் புரிந்துகொள்கிறார்கள். ஆனால், 'பில்லியன் எப்போதும் நிரந்தரம் இல்ல. நீ தனியா ஓட்டிப் பழகிக்கோ. நீயா ஓட்டிட்டுப் போறதுதான் கடைசிவரைக்கும் பாதுகாப்பு' எனச் சொல்கிற அப்பாக்களையே விரும்பு கிறார்கள். 'என்கிட்ட ஒரு பையன் புரப்போஸ் பண்ணி ருக்கான். பேசிப் பார்க்கட்டுமா?' என அஜிதா போல் வீட்டில் பேச எங்களுக்கு இடம் இருந்திருந்தால், படிப்பைப்

பாதியில் விட்டுவிட்டு ஸ்ரீதேவி ஏன் ஓடிப்போக வேண்டும்? 'உன்னை ஒரு பையனோட பார்த்தேன். இனி அப்படிப் பார்த்தா அப்பா உயிரோட இருக்க மாட்டேன்' என்பதற்குப் பதிலாக, 'பேசு... பழகு... ஆனா, படிப்பு முக்கியம்!' என அவர் தோழமையோடு சொல்லியிருந்தால், குறைந்தபட்சம் அவள் படிப்பு முடியும் வரை 'ஓடுவதைப் பற்றி யோசித் திருக்க மாட்டாள்.

மதுரையில் கல்லூரியில் படிக்கும் ஒரு டீனேஜ் பெண், கொஞ்ச நாட்களாக என்னோடு பேசிக்கொண்டிருக்கிறாள். 'அப்பாதான் எல்லாம்' என இருந்த பெண் அவள். கல்லூரி முதல் ஆண்டு படிக்கும்போது அப்பா திடீரென இறந்து போனதும், என்ன செய்வது எனத் தெரியாமல் தடுமாறிப் போயிருக்கிறாள். படிப்பு, குடும்பம் என எல்லாவற்றையும் அம்மா பார்த்துக் கொண்டபோதும், அப்பாவின் வெறுமையை இவளால் எதைக்கொண்டும் நிரப்ப முடிய வில்லை. பார்க்கிற எல்லா ஆண்களிடமும் அப்பாவைத் தேடத் தொடங்கியிருக்கிறாள். 'நேரத்துக்குச் சாப்பிடு' என யாராவது சொன்னால், உடனே கண்களில் நீர்கோக்க அவருக்கு அப்பா ஸ்தானத்தைக் கொடுத்துவிடுவாள்.

இரண்டு மூன்று மாதங்களுக்கு முன்னால், ஒரு பின்னிர வில் காரணமே சொல்லாமல் போனில் கதறியழத் தொடங்கினாள். 10 நிமிடங்களுக்குப் பிறகுதான் அவளால் திக்கித்திக்கி விஷயத்தையே சொல்ல முடிந்தது. ஃபேஸ்புக்கில் அறிமுகமான ஒரு பெரிய மனிதரிடம் பேச ஆரம்பித்திருக் கிறாள். அவரது குரல் இவளது அப்பா குரல்போலவே இருந்ததும், வழக்கம்போல் அப்பா இடத்தை அவருக்குத் தந்திருக்கிறாள். அவளது ஊருக்கு ஒரு நிகழ்ச்சிக்காகச் சென்றவர், இவளை தான் தங்கியிருந்த ஹோட்டலுக்கு வரச் சொல்லிருக்கிறார். அப்பாவைப் பார்க்கும் ஆவலில் சென்ற அவள், ஓர் 'ஆணை'க் கண்டு திரும்பியிருந்தாள். 'அவர் ஏன் என்னை தன் பொண்ணா நினைக்கலை? இப்போ எனக்கு எங்க அப்பாவைப் பார்க்கணும்போல இருக்கு!' என மணிக்கணக்கில் அன்று அழுதாள்.

மகள்களை தன் மடியில் இருந்து இறக்காமல் கொஞ்சிக் கொஞ்சி அப்பாக்கள் வளர்த்ததால், தனியாக உலகை

எதிர்கொள்ளவேண்டி வரும்போது தடுமாறிப்போகிறார்கள் மகள்கள். ‘அப்பா மாதிரி’ என வழியில் சந்திக்கும் யாரையோ சிம்மாசனத்தில் தூக்கிவைத்து, பிறகு அதிர்ச் சியில் அழுத சம்பவங்களை மட்டும் எழுதிக்கொண்டே இருக்கலாம். ‘நீ தனியா நட, யாரும் எப்பவும் உன்கூட இல்லை, உன்னால் முடியும்’ என ஒரு பெண்ணுக்கு அறிவுரை சொல்கிற பாணி எழுத்துக்களைப் படித்தபோது சிலிர்த்துப்போனது. அந்த எழுத்தாளரை நேரில் சந்தித்தே ஆக வேண்டும் எனக் கால்கள் பரபரத்தன. வேறொரு வேலையாக சென்னை வந்த முதல் நாள் அரக்கப்பரக்க ஓடியது அவரைப் பார்க்கத்தான்.

கூப்பிட்டு உட்காரச் சொல்லி, சாப்பிட வைத்து, அன்பாகப் பேசியபோது, அவரை அப்பா ஸ்தானத்துக்குக் கொண்டுபோயிருந்தேன். அடுத்த சந்திப்பில் என் மனப் படபடப்பை அடக்க யோகா சொல்லிக்கொடுத்தார். அதற்கு அடுத்த சந்திப்பில் அவர் அறைக்கு அழைத்துப் போய் கட்டி அணைத்தபோது, மதுரைப் பெண்ணைப் போலவே எனக்கும் என் அப்பாவைப் பார்க்க வேண்டும் போல் இருந்தது. என் அப்பா இடத்தை எவராலும் நிரப்ப இயலாது என்பதை அன்று புரிந்துகொண்டேன். மதுரைத் தோழியும் அதை வெகுசீக்கிரம் புரிந்துகொள்வாள். அப்பாக்கள் இல்லாத, அப்பாக்கள் விட்டுச்சென்ற, அப் பாக்கள் குடிகாரர்களாக இருக்கும் வீடுகளின் பெண்கள் மிகுந்த தன்னம்பிக்கையோடு, எதையும் எதிர்கொள்ளும் பலத்தோடு இருப்பதைக் கவனித்திருப்போம். ஆக, அன்பு நம்மைப் பலவீனப்படுத்திக்கொண்டே இருக்கிறதோ என்று எல்லாம் தோன்றுகிறது.

தனக்கும் தன் பிள்ளைகளுக்கும் ஒரே அப்பாதான் எனச் சொன்ன ஒரு பெண்ணையும், அவளது அப்பாவையும் பார்த்து அதிர்ந்து போயிருக்கிறேன். பணத்துக்காக மகளை விற்ற, குடிப்பதற்கு வாங்கிக் கொடுத்தவனுக்கு மகளை திருமணம் செய்துகொடுத்த, பெண்ணாகப் பிறந்ததற்காக குழந்தையிலேயே கொலை செய்த அப்பாக்களும் இங்கே இருக்கிறார்கள். ஆனால், குறிப்பிட்டுச் சொல்லத் தேவை இல்லாத அளவுக்கு அவர்கள் மிகமிகக் குறைவே. இங்கே பெண் குழந்தைகளின் அப்பாக்கள் எல்லாருமே பெரும்

பாலும் 'அபியும் நானும்' பிரகாஷ்ராஜ்கள்தான்; மகளது ஒரு நாய்க்குட்டிக் கனவுக்காக மலை தாண்டிப் போகவும் தயாராக இருக்கிற 'தங்கமீன்கள்' அப்பாக்கள்தான். ஆனால், எல்லா நேரங்களிலும் அவர்களால் மலை தாண்ட முடியாது என்பதுதானே யதார்த்தம்!

மாமல்லபுரம் கடற்கரையில் மகளை தோளுக்கு மேல் வைத்துக்கொண்டு, கடல் பற்றி பேசிக்கொண்டே இருக்கிற அந்தத் தந்தையை நான் ரொம்ப நேரமாக ரசிக்கிறேன். 'எப்போதும் நீ இந்தத் தோள்களிலேயே இரு... நானே சுமக்கிறேன்' என அவர் சொல்லாமல் இருக்கட்டும். ஒருநாள் அவள் தனியாக அந்த அலைகளுக்குள் பயணிக்க ஆசைப்படும்போது விரல்களை விடுவித்து அதை அவர் அனுமதிக்கட்டும். ஒரே நாளில் புரட்டிப் போட்டுவிடும் இந்த வாழ்க்கையில் எழுந்து நிற்க, ஓர் ஆணைவிட பெண்ணுக்கு, அதிகத் தன்னம்பிக்கை தேவை. அதைத் தரும் முதல் ஆணாக ஓர் அப்பா இருக்கட்டும். அந்த நம்பிக்கையில் சந்திக்கும் ஆண்களை அவள் நேசத்தோடு பார்க்கட்டும். ஆண் மீதான அவளது அவநம்பிக்கையை உடைக்கும் முதல் ஆண், அப்பாவாக இருப்பது எத்தனை அழகானது!

21

'எப்பப் பாரு... பெண்களுக்கான சினிமா வரலைனு புலம்பிட்டு! ஏன்... அதையும் நாங்களேதான் பண்ணணுமா; பொண்ணுங்க நீங்க பண்ண வேண்டியதுதானே?' எனக் கடந்த வாரம் கோபப்பட்டார் ஓர் இயக்குநர்; அவர் என் நண்பரும்கூட. ஒரு பெண்ணின் உணர்வை, இன்னொரு பெண்ணால் கூட சரியாகப் புரிந்து கொள்ள முடியாதபோது, அதை ஓர் ஆண் கச்சிதமாகச் சொல்ல வேண்டும் என எதிர்பார்ப்பது நியாயம் இல்லைதான். நண்பரின் கோபத்தை என்னால் புரிந்துகொள்ள முடிகிறது.

சினிமா தோன்றிய கொஞ்ச காலங்களிலேயே திரைக்கு பெண்கள் வந்துவிட்டார்கள். ஆனால், இத்தனை ஆண்டுகள் ஆகியும் சொல்லிக்கொள்ளும்படி, திரைக்குப் பின்னால் எந்தத் துறையிலும் பெண்கள் இல்லையே... ஏன்? சிரமப்பட்டு வந்தவர்களும் தொடர்ந்து நிற்க முடியாமல் போனதற்கு என்ன காரணம்?

சில ஆண்டுகளுக்கு முன்னர் சினிமா மீது பைத்தியம் பிடித்து, சினிமாக்களாகப் பார்த்துக்கொண்டு, அதைப் பற்றியே விவாதித்துக்கொண்டு, விநாடியும் மிஸ் செய்யாமல் விஷுவல் ஓட்டிக்கொண்டிருந்த காலகட்டம். அப்போது மிகச் சிறந்த படங்கள் இரண்டைத் தந்திருந்த ஓர் இயக்குநரை, ஒரு பத்திரிகைக்காகப் பேட்டி எடுக்கச் சென்றிருந்தேன். அவர் பேட்டிக்காகக்கூட என்னோடு சினிமா பற்றி அதிகம் பேச விரும்பவில்லை. பேட்டி எடுக்க வருபவள் ஒரு பெண் என்றதுமே, அவர் எனக்கு சினிமா பற்றி எதுவும் தெரியாது என முடிவுசெய்திருந்தார். நான் ஏன் பத்திரிகைக்கு வந்தேன், என் சொந்த ஊர் எது, என் குடும்பம் எங்கு இருக்கிறது என்பது போன்ற விஷயங்களையே கேட்டுக்கொண்டிருந்தார். ஓர் ஆதரவற்ற பெண் நடு ரோட்டில் நின்றால், அவளிடம் ஆறுதலாக விசாரிக்கும் தொனி அது. நான் அவரிடம் நல்ல சினிமாக்கள் பற்றி பேச விரும்பியிருந்தேன். சினிமாவுக்கான அவரது தேடல் பற்றி பத்திரிகையில் பகிர்ந்துகொள்ள எண்ணியிருந்தேன். ஆனால், அவர் அதற்கான வாய்ப்பை கடைசி வரை தரவில்லை.

இன்னும் கூடுதலாக, பெண்களுக்கான சினிமா பற்றி நான் பேசியபோது அவர் எரிச்சல் அடைந்தார். அப்போது ஒரு பெண் இயக்கிய படம் வெளிவந்து ஓடிக்கொண்டிருந்தது. 'என்ன படம் எடுத்திருக்கா அவ? நாலு வீடு, ஸ்லீவ்லெஸ் ஜாக்கெட் போட்ட பொம்பளை, அவளுக்கு ஒரு லவ்வாம். என்ன வாழ்க்கை இருக்கு அந்தப் படத்தில், பொம்பளைங்களுக்கு என்ன வாழ்க்கை தெரியும், தெரிஞ்சாதானே ஸ்கிரீனில் சொல்ல முடியும்?' எனக் கோபத்தோடு பேசிக்கொண்டிருந்தார். தென் தமிழகக் கிராமங்களில் மட்டுமே வாழ்க்கை இருக்கிறது என இவர்கள் எப்படித் தீர்மானிக்கிறார்கள் என எனக்கு ஆச்சர்யமாக இருந்தது.

அதுகூடப் பரவாயில்லை. பெண்களுக்கு வாழ்க்கை அனுபவங்களே இருக்காது என இவராக எப்படி முடிவு செய்தார்?

அவருக்கு சினிமாவில் பெண்கள் ஈடுபடுவது மட்டும் அல்ல, பத்திரிகையில் நான் வேலை செய்வதுகூடப் பிடிக்க வில்லை. 'போம்மா... போய் புள்ளகுட்டியைப் படிக்க வை' பாணியில் 'சினிமா, பத்திரிகை எல்லாம் தூக்கிப்போட்டுட்டு ஊருக்குப் போய் குடும்பத்தோடு இரு' என நான் கேட்காம லேயே எனக்கு அறிவுரைகளை வாரி வழங்கினார். அவரது அக்கறையை நான் குறைசொல்லவே இல்லை. சினிமா பாதுகாப்பானது அல்ல என சினிமாவுக்கு வெளியில் இருக்கிற ஒருவர் சொல்வதைப் புரிந்துகொள்ள முடிகிறது. ஆனால், சினிமாவுக்குள் இருந்துகொண்டே அதைச் சொல்ல எப்படி முடிகிறது? 'என் வீட்டில் இருக்காதே; அது பாதுகாப்பு இல்லை' எனச் சொல்வதுபோல் இல்லையா அது? அன்றைக்கு என்னிடம் அக்கறையாக நடந்துகொண்டதாக அவர் நினைத்திருக்கலாம். ஆனால், 'எனக்கு எதுவும் தெரியாது என்கிற முன்முடிவை அவர் எப்படி எடுக்கலாம்?' என ஆத்திரமாக வந்தது!

மிகப் புகழ்பெற்ற மலையாளக் கலைப்பட இயக்குநர் ஒருவருடன் ஒரு படத்தில் நான் பணிபுரிந்தேன். ஆரம்பம் முதலே அந்தப் படத்தின் எல்லா வேலைகளிலும் என்னை ஈடுபடுத்தியிருந்தேன். கடைசிக்கட்டப் படப்பிடிப்புக்காக அவர்கள் வெளியூர் கிளம்பும்போது, நானும் என் லக்கேஜை எடுத்துக்கொண்டு சந்தோஷமாகத் தயார் ஆனேன். 'உங்களைக் கூட்டிட்டுப் போக வேண்டாம்'னு டைரக்டர் சொல்லிட்டார்' என யூனிட் நண்பர் சொன்னபோது அதிர்ச்சியாக இருந்தது. 'நீ வந்தா உனக்கு தனியா ரூம் போடணும். எக்ஸ்பென்ஸிவ். பசங்க ரெண்டு மூணு பேர் சேர்ந்து தங்கிப்பாங்க. அதான் வேண்டாம்னு சொன்னேன்' என இயக்குநர் சிரித்தார். 'நானும் பசங்களோடு சேர்ந்து தங்கிக்கிறேன். நான் அவங்களை ஒண்ணும் பண்ண மாட்டேன். அவங்களையும் என்னை ஒண்ணும் பண்ண வேண்டாம்னு சொல்லுங்க!' எனக் கோபமாகச் சொன்னபோது, அவர் சிரித்தார். நான் பெண்ணிய(!) படத்தின் கிளைமாக்ஸில் நீதி கேட்கும் ஹீரோயின்போல்

கண்கலங்கி நியாயம் கேட்க, அவர் வடிவேல் ஜோக் பார்ப்பதுபோல் விழுந்து விழுந்து சிரித்தார். 'என் ரூமுக்கு நானே பில் செட்டில் பண்ணிக்கிறேன்' எனக் கடைசியாகக் கேட்டுப் பார்த்தேன். 'ரூம் போடுறது பெரிய விஷயம் இல்ல. போறது காட்டுக்குள்ள... நான் என் வேலையைப் பார்ப் பேனா, இல்லை உன்னைப் பாதுகாப்பேனா... சொல்லு!' என்றார். எவ்வளவோ கெஞ்சியும், என்னை அவர் அழைத்துச் செல்லவே இல்லை.

அந்தப் படைப்பில் எல்லா உதவி இயக்குநர்களையும்விட, அதிகம் வேலையை அதற்கு முன்பு நான் செய்திருந்தேன். அதற்காக அந்த இயக்குநர் என்னைப் பலமுறை பாராட்டி யிருக்கிறார். அந்த ஸ்கிரிப்ட் பற்றி பலமுறை என்னோடு மட்டுமே அவர் விவாதித்திருக்கிறார். வேலை செய்யும் இடத்தில் அர்ப்பணிப்பையும், கடின உழைப்பையும் தாண்டி எதைக் கொடுத்தால் சமமாக அங்கீகரிப்பார்கள் எனக் குழம்பி நின்ற தருணம் அது. என்னோடு சமமாக விவாதித்த, என் கருத்துக்கு காதுகொடுத்த அந்த இயக்குநர், வெளியில் சக பணியாளர்கள் முன் என்னிடம் வலிந்து திணித்த ஓர் இறுக்கத்தோடு நடந்துகொள்வார். நான் வாயைத் திறந்தாலே, மூடச் சொல்வார். என்னை அலட் சியப்படுத்துவதாக அவர் சக பணியாளர்களிடம் காண் பித்துக்கொண்டே இருந்தார். 'பொண்ணுங்ககிட்ட நான் ரொம்ப ரஃப்' எனக் காண்பித்துக்கொள்ளச் சிரமப்படுகிற பலரை அதன் பிறகு சிரித்தபடியே கடந்துபோயிருக்கிறேன்.

கடந்த சில வருடங்களில் சினிமா நிறையவே மாறியிருக் கிறது. 'டைரக்டர் வரும்போது வாசலில் போய் நின்னு சல்யூட் அடிக்கணும். எப்பவாவது திரும்பிப் பார்ப்பார். அதுவே பெரிய வெற்றிதான்' எனக் கண்கள் குழிக்குள் கிடக்கும் உதவி இயக்குநர்களின் மெய்சிலிர்ப்பு அனுபவங்கள் குறைந்துவிட்டன. இப்போதைய இயக்குநர்கள் அணுகு வதற்கு எளிதாக இருக்கிறார்கள். தகுதியிருப்பவர்கள் சினிமாவில் இணைவதும் எளிதாகியிருக்கிறது. பெண்களுக் கான ஓப்பனிங் இன்னும் ஈஸிதான். 'ஜென்ட்ஸ், லேடீஸ்னு இப்ப பார்க்கிறதில்லைக்கா. ஈக்வலா நடத்துறாங்க, மதிச்சு ஐடியாஸும் கேக்கிறாங்க... ஃப்ரெண்ட்லியா இருக்காங்க' என, உதவி இயக்குநராக வேலைபார்க்கும் மாலு சொல்

கிறாள். இயக்குநர்களாக இருக்கும் என் நண்பர்களையும் பார்க்கிறேன்... அவர்கள் தரையில் கால்பதித்து நடக்கிறார்கள். 'ஆனா அக்கா... டைரக்டர்ஸ்தான் அப்படி இருக்காங்க. மீதி யூனிட் எல்லாம் மாறவே இல்லை. கோஆபரேட் பண்ணவே மாட்டாங்க!' என்றும் மாலு சொல்கிறாள். இதைச் சமாளிக்கத் தெரிந்தால் மட்டுமே, இங்கு பெண்களால் தொடர முடியும்.

சினிமாவில் சேர்கிற பெண்கள் எதிர்கொள்ள வேண்டியிருக்கிற இன்னும் ஒரு சிக்கல், குடி. குடிக்கும் படைப்புக்கும் அப்படி என்ன நெருக்கமோ? கதை விவாதங்களின்போது, 'டேய்... ஒரு லார்ஜ் ஊத்து' என தன் ஆண் உதவியாளரிடம் சொல்வதுபோல், ஒரு பெண் உதவியாளரிடம் இயக்குநரால் சொல்லிவிட முடியாது. அப்படி கதை விவாதத்தின்போது ஆண்கள் குடித்தால், அங்கே இருக்கும் ஒற்றைப் பெண் அந்தச் சூழ்நிலையைச் சமாளித்தாக வேண்டும். 'ஈக்வலா வேலை பார்க்கிறேன்' எனக் குடிக்கவும் முடியாது. வேலைக்காக சில விஷயங்களில் சமசரம் செய்துகொள்ளும் பெண், 'அவ எல்லாத்துக்கும் ரெடிடா' என்ற பெயரைச் சுமக்க நேரிடும். அப்போது, 'ஆமா... அப்படித்தான் போடா(டி)' எனக் கண்டுகொள்ளாத பெண்களே இங்கே தொடர முடியும். சினிமா தொடர்பான வேலையை ஒரு பெண் செய்வதில் இருக்கும் மிக முக்கியமான சிக்கல், சினிமாவின் வேலை நேரம். இரவு 12 மணிக்கு ஷூட்டிங் முடித்து வீட்டுக்கு

வந்தால், கதவைத் திறந்துவிடும் வீடுகளில் உள்ள பெண்கள் தான், சினிமாவுக்குச் செல்ல முடியும். படைப்பாளிகளுக்கு இரவில்தான் மூளை பிரகாசமாக வேலைசெய்யும் என்பது அறிவியல் ரீதியாக நிரூபிக்கப்பட்ட உண்மையா, அல்லது காலங்காலமாகத் தொடரும் கப்சாவா எனத் தெரியவில்லை. ஆனால், இரவில்தான் வேலைசெய்கிறார்கள். சில டி.வி தொடர்களில் பணியாற்றியபோது மறுநாள் ஷூட்டிங்குக்கான டிஸ்கஷன் என்கிற ஒரு விஷயத்தை மாலை 6லு மணிக்கு மேல்தான் ஆரம்பிப்பார்கள். 'நைட் நீங்க வர முடியாது. நாங்களே பார்த்துக்குறோம்' என அவர்கள் சொல்லும்போதே, ஈக்வலாக வேலைசெய்ய முடியவில்லை என்ற குற்றவுணர்ச்சி வந்துவிடும். 'பரவாயில்லை... நான் வர்றேன்' என நான் சொன்னாலும் ஏற்றுக்கொள்ள மாட்டார்கள். ஒரு பெண் இருக்கும் இடத்தில் அவர்களால் இயல்பாக கதை விவாதிக்க முடியாதுபோலும். மாலை 6 மணிக்கு ஆரம்பிக்கிற டிஸ்கஷன் பாதியை நெருங்கும்போது இரவு 12 மணி ஆகிவிடும். கதை விவரத்தை என்னிடம் சொல்ல அவர்கள் போன் அடிக்கும்போது வீட்டில் இருப்பவர்கள் முறைக்க ஆரம்பிப்பார்கள்.

சினிமாவில் ஒரு படம் எடுத்துச் சாதித்து, அப்புறம் கல்யாணம் என்கிற ஆண்களின் இலக்குகள் பெண்களுக்கு செட் ஆகாது. கன்னம் ஒட்டி, காய்ந்துபோய் இருக்கிற ஆண்களுக்கு அவர்கள் தோற்றம் பின்னால் போய், 'டைரக்டர்யா' என்கிற பட்டம் மட்டுமே முன்னால் தெரியும். பெண்களுக்கு அப்படி அல்ல. தோற்றம்தான் முதலில். 'நீ என்ன கிழிச்சா எனக்கு என்ன?' என்றே டீல் செய்வார்கள். ஐஸ்வர்யா ராயாக இருந்தாலும், ஆன்ட்டி தான். சினிமா என்கிற இலக்கைத் தேர்ந்தெடுக்கும் பெண்கள், திருமணத்தை மறந்துவிடுதல் நலம் என்பதுதான் யதார்த்தம்.

சினிமாவில் ஆரம்ப நிலையில் ஆணோ, பெண்ணோ அனைவரும் எதிர்கொள்ள வேண்டிய பொதுவான சிக்கல், பணம் இல்லாமல் தடுமாறுவது. 'சினிமாதான் என் கனவு, மாசாமாசம் கொஞ்சம் பணம் அனுப்புங்க' என வீட்டில் சொல்லிவிட்டு ஒரு பெண் கோடம்பாக்கத்துக்கு பேருந்து ஏற முடியாது. சேவல் பண்ணை மேன்ஷன்களில் ஆண்கள்

அப்பிக்கிடப்பதுபோல, ஒரு பெண் ஒட்டிக்கொள்ள முடியாது. பட்டினி கிடக்கலாம். ஆனால், தங்க இடம் இல்லாமல் சாலையில் தங்க முடியாது அல்லவா? சினிமாவில் அவள் எதையோ உருப்படியாகச் செய்வாள் என நம்பிக்கொண்டு வருடக்கணக்கில் ஒரு பெண்ணுக்காக ஒரு குடும்பம் காத்திருக்காது. உருண்டு புரண்டு சினிமாவில் சேர்ந்தாலும், ஆணுக்கும் பெண்ணுக்கும் இங்கே ஒரே சம்பளம் இருக்காது. சம்பள விஷயத்தில் பெண்கள் எப்போதும் இரண்டாம் பட்சம்தான். 'உனக்கு என்ன செலவு?' என எங்கும் கேட்பதுபோல், இங்கும் சுலபமாகக் கேட்டு விடுவார்கள். ஒரு சுடிதாரின் விலை 2,000 ரூபாய் என்பதை சொல்லிப் புரியவைக்க முடியாது. அப்புறம் சினிமாக்காரனுக்கே வீடு கிடைக்காது என்றால், சினிமாக் காரியைத் துரத்தித் துரத்தி அடிப்பார்கள்!

எல்லாம் தாண்டி, நான்கைந்து படங்களில் உதவி இயக்குநராக ஓட்டிவிட்டால், உடனே வந்து தயாரிப் பாளர்கள், 'இந்தா படம் பண்ணு' என நிற்க மாட்டார்கள். தோழி ஒருத்தி முன்னணி இயக்குநர்களிடம் அசோசியேட் டைரக்டராக இருந்தவள். தனியாக படம் செய்வதற்காக ஐந்தாறு வருடங்களாக முட்டிமோதி, இப்போதுதான் வாய்ப்பைப் பெற்றிருக்கிறாள். ஆனால், அதிலும் சில தடங்கல்கள். 'கதை நன்றாக இல்லை, இந்தப் படம் ஓடாது' எனக் காரணம் சொல்லியிருந்தால்கூட அவளால் ஏற்றுக் கொண்டிருக்க முடியும். 'இவ்ளோ ஸ்ட்ராங்கான படத்தை ஒரு பொண்ணா எப்படி ஹேண்டில் பண்ணுவீங்க?' என்ற கேள்வியைத்தான் அவளால் சகித்துக்கொள்ளவே முடிய வில்லை!

உதவி இயக்குநராக இருந்து இப்போது சினிமாவைவிட்டு ஒதுங்கியிருக்கும் தீபா, 'ஹீரோயினுக்கு டயலாக் டிரான்ஸ் லேட் பண்ணவும், விக் வைக்கவும் மட்டும்தான் என்னை யூஸ் பண்ணாங்க' எனச் சொல்ல, 'அக்கா இப்போலாம் பரவாயில்லை... ஈக்வலா ட்ரீட் பண்றாங்க. இப்ப இருக்கிறவங்கள்ல ஃப்ரெண்ட்லி டைரக்டர்ஸ் அதிகம்' எனச் சொல்கிறாள் மாலு. ஆக, காலம் கொஞ்சம் மாறத் தொடங்கியிருக்கிறது. அது இன்னும் மாறும்.

சினிமா என்கிற மாபெரும் கலை இங்கே கோருவது அக்கறையையும் உழைப்பையும் மட்டும்தான். அதைத் தரத் தயாராக இருக்கிற பெண்கள் மேலே சொன்ன எல்லா அசௌகரியங்களையும் அவமானங்களையும் புறம்தள்ளு வார்கள். 'பொண்ணுங்க வாழ்க்கை ஏன் சினிமாவில் வரலை?' என அன்றைக்கு பெண்கள் வெளியில் இருந்து புலம்பிக்கொண்டிருக்க மாட்டார்கள்!

22

எம்.ஜி.ஆர் நகர் ஐஸ்வர்யா வயதுக்கு வந்ததை வாழ்த்தி, கடந்த வாரம் கே.கே.நகர் பகுதிகளில் நிறைய போஸ்டர்கள். ஒரு பெரிய ஃப்ளெக்ஸில், 11 வயதான தோற்றத்தில் இருக்கும் குட்டி ஐஸ்வர்யா புடவை கட்டி மலங்க மலங்க விழித்தபடி போஸ் கொடுத்திருந்தாள். திருமண வாழ்த்துகளுக்கு இணையாக, பூப்புனித நீராட்டு விழா போஸ்டர்களை தமிழகம் முழுக்கவே அடிக்கடி பார்க்கலாம். அந்தக் குட்டி ஐஸ்வர்யா தனக்கான கொண்டாட்டங்கள் எல்லாம் முடிந்து வெளியே நடந்துவரும்போது, அவள்தான் சமீபத்தில் வயதுக்கு வந்த பெண் என ஏரியாவாசிகளுக்கு எளிதாக அடையாளம் தெரிந்திருக்கும். 'அதுக்குத்தானடா அவ்ளோ காசு குடுத்து பேனர் வெச்சோம்!' எனப் பதில் வந்தால், அவ்வளவு சத்தமாக சமூகத்துக்குச் சொல்ல வேண்டிய செய்தியா அது எனத் தோன்றுகிறது?

எங்கள் பள்ளி நாட்களில், 'உங்களுக்குத்

தான்பா எல்லாமே ஸ்பெஷல். வயசுக்கு வந்தா, ஒரே கொண்டாட்டம்... கவனிப்பு. எங்களுக்கு எங்க?' என ஆண் நண்பர்கள் கிண்டலாகச் சலித்துக்கொள்வார்கள். அதில் எங்களுக்கும் ஒரு தனிப் பெருமிதம்தான். நிறைய புது டிரெஸ், ஏகப்பட்ட சாப்பாடு, வீட்டில் எந்த வேலையும் செய்யாமல் ஜாலியாக உட்கார்ந்திருக்கலாம், நம்மைப் பார்ப்பதற்கு என்றே யார் யாரோ வருவார்கள், மிக முக்கியமாக 15 நாட்களுக்கு பள்ளிப் பாடங்களைப் படிக்க வேண்டாம். 'எப்படா வயசுக்கு வருவோம்?' எனக் காத்துக் கிடந்தோம். வகுப்பில் சக மாணவி தொடர் விடுப்பு எடுத்தாலோ, ஆசிரியை காதில் கிசுகிசுத்துவிட்டு பாதுகாப்பாக வீட்டுக்கு அனுப்பப்பட்டாலோ, அவ்வளவு பொறாமையாக இருக்கும். அதிலும் வயதுக்கு வந்த பெண்கள் தொடர் விடுமுறைக்குப் பிறகு திரும்பி வரும்போது, தோற்றமே மாறியிருக்கும். பெரிய பெண்போல் வெட்கப்படுவார்கள். பையன்கள் வேறு அந்தப் பெண் களையே திரும்பித் திரும்பிப் பார்ப்பதில், 'நாம எப்படா?' என ஏங்கவைப்பார்கள்.

ஆனால், மேலோட்டமான இந்த ஆசைகளைத் தவிர, வயதுக்கு வருவது பற்றி எங்களுக்கு அப்போது ஒன்றும் தெரியாது. 'அப்பா லீவுக்கு வந்தா, சாக்லேட் வாங்கிட்டு வருவார்' என்பதுபோலத்தான், 'வயசுக்கு வந்தா, நல்லா கவனிப்பாங்கள்ல... ஜாலியா இருக்கும்' என நினைத்தோம். எம்.ஜி.ஆர் நகர் ஐஸ்வர்யாவும் அப்படித்தான் நினைத்திருப் பாளாக இருக்கும். 'வயசுக்கு வர்றதுன்னா என்னம்மா? உனக்குள்ள என்ன நடக்குது?' எனக் கேட்டால் அந்த போட்டோவில் இருப்பதுபோலவே மலங்க மலங்க விழிப்பாளாக இருக்கும்.

தோழி கீதா இளங்கோவன் இயக்கிய 'மாதவிடாய்' ஆவணப் படத்தில் பள்ளிக் குழந்தைகள் ஏராளமானவர் களிடம் அவர் இதுபற்றி கேட்கிறார். அவர்கள் திருதிருவென விழிக்கிறார்கள்; வாயைப் பொத்திக்கொண்டு வெட்கப் படுகிறார்கள்; விலகிச் செல்கிறார்கள். யாருக்குமே இது பற்றி ஒன்றும் தெரியவில்லை. போஸ்டர் அடிக்காமல், நெருங்கிய சொந்தங்களை அழைத்து வீட்டில் தன் மகளுக்கு 'சடங்கு' நடத்திய பழைய அலுவலகத் தோழியிடம்,

'இதுபத்தி மகளிடம் பேசினீர்களா?' எனக் கேட்டால், 'இப்படி வந்தா, அம்மாகிட்ட சொல்லணும். நாப்கின் எப்பவும் பேக்ல வெச்சிக்கோனு சொன்னேன்' என்றார் பெருமிதம் பொங்க. பெரும்பாலான படித்த நகர்ப்புற அம்மாக்களே இதுபற்றி பேசுவது இவ்வளவுதான்.

'உலகம் பொறந்ததுல இருந்து எல்லா பொம்பளைங்களும் வயசுக்கு வந்துட்டுத்தான் இருக்காங்க... அதைப் பத்தி பேச என்ன இருக்கு?' என ஒரு தாய் அல்லது ஒரு பெண் கடந்து செல்வது, அதை ஏற்றுக்கொண்டதால் அல்ல... தன் உடல் பற்றிய அறியாமையால்தான். சக மாணவர்கள் முன்பு இளவரசியாகிவிடலாம் என்ற நினைப்பைத் தாண்டி, வயதுக்கு வருவது இன்றைக்கும் பல குடும்பங்களில் சங்கட மான நிகழ்வுதான்.

அம்பையின் 'அம்மா ஒரு கொலை செய்தாள்' சிறுகதையில், அம்மா ஊருக்குப் போயிருக்கும் நேரத்தில் இளைய பெண் வயதுக்கு வந்துவிடுவாள். பக்கத்து வீட்டுப் பெண்கள் அவளைச் சோதனை செய்து அவள் வயதுக்கு வந்ததை உறுதி செய்வார்கள். தனக்கு என்ன நடந்தது எனத் தெரியாமல் அந்தக் குட்டிப்பெண் அழுகையோடு, அம்மாவைக் கட்டிப்பிடிப்பதற்காகக் காத்துக்கொண்டி ருப்பாள். ஊரில் இருந்து திரும்பியதுமே, 'ஏற்கெனவே ஒருத்தி இருக்கும்போது, இவ வயசுக்கு வரலைனு யார் அழுதது?' என அம்மா எரிச்சலைக் கொட்ட, அந்தச் சிறுமி உடைந்துபோவாள். 14 வயதில் என் அக்கா வயதுக்கு வந்த போது, அம்மா இரவு எல்லாம் தூங்காமல் அழுது கொண்டிருந்தது நினைவுக்கு வருகிறது. அக்காவும் பயத்தில் அழுதுகொண்டே இருந்தாள்.

டீச்சராகப் பணிபுரியும் சந்திரா தன் மாணவி பற்றி சொன்னது இன்னும் அதிர்ச்சி... 'அந்தப் பொண்ணு பெரிய பிள்ள ஆயிடுச்சுன்னு தெரிஞ்சதும், வீட்டுக்குப் போகச் சொன்னோம். போக மாட்டேன்னு ஒரே அழுகை. 'ஏன்?'னு கேட்டா, 'வீட்ல ஏற்கெனவே மூணு அக்கா கல்யாணம் ஆகாம இருக்கும்போது, நானும் இப்படிப் போனா அம்மா திட்டும்'னு சொல்லுது. அப்புறம் நானும் இன்னொரு டீச்சரும் வீட்ல கொண்டுபோய் விட்டுட்டு 'திட்டக் கூடாது'னு சொல்லிட்டு வந்தோம்!' என்றாள்.

பெண் திருமண வயது 21 என ஆட்டோக்களில்கூட பலமுறை ஞாபகப்படுத்தப்பட்டாலும், அவள் வயதுக்குவந்ததுமே திருமணத்தை நினைத்துக் கவலைப்படுவது இங்கு நிற்கவே இல்லை. 'வயசுக்குவர்றதே ஏதோ தப்புபோல' என்கிற குற்றவுணர்வினால்தான், 'கழிவறையில் பயன்படுத்திய நாப்கின்களைப் போட ஒரு குப்பைத்தொட்டி என் உரிமை. அதைக் கேட்டு குரல்கொடுக்க வேண்டும்' எனப் பெண்களுக்குத் தோன்றுவதே இல்லை!

'பீரியட்ஸா.... டோன்ட் ஓர்ரி' எனச் சிரித்துக்கொண்டே வெள்ளை பேன்ட் அணிந்து, கேமராவோடு ஒரு பெண் விளம்பரத்தில் மலை ஏறும்போது, சென்னை பாரீஸ் கார்னரில் ஒரு பெண் 'நாப்கினா... அப்படின்னா?' எனப் புரியாமல் கேட்பார். 'மாதவிடாய்' ஆவணப் படத்தில் ஒரு குடிசைவாழ் பெண், 'துணிகூட வைக்கிறது இல்லைங்க. அதை எங்க போய் மாத்துறது... எங்கே போய் துவைச்சுக் காயப்போடுறது. எல்லாம் பாவாடையில்தான்' என அசட்டையாகச் சொல்கிறார். 'அட்லீஸ்ட் நான்கு மணி நேரத்துக்கு ஒரு தடவையாவது நாப்கின் மாற்றுவதே சுகாதாரம்' என அந்தப் பெண்களிடம் போய் வகுப்பு எடுத்தால், 'நாப்கின் யாரு... நீ வாங்கித் தர்றியா?' எனத் திருப்பிக் கேட்பார்கள். என்ன பதில் சொல்வது? 'எல்லாம் எழுந்திருக்க முன்னாடி ரயில்வே ட்ராக் பக்கம் பாத்ரூம் போறோம். இதுல எங்நன போய் எத்தினி தடவை துணி வைக்கிறது? கட்டுறதுக்கே துணி இல்லையாம்... இதுல கிழிச்சிவைக்கிறாங்களாம். போறியா அந்தப் பக்கம், வேலையைக் கெடுத்துட்டு...' என்கிற சலிப்புக்கு என்ன பதில் தருவது?

மாதவிடாய் நாட்களில் துணி வைப்பது போன்ற கொடுமை வேறு எதுவும் இல்லை. ஆரம்ப நாட்களில் வீடுகளில் எங்களுக்கு துணிதான் தருவார்கள். ஒரு மாதம் பயன்படுத்தியதைத் துவைத்து உலர்த்தி, அடுத்த மாதம் பயன்படுத்த வேண்டும். அதை வெயிலில் உலரவைக்கக் கூடாது, வீட்டில் ஆண்கள் பார்க்கும் வகையில் அதை கொடியில் போடக்கூடாது, பல்லி அதன் மேல் ஏறிச் செல்லக் கூடாது, பருந்து அதன் மேல் (வானத்தில்தான்) பறந்து செல்லக் கூடாது என ஏகப்பட்ட நிபந்தனைகள்.

அந்தக் காய்ந்த துணியை வைத்தால், ரம்பம் வைத்து அறுப்பதுபோல் அறுக்கும். இன்றைக்கும் பாதிக்கு அதிகமான பெண்கள் துணிதான் பயன்படுத்துகிறார்கள். மாதம் 200 ரூபாய் நாப்கினுக்குச் செலவழிப்பது அவர்கள் அத்தியாவசியப் பட்டியலில் இல்லைதான்.

'அய்யய்யோ! அம்மா... பாத்ரூம்ல ப்ளட்டா வருது' என்றுதான் இன்றைக்கும் சிறுமிகள் அலறுகிறார்கள். 'பீரியட்ஸ் வந்துடுச்சு' என எங்கேயாவது ஒரு சிறுமி சொல்கிறாளா? நான் முதல்முறை ரத்தம் பார்த்தபோது,

எனக்கு ஏதோ ஒரு நோய் வந்துவிட்டது எனப் பயந்து போனேன். இரண்டு நாட்களுக்குப் பிறகு ரத்தம் காணாமல் போனபோதும், பயம் போகவே இல்லை. 10 நாட்கள் கழித்து அம்மாவிடம் சொன்னபோது, தலையில் அடித்து வீட்டில் உட்காரவைத்தார்கள். அப்போதெல்லாம் வயதுக்கு வந்த எல்லா பெண்களுக்கும் பேய் பிடிப்பது வழக்கமாக இருந்தது. கொஞ்ச நாட்களுக்கு முன்பு இறந்துபோன பக்கத்துவீட்டுப் பெண் என் மேல் வந்திருப்பதாகச் சொல்லி, தாயத்து கட்டிவிட்டார்கள். கூடவே சப்போர்ட்டுக்கு, நட்டு போல்ட் என கழுத்தில், கையில் நிறைய இரும்பு ஐட்டங்கள் தொங்கிக்கொண்டிருக்கும். இன்றைக்கும் நகரங்களுக்குத்தான் பேய்கள் வருவது இல்லை. கிராமங்களில் பேய்கள் பெண்கள் உடலில் குடியேறிக்கொண்டுதான் இருக்கின்றன.

இன்றைக்கும் பெரும்பாலான கிராமப்புற மாணவிகள் படிப்பை நிறுத்த மிக முக்கியக் காரணம், பள்ளிகளில் கழிப்பறை இல்லாததுதான். 'நிறைய தண்ணீர் குடிக்க வேண்டும், சிறுநீரை அடக்கக் கூடாது, யூரினரி இன்ஃபெக்‌ஷன் இல்லாமல் பார்த்துக்கொள்ள வேண்டும்' என்று எல்லாம் விழிப்பு உணர்வு ஏற்படுத்தி என்ன பயன்? 'கழிவறை இல்லாத வீட்டுக்கு மருமகளாகப் போகாதீங்க' என டி.வி-யில் வித்யாபாலன் சொல்லிக்கொண்டேதான் இருக்கிறார். கழிவறை இல்லாத பிறந்த வீட்டில் இருந்து, எங்கே ஓடிப்போவது? 'யூரின் போக, துணி வைக்க ஒவ்வொரு தடவையும் முள்ளுக்காடு வழியாத்தான் போயிட்டு வரணும்' என கைகளை ஊன்றித் தவழ்ந்து செல்லும் மாற்றுத்திறனாளிப் பெண் ஆவணப் படத்தில் சொல்லும்போது பகீரென இருந்தது. பெண்களுக்கு வீட்டில் ஒரு கழிவறை என்பது இன்னும் ஏன் சாத்தியப்படாமலே இருக்கிறது? கழிவறை இல்லாமல் சந்திக்கும் துயர் பற்றி பெண்கள் ஏன் பேசாமலேயே இருக்கிறோம்? 15 மணி நேரப் பேருந்துப் பயணத்தில் சிறுநீரை அடக்குவது எவ்வளவு பெரிய துயர்? தண்ணீர் குடிக்காமல், இதற்காகவே ஏ.சி பஸ்ஸைத் தவிர்த்து என பயணம் முழுக்க பாத்ரூம் தேட வேண்டியிருக்கிறதே! 'எவ்ளோ டிக்கெட் காசு வேணா குடுக்கறோம்... பஸ்ல ஒரு பாத்ரூம் வைக்கலாம்ல?' என்கிற குரல் கேட்காமல்போவது எதனால்?

நாகர்கோவிலில் என் வீட்டுக்கு அருகே மனநலம் பாதிக்கப்பட்ட ஒரு பெண் இருந்தார். பெயர் ராணி. 30 வயது. திண்ணையில் உட்கார்ந்த இடத்தில் இருந்து தலையை ஆட்டி, ஆட்டி சிரித்துக்கொண்டே இருப்பார். உட்கார்ந்த இடத்திலேயே அந்தப் பெண் இயற்கை உபாதைகளையும் கழித்துவிட, திட்டிக்கொண்டே அவளின் அம்மா சுத்தம் செய்வார். அப்பாவுக்கு மகள் மீது நிறைய பாசம். கண்ணீர் வழிய வழிய சாப்பாடு ஊட்டிவிடும் காட்சியை அடிக்கடி பார்க்க முடியும். அந்த அம்மாவின் பெரிய வேதனை, அந்தப் பெண்ணின் மாதவிடாய் நாட்கள்தான். ஒவ்வொரு முறையும் சுத்தம்செய்து, வேறு துணி வைத்துவிட வேண்டும். பல நேரங்களில் அந்தப் பெண் அந்தத் துணியைப் பிடுங்கி ஆள் இருக்கும்போது வீசி விடுவாள். ஒருமுறை அந்த அம்மா கோயிலுக்குச் சென்றிருக்க, அந்தப் பெண்ணுக்கு மாதவிடாய் வந்துவிட்டது. யதார்த்தமாக, அப்பாவே சுத்தம்செய்து, துணி வைத்து விட்டார். திரும்பி வந்து அம்மா போட்ட காட்டுக்கத்தல் இருக்கே... அப்பப்பா. 'பெத்தப் புள்ளைக்கு இதெல்லாம் செஞ்சிவிடுற, நீரெல்லாம் மனுஷனா?' என அந்தம்மா ஊருக்கே கேட்கும்படி அவரைக் கூனிக்குறுகவைத்தார். மகள்கள் வயதுக்கு வரும்போது அப்பாக்கள் சந்திக்க வேண்டிய மிகப் பெரிய துயர், மகள்களிடம் இருந்து விலகி நிற்க வேண்டியிருப்பதுதான்!

ராணிக்காவது திட்டு வாங்கிக்கொண்டு செய்வதற்கு ஓர் அப்பாவும், திட்டிக்கொண்டே செய்வதற்கு ஓர் அம்மாவும் இருந்தார்கள். எல்லா பேருந்து, ரயில் நிலையங்களிலும் கணக்கு இல்லாமல் திரியும் மனநலம் பாதிக்கப்பட்ட பெண்கள் இந்த நாட்களில் எவ்வளவு சிரமப்படுவார்கள்? உடை முழுவதும் ரத்தக் கறைகளோடு கைகளால் தேய்த்தபடி வெறித்த கண்களோடு எத்தனை பெண்களைச் சந்தித்திருப்போம்? மனநல மருத்துவமனையில் அந்தப் பெண்களுக்கு கருப்பையை நீக்கிவிடுவார்கள் எனக் கேள்விப்பட்டிருக்கிறேன். பேருந்து நிலையங்களில் திரியும் இந்தப் பெண்களுக்கும் அப்படி செய்தால், மாதப் பிரச்னைகள் மட்டும் அல்ல தள்ளிய வயிற்றோடு, அல்லது திறந்த மார்பில் சப்பும் குழந்தையோடு திரியும் பெண்களின்

எண்ணிக்கை குறையும் என்றெல்லாம் நினைப்பு ஓடுகிறது.

‘என் உடலில் நடக்கும் மாற்றங்கள் இயற்கையானது. இதில் எந்தக் குற்றவுணர்வும் எனக்குத் தேவை இல்லை’ என்பதை உணராத வரைக்கும், ‘ஆபீஸ் டாய்லெட்டில், நாப்கின் போட ஒரு டஸ்ட்பின் வைங்கப்பா’ என எப்படிக் கேட்க முடியும்? ஒரு பீச் ரிஸார்ட்டில் நீச்சல் முடித்த மகளுக்கு உடைமாற்ற பாத்ரூம் அழைத்துச் சென்றால், அங்கே ஓரமாகப் பயன்படுத்தப்பட்ட நான்கைந்து நாப்கின்கள். இந்தக் காட்சியை தியேட்டர்கள், மால்கள், மருத்துவ மனைகள் என எல்லா இடங்களிலும் பெண்கள் கழிவறையில் காண முடியும். ஒரு டஸ்ட்பின் வைத்தால் பிரச்னை தீர்ந்தது என ஒருவருக்குக்கூடவா தோன்றாது? அரசுப் பள்ளியில் எங்காவது உடைந்தபடி ஒரு டாய்லெட் இருந்து அதை எட்டிப் பார்த்தால், நாப்கின்களும் துணிகளும் குவிந்துகிடப்பதைப் பார்க்க முடியும். பெண் பிள்ளைகள் படிக்க வருவதற்கு லேப்டாப்பைவிட, அவர்களுக்கு டாய்லெட்டும், நாப்கின்னும், டஸ்ட்பின்னும் அவசியம் என யாராவது சொல்லக் கூடாதா?

அரசியல் கட்சியின் பெண் விடுதலை மாநாடு ஒன்றில் தோழிகளோடு கலந்துகொண்ட நாள் ஒன்று இப்போது நினைவுக்கு

வருகிறது. டிசம்பர் 31-ம் தேதி இரவு அது. மாநாடு முழு இரவும் நடந்துகொண்டிருந்தது. 'பெண்கள் விடுதலை பெற என்னவெல்லாம் செய்ய வேண்டும்' என 2074-லும் நாம் யோசிக்க முடியாத விஷயங்களை, மேடையில் ஒருவர் பேசிக்கொண்டிருந்தார். கூடவே கூட்டத்தில் பெண்கள் அதிகம் கலந்துகொள்ளாதது பற்றியும் தன் வருத்தத்தை இடையிடையே குறிப்பிட்டார். அப்போது நாங்கள் சிறுநீர் கழிக்க இடம் தேடி அலைந்துகொண்டிருந்தோம். 'சுச்சூ போக ஒரு வழி சொல்லுங்கடா... அப்புறம் உங்க கூட்டத் துக்கு பொண்ணுங்க வருவாங்க' என்பது அப்போது எங்கள் மைண்ட்வாய்ஸ். மறைவான ஓர் இடம் தேடி, தோழி தயக்கத்தோடு உட்காரப் போக, புதுவருடம் பிறந்து பட்டாசுகள் வெடித்து அந்த இடம் முழுக்க வெளிச்சம் பரவியது. நாங்கள் அப்போது வெடித்துச் சிரித்தோமே, அதன் பெயர்தான் துயரச் சிரிப்பு.

'அந்த மூன்று நாட்கள்' எனச் சொல்லும்போதே, அது ஏதோ மறைக்கவேண்டிய தினங்கள் என்பதுபோல் ஒரு தொனி எல்லாரிடமும் வந்துவிடுகிறது. அந்த நாட்களில் வயிற்று வலி, வாந்தி படுத்தி எடுக்க, இரண்டு மணி நேரம் ஓய்வு கிடைத்தால் நன்றாக இருக்குமே எனத் தெரிந்தும் எந்தப் பெண்ணும் அலுவலகத்தில் கேட்பதே இல்லை. அப்படியே கேட்டாலும், 'தலைவலி' எனப் பொய் சொல்லித்தான் கேட்க வேண்டியிருக்கும். அதை சக அலுவலர்களுக்கு, நண்பர்களுக்குச் சொல்வதில் இன்னும் என்ன தயக்கம்? பல பெண்கள் கணவரிடம் சொல்லவே தயங்குகிறார்கள். கணவரிடம் சொல்லி அவர் நாப்கின் வாங்கிவந்துவிட்டால், சாதித்த திருப்தி. எதையுமே வெளிப் படையாகச் சொல்லாமல், 'அவன் பிரட் ஜாமானு கிண்டல் பண்றான்பா?' என வருந்தி என்ன பயன்?

ஐஸ்வர்யாக்களுக்குத் தேவை பூப்புனித நீராட்டு விழாக்கள் இல்லை. சுகாதாரமான டாய்லெட்; நாப்கின். 'வயசுக்குவந்துட்ட... வெட்கப்படு' என்பதற்குப் பதிலாக, நாம் சொல்லித்தர வேண்டியது... 'நமக்குள் நடப்பது இயல்பானது. எந்தக் குற்றவுணர்வும் தேவை இல்லை' என்பதைத்தான். 24 மணி நேரமும் வரும் டி.வி விளம் பரங்களில் விஸ்பர், கேர்ஃப்ரீ விளம்பரங்களை எந்தச்

சலனமும் இன்றி பார்த்துவிட்டு, 'அப்படின்னா என்னம்மா?' எனக் கேட்கும் ஒரு பையனை, 'போய்ப் படி' என மண்டையில் தட்டி என்ன பயன்? முதல்முறை விஸ்பர் விளம்பரத்தை டி.வி-யில் பார்த்துவிட்டு, 'இது என்ன எழவு... இதையெல்லாமா டி.வி-ல போடுவான்? வெளிய போங்க பிள்ளைகளா' என காளி பாட்டி விரட்டியபோது, அது 'என்னவாக இருக்கும்?' என நாங்கள் எங்கள் கற்பனைக்கு ஏற்றவாறு பேசினோம். அதில் ஒருத்தி சொன்னது... 'இது போட்டா குழந்தை பொறக்காதாம்'! பேச வேண்டிய விஷயங்களைப் பேசாமல் விடுவதன் விளைவு இது!

23

ஊரில் இருந்து ரேகா போன் செய்திருந்தாள். ‘அவன் பெங்களூரு போறானாம் பார்த்துக்க... அதான்டி சேகர்’ - குரலில் பதற்றம் இருந்தது. ‘அவன் போனா, உனக்கு என்னடி?’ - நிலைமை தெரியாமல் கேட்டுவிட்டேன். ‘எனக்கு என்னவா? ஒரே ஊர்லயாச்சும் இருந்தோம்ல. இப்ப அவனும் இல்லாம எப்படி?’ - அழுது விடுவாள்போல இருந்தது. நிரந்தரமாக ஊரைக் காலிசெய்துவிட்டுப் போகிறான்போல. அவள் வருத்தம் புரிந்தது. ‘போறவன் அப்படியே போக வேண்டியதுதானே. என்கிட்ட எதுக்குச் சொல்லிட்டுப் போகணும். நேத்து சாயங்காலம் வந்து, ‘எப்பவாது பார்க்கலாம்’னு சொல்லிட்டுப் போறான் பார்த்துக்க...’ - அழுகையை அடக்கிக் கொண்டு பேசுகிறாள் எனப் புரிந்தது. ‘என்கிட்ட சொல்லணும்னு தோணிச்சு பாரு அவனுக்கு. அதையில்லா சொல்லணும்...’ என அடுத்த நிமிடமே ரேகாவுக்குக் குரல் உடைந்தது. ‘அவுக வர்ற நேரத்துக்கு அழுதா நல்லாவா இருக்கும்...

'என்ன?'ன்னு கேட்டா, இதையா சொல்றது. நான் அப்புறம் பேசறேன்' என போனை வைத்துவிட்டாள்.

சேகரும் ரேகாவும் எங்கள் ஸ்கூல் செட்டில் சூர்யா-ஜோதிகா. நாங்கள் டியூஷன் போய்விட்டு வரும்போது, நூலக வாசலில் கும்பலோடு கும்பலாக சேகரும் உட்கார்ந்திருப்பான். பெண்களை எப்படி சுவாரஸ்யமாகக் கிண்டல் செய்வது என்பதை அவனிடம்தான் கற்றுக்கொள்ள வேண்டும். நாங்கள் அவனைக் கடந்துசெல்லும்போது அவன் சொல்வதைக் கேட்டு, சிரித்துவிடாமல் இருக்க சிரமப்படுவோம். அவன் நூலக வாசலில் இல்லாதுபோனால், அன்றைக்கு வெறுமையாக இருக்கும். அவன் ஹ்யூமர்சென்ஸ் அப்படி. 'நான் சேகரை லவ் பண்றேன்' என ரேகா வந்து சொன்னபோது, எங்களுக்கு ஆச்சர்யமாகவே இல்லை. ஏனெனில், அவனை யாருக்குத்தான் பிடிக்காது! இவளது காதல் கோரிக்கையை அவனிடம் கொண்டுசேர்த்தது நான்தான். 'ஒழுங்கா படிக்கச் சொல்லு உன் ஃப்ரெண்டை...' என சசிகுமார் ஸ்டைலில் என்னைத் துரத்திவிட்டான். விடாமல் துரத்தி, அவனிடம் தன் காதலைச் சொல்லிக் கொண்டிருந்தாள் ரேகா. 'என்னைவிட அஞ்சாறு வயசு சின்னப் பொண்ணு நீ' என அவன் புரியவைக்க முயற்சித்தபோது, 'நான் அஞ்சாறு வருஷம் கழிச்சு வந்து சொல்லவா?' எனக் குழந்தைத்தனமாக ஆலம்பாறை பேருந்து நிறுத்தத்தில் அவள் கேட்டது, நேற்று நடந்ததுபோல் இருக்கிறது. சேகர், ரேகாவின் காதலை ஏற்றுக்கொண்ட ஒருநாளில் அவள் எங்களை பிரபு ஹோட்டலுக்கு அழைத்துப்போய் ஆப்பமும் முட்டைக்கறியும் வாங்கிக் கொடுத்தாள். அன்றைக்கு அவளிடம் அதற்குத்தான் காசு இருந்தது. சேகர்-ரேகா கல்யாணம் முடிந்ததும், அதே ஹோட்டலுக்கு நாங்கள் அனைவரும் சேர்ந்துபோய் பிரியாணி சாப்பிட வேண்டும் எனப் பேசிக்கொண்டோம்.

காலேஜை கட் அடித்துவிட்டு, அவர்கள் இருவரும் திருநெல்வேலி வரை ஒரு பஸ்ஸில் சென்றுவிட்டு அதே பஸ்ஸில் திரும்பினார்கள். 'அவன் எனக்கு முத்தம் குடுத்தாண்டி' என அவள் குதித்தது அப்படியே நினைவில் இருக்கிறது. வட்டக்கோட்டை, சொத்தவிளை எனப் பயணித்த அவர்கள் காதலை, நாங்கள் பல பொய்கள்

சொல்லி வீட்டுக்குத் தெரியாமல் காப்பாற்றினோம். கல்லூரி அருகே ஒரு பிரௌசிங் சென்டரில், ஒரு மணி நேரத்துக்கு 50 ரூபாய் என இரண்டு மணி நேரம் கழித்து வெளியே வந்தவள் முன்பு, ஆர்வமாகப் போய் நின்றோம். 'என்னடி பண்ண இவ்ளோ நேரமா?' என்று கேட்டால், 'அவன் தோளில் சாஞ்சிட்டு... என்னா வாசனைடி அவன்' முதல்முறை ஓர் ஆணை, அவ்வளவு அருகில் தனியாகப் பார்த்த பிரமிப்பில் இருந்தாள் ரேகா. 'இரண்டு மணி நேரமா உக்காந்து வாசனை மட்டும்தான் பிடிச்சியா?' என சுஜி கடுப்பாகக் கேட்டாள். 'யார் சொன்னது... இன்னிக்கு நான் குடுத்தேன்ல...' எனச் சொல்லிவிட்டு, லாரியும் பஸ்ஸும் வருகிற அந்தச் சாலையில் விழுந்தடித்து ஓடினாள்.

எல்லாம் ஏழு, எட்டு மாதங்கள்தான். பிரபு ஹோட்டலில் நாங்கள் சேர்ந்து பிரியாணி சாப்பிடக் கூடாது என, வாழ்க்கை எங்களுக்கு முன் முடிவு செய்திருந்ததுபோல. ரேகாவின் வீட்டுக்கு அந்தக் காதல் தெரிந்த ஒரே நாளில் எல்லாம் முடிவுக்கு வந்தது. ஒரே நாளில் ரேகா தன்னோடு பேசாமல் போனதை ஜீரணிக்க சேகர் கஷ்டப்பட்டான். ஆனாலும் அவன் 'ரேகா ஏமாற்றிவிட்டாள்' எனப் புலம்ப வில்லை; அவளைப் பற்றி குறை கூறித் திரியவில்லை; ஆசிட் அடிக்க முயற்சிக்கவில்லை. சேகர் ரேகாவையும் அவள் வீட்டு நிலையையும் புரிந்துகொண்டான். அந்தப் புரிதல்தான் சில வருடங்கள் கழித்தும், அவன் ஊரைவிட்டுக் கிளம்பு வதற்காக ரேகாவை அழவைக்கிறதுபோல; அந்தப் புரிதல்தான் ஊரைவிட்டுப் போகும்போது அவனை ரேகாவிடம் சொல்லிவிட்டுப் போகவைக்கிறதுபோல. இந்த 10 ஆண்டுகளில் நானும் ரேகாவும் பேசிய நாட்களில் சேகர் இடம்பெறாத ஓர் உரையாடலைத் தேடித்தான் பார்க்க வேண்டும். 'நான் எதிர்பார்க்கவே இல்லடி. நாங்குநேரி தாண்டும்போது டக்குனு இழுத்து முத்தம் கொடுத்தான். அப்படி ஒரு பிடி' என அந்த முதல் முத்தத்தை, அவள் 300 முறையாவது நினைவுகூர்ந்து மகிழ்ந்திருப்பாள்.

நான் கல்லூரியில் படித்துக்கொண்டிருந்தபோது, வீட்டின் அருகே இருந்த ஒரு கொரியர் அலுவலகத்தில், அரட்டைக் காக உட்காருவது வழக்கம். அவ்வப்போது அங்கு வரும்

தொலைபேசி அழைப்புகளுக்குப் பதில் சொல்லப்போக, மலைநகரின் கொரியர் இளைஞன் ஒருவனின் குரல் ஒன்று பரிச்சயம் ஆனது. கொரியரின் மேனேஜர், இன்சார்ஜ் என அவன் ஏதோ சொன்னதாக நினைவு. முதல் பேச்சிலேயே அந்தக் குரலும் பேசிய விதமும் என்னை ஈர்த்தது. இரண்டாவது, மூன்றாவது நாளும் தற்செயலாக அவனது அழைப்புகளை நானே அட்டென்ட் செய்யப்போக, அந்தக் குரல் தொந்தரவு செய்ய ஆரம்பித்தது. அவனது பெயரும் குரலும் தவிர, அவனைப் பற்றி எனக்கு ஒன்றும் தெரியாது. அவனுக்கு என்னிடம் என்ன ஈர்த்ததோ தெரியவில்லை, அவனும் தினமும் பேச ஆரம்பித்தான். அவன் நகரின் குளிர், என் நகரின் மழை, நான் படித்த புத்தகம், அவன் பார்த்த சினிமா... என ஏதேதோ பேசினோம். கொரியர் அலுவலகத்தில் தினமும் போன் பேச முடியாது என்பதால், பப்ளிக் பூத்தில் இருந்து அவனை அழைக்க ஆரம்பித்தேன். 10 நிமிடங்கள் பேசுவதற்குள், 100 ரூபாய் தாண்டியிருக்கும்.

ஒருநாள் என்னைப் பார்க்க வேண்டும் என அவன் சொன்னபோது பகீரென இருந்தது. நான் அதையெல்லாம் யோசித்திருக்கவே இல்லை. எனக்கு அவனோடு பேசுவதைத் தாண்டி, எந்த உணர்வும் தோன்றவில்லை. பேச்சிலேயே என்னை அணைத்துக்கொள்ளும் ஒரு குரல் அவனுக்கு. நேரில் வந்த அன்றைக்கு, என் கற்பனைக்கு நேர்மாறான ஒரு தோற்றத்தில் இருந்தான். அவ்வளவு ஆர்வமாக வந்த அவனிடம், பேச எனக்கு ஒன்றும் இருக்கவில்லை. அவன் என் எதிரே இருந்து கிளம்பிப்போய், குரல் வழியே மட்டும், என்னோடு தொடர்புகொண்டால் எவ்வளவு நன்றாக இருக்கும் எனத் தோன்றியது. ஆனால், அவன் நேரில் பேசுவதையே மிகவும் விரும்பினான். வாரம் ஒருமுறை எனக்காகக் கிளம்பிவரத் தயாராக இருந்தான். நான் கடுப்பில் அவனுடன் தொலைபேசியில் பேசுவதையே நிறுத்தினேன்.

நான் விரும்பியது அவனது குரலை, பேச்சை; நேரில் என்னால் அவனோடு பேசவோ, அவன் நினைக்கும்படி நடந்துகொள்ளவோ முடியவில்லை... என நான் அவனுக்கு ஒரு கடிதம் எழுதினேன். மிக ஆச்சர்யமாக அவன் என் பைத்தியக்கார மனநிலையைப் புரிந்துகொண்டான். 'நேர்ல

பார்த்தா பிடிக்கலைனு சொல்லுடி', 'இந்தப் பொண்ணுங்களே இப்படித்தானே... ஏமாத்திடுவீங்க' என்றெல்லாம் என்னைக் குற்றவுணர்வுக்கு ஆளாக்கவில்லை. நான் எழுதிய கடிதத்தை வைத்துக்கொண்டு, அவன் என்னை மிரட்டவில்லை. அவனது பதில் கடிதம் படித்த நொடியில், அவனை எப்போ தைக்குமாகப் பிடித்துப்போனது. ஒரு முதல் தலைமுறை இளைஞனின் மனநிலையில் இருந்து நான் அவனைப் புரிந்துகொள்ளாமல் காயப்படுத்தியிருக்கிறேன் என்ற குற்றவுணர்ச்சி இதை எழுதும்போது தோன்றுகிறது. ஆனால், அவன் என்னைப் புரிந்துகொண்டான் என்பதுதான் இத்தனை ஆண்டுகள் கழித்தும் அவனை நினைக்கவைக்கிறது. அப்படியெனில் பிரியம் என்பது இந்தப் புரிதல்தானா?

'பிரணயம்' என்ற மலையாளப் படத்தில், ஜெயப்பிரதா தன் முன்னாள் கணவர் அனுபம் கெரை, பல ஆண்டுகளுக்குப் பிறகு சந்திப்பார். பின்னர் மோகன்லாலைத் திருமணம் செய்த ஜெயப்பிரதாவுக்கு அப்போது பள்ளிக்குச் செல்லும் வயதில் பேத்தி இருப்பாள். பார்த்த நொடியில் அனுபம் கெர், ஜெயப்பிரதா இடையே பழைய பிரியம் எட்டிப் பார்க்கும். 'என்னை விட்டுட்டு இன்னொருத்தனைக் கல்யாணம் பண்ணிக்கிட்டல!' எனக் குற்றவுணர்வு கொள்ளவைக்கும்படி எதையும் அனுபம் கெர் கேட்க மாட்டார். ஜெயப்பிரதா இரண்டாவது திருமணம் செய்துகொண்ட மோகன்லால் மீதும், அவரால் நேசம் செலுத்த முடியும். அனுபம் கெருக்கு ஜெயப்பிரதா மீது வரும் பிரியத்தை மோகன்லாலும் புரிந்துகொள்வார். அவர்கள் மூவருக்குள்ளும் அழகான அன்பு மலரும். ஆனால், ஜெயப்பிரதா பெற்ற பிள்ளைகளோ அம்மாவைத் தவறாக நினைப்பார்கள். 'காதல் புரிந்துகொள்வது; நான் உன்னைப் புரிந்துகொள்கிறேன். வெறும் உடல் கவர்ச்சி மட்டுமே காதல் அல்ல' என்பதை பிள்ளைகள் உணரும் ஒருவயதில் அவர்களும் உன்னைப் புரிந்துகொள்வார்கள்' என ஜெயப்பிரதாவை நெஞ்சில் அணைத்து மோகன்லால் ஆறுதல் சொல்வார். படத்தின் பல காட்சிகள் கவிதையாக இருக்கும்!

'பொண்ணுங்களுக்கு என்னதான் பிடிக்கும்? அவங்களைப்

புரிஞ்சுக்கவே முடியலையே!' எனப் புலம்புபவர்களிடம், புரிதலும் பகிர்தலும்தான் பெண்ணுக்குத் தேவை எனச் சொல்லத் தோன்றுகிறது.

என் சிறுவயதில் பார்த்த மூக்கன் மாமாவும் உலகு அத்தையும் நினைவுக்கு வருகிறார்கள். பெண் பிள்ளைகள் இருவருக்கும் திருமணம் முடித்து அனுப்பிவிட்டு அத்தையும் மாமாவும் அந்த வீட்டில் இருந்தார்கள். 50 வயதில் பிற பெண்கள் எல்லாம் உர்ரென்ற முகத்தோடும் அழுக்குச் சேலையோடும் திரிய, எப்போதும் பளிச்சென இருப்பார் உலகு அத்தை. அவர்கள் வீட்டில் அத்தையும் மாமாவும் எப்போதும் சிரிக்கும் சத்தம் கேட்டுக்கொண்டே இருக்கும். திண்ணையில் உட்கார்ந்து வெற்றிலை போட்டுக்கொண்டே மணிக்கணக்கில் பேசிக்கொண்டே இருப்பார்கள். அத்தை கண்டாங்கி உடுத்தி, கண்ணாடி போட்டு, கெத்தாகக் கிளம்ப ஒரு கையில் குடையும் மறு கையில் அத்தையின் கையுமாகப் பிடித்தபடி வேட்டியில் மாமா உடன் வருவார். 'நேத்துதான் கல்யாணம் ஆயிருக்குனு நினைப்பு' எனப் பார்ப்பவர்கள் சிரிப்பார்கள். இருவரும் அதைப் பொருட் படுத்தவே மாட்டார்கள்.

உலகு அத்தைக்கு மூக்கன் மாமா இரண்டாவது கணவர். அத்தைக்கு இரண்டு பெண் குழந்தைகள் பிறந்த பிறகு, முதல் கணவர் விட்டுச் சென்றுவிட்டார். அண்ணன் வீட்டு அடுக்களைக்குள் வேலைக்காரியாக நுழைந்த உலகு அத்தையை, மூக்கன் மாமா காதலித்து பல சண்டைகளுக்கு இடையே இரு குழந்தைகளோடு அழைத்துவந்து திருமணம் செய்திருக்கிறார். 50 வருடங்களுக்கு முன்பு அதைச் செய்வதற்கு மூக்கன் மாமாவுக்கு எத்தனை பெரிய புரிதல் இருந்திருக்க வேண்டும்.

மூக்கன் மாமா செத்து முற்றத்தில் படுக்கவைத்திருந்த அன்று, உலகு அத்தை மாமாவின் முகத்தை தரையில் வைக்கவிடவே இல்லை. தன் மடியிலேயே வைத்திருந்தார். உடலை எடுத்துப்போக ஆட்கள் வந்ததும், அவர் முகத்தின் மீது தன் முகத்தை வைத்து கொடுத்துத் தீராத எல்லா முத்தங்களையும் கொடுத்துக்கொண்டே இருந்தார். கட்டிய மனைவிக்கோ, கணவனுக்கோ வாழும்போதுகூட அத்தனை

முத்தங்களைக் கொடுக்காத அந்த ஊர், அன்றைக்கு ஸ்தம்பித்துப்போனது. பெண், தன் காதலை ஓர் ஆணிடம் கூச்சமின்றிப் பகிர முடிகிறது என்றால், அவனுக்கு அவள் பற்றி எத்தனை புரிதல் இருக்க வேண்டும்? என்றைக்கோ செத்துப்போய் முகம்கூட மங்கலாக நினைவில் தங்கிப்போன மூக்கன் மாமாவை, இப்போது வணங்கத் தோன்றுகிறது.

இன்னொரு பக்கம்... என் சொந்த மாமா இறந்தபோது மாமி அழவே இல்லை. பிற பெண்கள் மாமி மீது விழுந்து அழுதபோதுகூட, மாமி எரிச்சல் அடைந்ததுபோல்தான் இருந்தார். 'பாடியை எப்போய்யா எடுப்பாங்க?' என கைக் கடிகாரம் பார்த்துக் காத்திருந்த உறவினர்கள் போலதான் மாமியும் உட்கார்ந்திருந்தார். உடலை எடுத்துப் போனதும், வீட்டில் இருப்பவர்களுக்கு வேகவைத்த பச்சைப் பயறும், கருப்பட்டி காபியும் தருவது அந்தப் பக்கத்து வழக்கம். ஆளாளுக்கு அதைச் சாப்பிடுவதில் மும்முரமாக, மாமியை யாரும் கவனிக்கவில்லை. 'எனக்குப் பசிக்காதா? பயிறும் வெள்ளமும் குடுங்க' என மாமி கத்திக் கேட்க, அத்தனை பேரும் அதிர்ச்சியோடு திரும்பிப் பார்த்தோம். 'புருஷன் செத்து, உடம்பை எடுத்துட்டுப் போய் பத்து நிமிஷத்தில் பொண்டாட்டிக்குப் பசிக்கும்' என்பதை அங்கு இருப்பவர் களால் நம்பவே முடியவில்லை.

'ஏய் சும்மா இரு... இவ்ளோ நேரம் அழத்தான் இல்லை. இப்ப திங்க வேறப்போறியா?' என மாமியின் அக்கா அதட்டினார். 'ஏன் முப்பது வருஷம் அந்தாளுகூட இருந்து அழுதது பத்தாதா... போன பிறகும் அழணுமா? என்னைக்கு என்னைப் பொண்டாட்டியா பார்த்தான் அந்தாளு? ஒருநாள் உக்காந்து பேசியிருப்பானா, எங்கேயாவது கூட்டிட்டுப் போயிருப்பானா? எப்படியோ மூணு புள்ள பொறந்துச்சு. இந்த வீட்ல ஒருநாள் சிரிச்சிருப்பானா அவன், இல்ல என்னைத்தான் சிரிக்கவிட்ருப்பானா, இனியும் அவனுக்காக அழணுமா?' என மாமி வெடித்து அழத் தொடங்கினார். முத்தமும் காதலும் கிடைக்காத, தன் காதலை வெளிக்காட்ட அனுமதி கிடைக்காத 30 வருட வாழ்க்கையையும் மாமி அழுது தீர்க்க முயன்றுகொண் டிருந்தார். உடன் இருந்த பெண்ணைப் புரிந்துகொள்ளா மலே, மாமா தோட்டத்து பறம்பில் அப்போது எரிந்து

கொண்டிருந்தார்.

காதலிக்க மறுத்த பெண்ணின் மீது ஆசிட் அடிக்கிறான் ஒருவன்; விட்டுப்போன காதலி எழுதிய கடிதத்தை அவள் கணவனுக்கு அனுப்பி, அவள் வாழ்வையே கெடுக்கிறான் ஒருவன்; காதலிக்குத் திருமணம் ஆனதும், அவளோடு இருந்த அந்தரங்கப் புகைப்படங்களை இணையத்தில் பகிர்கிறான் ஒருவன்; நேசித்த மனைவியை நீதிமன்றக் கூண்டில் ஏற்றி, 'கள்ளத் தொடர்பு' என அவதூறு செய்கிறான் ஒருவன். இவர்களைப் பார்த்து அவநம்பிக்கை அடையத் தேவை இல்லை. இவர்கள் இருக்கும் அதே ஊரில்தான் சேகரும், மூக்கன் மாமாவும் இருக்கிறார்கள்.

'பொண்ணுங்களுக்கு என்னதான்பா வேணும்?' என்ற சலிப்பான கேள்விக்குப் பதில், உலகு அத்தையும் மாமியும்தான். எல்லா பெண்களுக்குள்ளும் சொல்ல முடியாத கதைகளும் சொல்லித்தீராத கதைகளும் ஏராளம் நிரம்பிக் கிடக்கின்றன. அதைப் புரிந்துகொள்கிற, பகிர அனுமதிக்கிற ஆண்களை, அவர்கள் கொண்டாடுகிறார்கள். பெங்களூரு கிளம்பும் சேகருக்காக, ரேகா அழுவதைப்போல... வாழ்க்கையில் அவள் அதன் பிறகு எத்தனை முத்தங்களை வாங்கியிருப்பாள். ஆனால், சேகரின் முத்தத்தை அவளால் ஏன் மறக்க முடியவில்லை? என்றோ நான் காயப்படுத்திய மலைநகர் இளைஞனுக்காக, எனக்குள் இன்னும் குற்றவுணர்வு இருக்கிறதே... ஏன்?

ஏனெனில், அவர்கள் எங்களைப் புரிந்துகொண்டார்கள்; நாங்கள் அவர்களை நேசிக்கிறோம்!

24

அது திருமணத்துக்கு முந்தைய ஒரு நாள். செங்கல்பட்டு ரயில் நிலையத்தில் சென்னை செல்லும் ரயிலுக்காகக் காத்திருந்தபோது, பிரசவ வலி வந்த ஒரு பெண்ணை, அவளது அம்மாவும் இன்னும் இரு பெண்களும் அழைத்து வந்தார்கள். அன்று ஞாயிற்றுக்கிழமை. ரயில் வருவதற்கு இன்னும் 20 நிமிடங்கள் இருந்தன. அந்தப் பெண் பிளாட்பார சிமென்ட் இருக்கையில் உட்கார முடியாமல் வலியால் கத்திக்கொண்டிருந்தாள். 'வண்டி பிடிக்க காசு இருந்தா, இங்க பக்கத்து ஆஸ்பத்திரிலகூட வைத்தியம் பாத்திருக்கலாமே... கொஞ்சம் பொறுத்துக்கோம்மா...' என அந்தப் பெண்ணின் அம்மா சொன்னார். எல்லோரையும் திரும்பிப் பார்த்து, 'ரயிலைக் கொஞ்சம் சீக்கிரம் வரச் சொல்ல முடியுமா?' என அவர் கேட்க, நாங்கள் 'என்ன செய்வது?' எனத் தெரியாமல் திகைத்தோம்.

ரயில் வந்து ஏறியதும் அந்தப் பெண் இன்னும் அதிகமாக அழ ஆரம்பித்தாள். நான் அந்தப்

பெண்ணையே பார்த்துக்கொண்டிருந்தேன். இருக்கையில் சாய்ந்து அமர்ந்து அழுதுகொண்டிருந்தவள் சடாரென, இறங்கிப் படுத்துக் கத்தத் தொடங்கினாள். சினிமாவில் பார்ப்பதுபோலவே, அங்கிருந்த பெண்கள் உடனே அவளைச் சூழ்ந்துகொண்டார்கள். உச்சக்கட்ட அலறலோடு அந்தப் பெண் அழ, குழந்தை பிறந்தேவிட்டது. ஒரே நிமிடத்தில் எல்லாம் மாறிப்போனது. சட்டென அந்தப் பெண்ணின் கால் பக்கத்தில் ரத்தம், ஒரு புதிய குழந்தையின் அழுகை... என நம்ப முடியாமல் பார்த்துக்கொண்டிருந்தேன். நான் நேரடியாகப் பார்த்த முதல் பிரசவக் காட்சி அது. என் உடல் நடுங்கத் தொடங்கியது. அங்கிருந்த சில ஆண் களும், ரயிலில் நடந்த பிரசவத்தை நம்ப முடியாமல் முகம் வெளிறிப்போய்ப் பார்த்தார்கள். என்னைப் போலவே அவர்களுக்கும் உடல் நடுங்கியது. பதற்றத்தைக் கட்டுப்படுத்த முடியாமல், நான் இறங்கும் ஸ்டேஷனுக்கு முன்னதாகவே இறங்கிவிட்டேன்.

இன்னொரு நாள். சென்னையில் இருந்து நாகர்கோவில் வரை தனியார் பேருந்து ஒன்றில் பயணித்துவிட்டு, தக்கலை செல்வதற்காக, அரசுப் பேருந்து நிலையத்துக்கு அதிகாலையில் சென்றேன். பனிக்காலக் காலையின் முதல் பேருந்து அது. இரண்டு பேர் மட்டும் பேருந்துக்குள் இருட்டில் உட்கார்ந் திருக்க, நானும் ஏறி உட்கார்ந்தேன். டீ குடித்த டிரைவரும் கண்டக்டரும் பேருந்தில் ஏறி ஸ்டார்ட் செய்ய, அப்போது எரிந்த விளக்கின் ஒளியில் பேருந்து முழுக்க ரத்தம் பரவியிருப்பது தெரிந்தது. நடத்துநர் அதிர்ந்து பின்வாங்கினார். ‘காலைல அவ அங்கின புள்ளையோட நின்னால்லா... ராத்திரி கிடப்பு இங்கபோல!’ என டிரைவர் எரிச்சலாகி கெட்ட வார்த்தையில் திட்டினார். ‘திட்டாதீயும், அது வேற எங்கின போகும்?’ என்ற கண்டக்டர் இறங்கி கீழே கிடந்த மணலை அள்ளி ரத்தத்தின் மேல் கொட்டினார். பிச்சை யெடுக்கும் பெண் ஒருத்தி, இரவில் அந்தப் பேருந்தில் தன்னந் தனியாகக் குழந்தை பெற்றிருக்கிறாள் என அறிந்தபோது பகீரென இருந்தது.

குழந்தை பிறப்பு என்பது மிக மகிழ்ச்சியான நிகழ்வு என்பதில் மாற்றுக் கருத்து இல்லை. ஆனால், அந்த அனுபவம் எல்லா பெண்களுக்கும் ஒரே மாதிரியாகவா

இருக்கிறது? மிக நவீன மருத்துவமனையில் உச்சக்கட்ட கவனிப்பில், அனுசரணையில் ஒரு பெண் தன் குழந்தையைப் பெற்றெடுக்கிறாள். அதே நேரத்தில் அரசு மருத்துவமனையின் பிரசவ வார்டுகளில், 'தினமும் ராத்திரி பண்ணும்போது வலிக்கும்னு தெரியாதா..? கத்தாம கம்முனு பெத்துக்கினு போ' என, தன் தாய் அவமானப்படுவதைக் கேட்டபடியே பிறக்கின்றன பல சிசுக்கள்.

உதவி இயக்குநராக இருக்கும் நண்பன் ஒருவனின் மனைவிக்கு அரசு மருத்துவமனையில் குழந்தை பிறந்தது. நான் பார்க்கச் சென்றபோது பக்கத்து படுக்கையில் ஒரு பெண்ணுக்கு பிரசவ வலி. சில நிமிடங்களுக்குப் பிறகு ஆச்சர்யமாக அந்தப் பெண், எந்தக் கத்தலும் கூச்சலும் இல்லாமல் குழந்தையைப் பெற்றெடுத்துவிட்டார். அங்கிருந்த நர்ஸுக்கு அவ்வளவு ஆச்சர்யம். பிரசவித்த பெண்ணுக்குத் துணையாக அவரோடு யாரும் வரவில்லை.

'எத்தனையாவது குழந்தை?' என்ற கேள்விக்கு அந்தப் பெண், 'ரெண்டாவது' எனப் பதில் சொன்னார்.

'இல்லியே... உன் எக்ஸ்பீரியன்ஸ் பார்த்தா, அப்படித் தெரியலியே...' என நர்ஸ் அதட்ட, 'ஏழாவது குழந்தை' எனச் சொல்லிவிட்டு தலை கவிழ்ந்தார் அந்தப் பெண்.

'ம்... இப்படியே பெத்துக்கிட்டே இரு. நீ ரத்தம் இல்லாம செத்தா, புள்ளைங்களை உன் புருஷன் பாத்துக்குவானா என்ன? அவன் வேலையைப் பாத்துட்டுப் போயிட்டே இருப்பான். புள்ளைங்கதான் கஷ்டப்படும். ஏழாவதாம்ல ஏழாவது... அறிவிருக்காடி' என அக்கறையோடு, ஆனால் அங்கிருந்த அத்தனை பேருக்கும் கேட்கும்படி திட்டிக் கொண்டே இருந்தார் நர்ஸ். அந்தப் பெண் பதிலே சொல்லாமல் அவமானத்தோடு எழுந்து செல்லத் தயார் ஆனார்.

'இன்னைக்குத்தானே பெத்திருக்க... ஒரு நாள் ரெஸ்ட் எடுத்துட்டுப் போ' என நர்ஸ் சொல்ல, அந்தப் பெண் கேட்கவே இல்லை. எப்படியோ மருத்துவர்களிடம் மன்றாடி அங்கிருந்து தப்பித்தால் போதும் என்று கிளம்பிச் சென்றார். தன் நரைமுடிகளை மறைப்பதற்காக அந்தப் பெண் தேய்த்திருந்த கண் மை, மருத்துவமனைப் படுக்கையின்

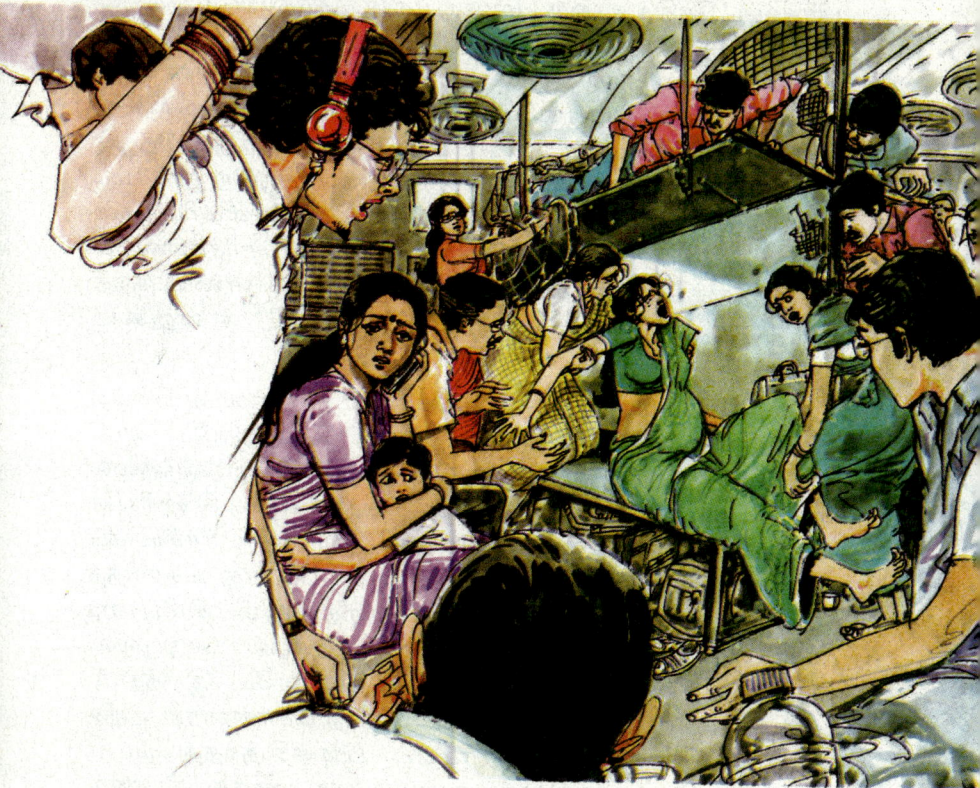

வெள்ளைத் துணியைக் கறையாக்கி இருக்க, அதற்காக அவர் வாங்கிய அர்ச்சனைகளை நான் எழுதவே முடியாது. அவமானத்தில் சுருங்கி, அன்று பிறந்த சிசுவோடு அவர் தப்பிப்பதுபோல ஓடினார். ஒரு புதிய உயிர் பூமிக்கு வந்த சந்தோஷத்தை அவர் அன்று அனுபவிக்கவே இல்லை. இப்படியெல்லாம் பல சம்பவங்களைப் பார்க்கும்போது, குழந்தைப் பிறப்பு என்பது ஒவ்வொரு பெண்ணுக்கும் வெவ்வேறு அனுபவம். அதைப் பொதுப்படுத்தவே முடியாது என்றே தோன்றுகிறது.

பிரசவத்துக்காக நான் மருத்துவமனையில் அனுமதிக்கப் பட்டிருந்தபோது, 'குழந்தை எப்போது பிறக்கும்?' என்ற பதற்றத்தைத் தாண்டி, ஒருவித எரிச்சல் மனநிலையிலேயே இருந்தேன். 'குழந்தையின் மூச்சு குறைவாக இருக்கிறது' என

பிரசவத் தேதிக்கு ஒரு மாதம் முன்னதாகவே மருத்துவ மனையில் அனுமதிக்கப்பட்டேன். இரவு முழுக்கத் தூங்கவிடாமல் கால்களிலும் முதுகிலும் கடுமையான வலி. வாந்தி, ரத்தப்போக்கு, அவ்வப்போது வரும் வலிகள், கால்களில் வீக்கம், இடது பக்கம் மட்டுமே சரிந்து படுத்துத் தூங்க வேண்டும் என்ற கவனத்தால் தடைபடுகிற தூக்கம்... என குழந்தையைச் சுமந்த நாட்களின் அசௌகரியங்கள் எல்லாம் அந்த ஒற்றை இரவில் சேர்ந்து, எரிச்சலையும் கோபத்தையும் தந்தன. உடன் தூங்கிக்கொண்டிருந்த வர்களை 'உதைத்து எழுப்பிவிடலாமா?' என்றுகூட ஆத்திரம் வந்தது.

வெள்ளிக்கிழமை மாலை சிசேரியன் என முடிவு செய்த போது, 'கொஞ்ச நேரத்துல குழந்தை பொறந்திடும். கால் வலி, முதுகு வலியில் இருந்து விடுதலை' என்ற விடுதலை உணர்வுதான் எனக்கு உடனே எழுந்தது. எனக்கு சிசேரியன் செய்த டாக்டர் ஒரு தெலுங்குக்காரர். அவர் தொடர்ச்சியாகப் பேசிய ஆங்கிலத்துக்கு இடையே அவ்வப்போது உச்சரித்த தமிழ் வார்த்தைகள், அந்த நேரத்திலும் சிரிப்பை வரவழைத்தன. அவர் சம்பந்தமே இல்லாமல் 'ஊடுருவல்' என்ற வார்த்தையை பயன்படுத்திக்கொண்டே இருந்தார். அதைக்கூட தவறாக 'ஊருடுவல்' என்றே சொன்னார். அந்த வார்த்தை அவருக்கு ரொம்பப் பிடித்திருந்ததுபோல, திரும்பத் திரும்பச் சொன்னார். மயக்க மருந்து நிபுணர், குழந்தை மருத்துவர், சுகாதாரப் பணியாளர்கள், அறுவை சிகிச்சை உதவியாளர்கள் என ஆண்கள் சூழ்ந்த அந்த அறையில், ஆடை இல்லாமல் இருப்பது பற்றிய உணர்வே எனக்கு இருக்கவில்லை. குழந்தை பிறப்புக்குப் பின், தன் ஆடை பற்றிய கவலையின்றி பெண்கள் இருப்பதற்கான காரணத்தை, அந்தப் பிரசவ அறையில்தான் உணர்ந்தேன். குழந்தை பிறப்புக்கான மருத்துவ நடைமுறைகளின்போதே, பெண்கள் தங்கள் உடலைப் பற்றிய அதீதக் கூச்சத்தைக் கடந்துவிடுகிறார்கள்போல!

குழந்தை பிறந்தவுடன், 'ஐ... என் குழந்தை' எனத் தூக்கிக் கொண்டாடப்போகிறேன் என்றுதான் நினைத்திருந்தேன். ஆனால், அப்படி எந்த உணர்வும் எனக்கு வரவே இல்லை. இரவு *8:30* மணிக்கு மகள் பிறந்ததும், *11* மணிக்கு என்னை

அறைக்கு அழைத்து வந்தார்கள். குழந்தை பசித்து அழுது கொண்டே இருந்தது. கொடுப்பதற்கு பால் வரவே இல்லை. 'கீப் டிரையிங்... கீப் ஆன் டிரையிங்... அப்பதான் வரும்' என மருத்துவரும் செவிலியரும் சொல்ல, குழந்தை வாய் வைத்துவிட்டு பால் வராமல் கத்தி அழ, அதை நினைத்து பாவமாக இருந்தது. இரவு முழுவதும் அழுதுவிட்டு அதிகாலையில் அவள் தூங்கத் தொடங்கியதும்தான் கொஞ்சம் நிம்மதியாக இருந்தது. குழந்தை தூங்கியதும் உடன் இருந்தவர்களும் தூங்கிப்போக, நான் உணர்ந்தது அவ்வளவு பெரிய வெறுமை. இது எனக்கு மட்டுமான உணர்வா என்பதை அறிய, இதைப்பற்றி நான் பல தோழிகளிடம் கேட்டிருக்கிறேன்.

'எனக்குப் பைத்தியமே பிடிச்ச மாதிரி இருந்தது. எல்லாத் தையும் பிடுங்கிப்போட்டு ஓடிடலாமானு தோணுச்சு' என மைதிலி சொன்னாள். மேலும் சில தோழிகளிடம் பேசினேன். அவர்களுக்கும் மிக வெறுமையை உணர்ந்த நேரமாகவே இருந்திருக்கின்றன குழந்தை பிறப்புக்குப் பிந்தைய நாட்கள். மருத்துவர்களைக் கேட்டால் ஹார்மோன்களைக் கை காட்டுவார்கள்போல. ஆனால், அந்த இரவில் என் அருகே யாராவது உட்கார்ந்து என்னோடு பேச வேண்டும், நான் என்ன உணர்கிறேன்... எனக்கு வலிக்கிறதா என யாராவது கேட்க வேண்டும் என ஆசைப்பட்டேன். குழந்தை பிறக்கும் அடுத்த நொடியில் இருந்து அனைவரின் கவனமும் குழந்தை மீதே திரும்பி விடுகிறது. பெற்றுக் கொடுத்தவளைத் திரும்பிக்கூடப் பார்ப்பது இல்லை. ஆனால், வாழ்க்கையின் மிக உன்னதமான நெருக்கமும் அரவணைப்பும் தலைக்கோதலும் அந்த நேரத்தில்தான் பிரசவிக்கும் பெண்ணுக்குத் தேவை!

'குழந்தை பிறந்ததும் தலை தடவி மனைவிக்கு முத்தம் கொடுப்பது எல்லாம் சினிமாவில்தானா... நிஜத்தில் கிடையாதா?' என்றுகூட, தாங்க முடியாமல் மறுநாள் காலையில் கேட்டே விட்டேன். ஆனால், நான் என்ன பேசினாலும் அது என் ஹ்யூமர்சென்ஸில் இருந்து வருகிறது என என்னைச் சார்ந்தவர்கள் நம்பியதால், கெக்கேபிக்கே எனச் சிரித்தார்கள். இப்படியாக, என்னைச் சுற்றியிருந்தவர் களை குழந்தையின் பக்கம் இருந்து என் பக்கம் திருப்பும்

அத்தனை முயற்சிகளிலும் நான் தோற்றேன். மிகச் சுருக்கமாகச் சொல்வதென்றால், எல்லா பெண்களையும்போல நானும் அந்த நாட்களில் மனதளவில் தனித்திருந்தேன்; அல்லது எல்லா பெண்களும் என்னைப் போலவே தனித்திருக்கிறார்கள். ஆப்பிள் ஜூஸ், மதர் ஹார்லிக்ஸ், பிரத்யேக நைட்டிகள் என எல்லாம் கவனிப்புகள்தான். ஆனால், கூடவே உட்கார்ந்து கைகோத்துப் பேசுவது தேவையென எந்த மருத்துவரும் சொல்லித் தருவது இல்லையே... ஏன்?

சொகுசு மருத்துவமனையின் கட்டிலில் படுத்திருந்தபோதே நான் தனிமையை உணர்ந்திருந்திருக்கிறேன் என்றால், ஒருத்தி யாருமற்ற ஓர் இரவுக்காகக் காத்திருந்து பேருந்தில் தன்னந்தனியாகக் குழந்தை பெற்றிருக்கிறாள். தனக்கும் யாருக்குமான குழந்தை எனக்கூட அறிய முடியாத தனிமை அவளுடையது. அவள் தனிமையோடு ஒப்பிடும்போது, நான் ஒன்றுமே இல்லை. என் அம்மம்மாவுக்கு ஒன்பது குழந்தைகள். கடைசிக் குழந்தையாக என் அம்மா பிறந்தபோது, 'ஆணா... பொண்ணா?' என்ற கேள்வியையே தாத்தா நான்கு நாட்கள் கழித்துத்தான் கேட்டாராம். இத்தனைக்கும் அதே வீட்டில் உண்டு, உறங்கி, எழுந்து போயிருக்கிறார். 'ஒருத்திக்கு வயிறு பெருசா இருந்ததே, என்ன திடீர்னு காணோம்?' என சாப்பாடு பரிமாறும்போது பிறகுதான் கவனித்திருப்பாரோ? அப்போது பத்தும், பதினைந்துமாக குழந்தை பெற்ற பெண்களுக்கு என்ன மரியாதை அன்பு கிடைத்திருக்கும்?

மனோஜின் 'மஹல்' என்கிற கதை நினைவுக்கு வருகிறது. ஷாஜஹானின் காதல் நாயகி என நாம் சொல்லிக்கொண்டிருக்கும் மும்தாஜுக்கு 13-வது பிரசவம். அதில் ரத்தப்போக்கு ஏற்பட்டுதான், அவள் இறந்தாள். குழந்தை பிறந்ததும் ஷாஜஹான் பார்க்க வந்தபோது வெறுப்பு மிளிரும் கண்களால், 'என்னைப் பார்க்க வராதே' என மும்தாஜ் தடுப்பார். அவள் இறக்கும்போது அவளது கண்களில் மிச்சம் இருந்தது ஷாஜஹான் மீதான வெறுப்பு மட்டுமே. 13 பிரசவங்கள் தின்ற அவளது உடலில் இருந்தும் மனதில் இருந்தும் வேறு என்ன உணர்வு வெளிப்பட்டிருக்க முடியும்? மிக சந்தோஷமாக நடனம் ஆடிக்கொண்டிருந்த ஒரு

சிறுமிக்கு ஷாஜஹானின் காதல் கொடுத்தது மரணத்தை மட்டும்தான். 'இதுதான் காதலா?' என அந்தக் கதை கேள்வி எழுப்பியிருக்கும்.

கதையின் முடிவில் யமுனை நதிக்கரை நாடோடிக் கதை ஒன்றையும் மனோஜ் சொல்லியிருப்பார். கதைப்படி, மும்தாஜ் இறந்த பிறகே அவளது வேதனையை ஷாஜஹான் உணர்கிறார். மகனால் சிறைவைக்கப்பட்டிருக்கும் ஷாஜஹானின் ஒரே இறுதி விருப்பம், தன் மரணத்துக்குப் பிறகு மும்தாஜின் பக்கத்தில் தன் உடல் அடக்கம் செய்யப்பட வேண்டும் என்பதுதான். ஷாஜஹான் இறந்த பிறகு அவரது உடலை வீரர்கள் படகில் ஏற்றி, யமுனையின் அந்தப் பக்கத்தில் இருக்கும் தாஜ்மஹாலுக்குக் கொண்டுசெல்கிறார்கள். வழியில் திடீரென யமுனையில் வெள்ளப்பெருக்கு. அப்போது 'அந்த உடலை என்னிடம் கொண்டுவராதீர்கள்'

என அசரீரியாக மும்தாஜின் குரல் கேட்கிறது. படகு தடுமாறி, ஷாஜஹானின் உடல் இருந்த பெட்டி உடைந்து உடல் யமுனை வெள்ளத்தில் அடித்துச் செல்லப்படுகிறது. இப்போதைய தாஜ்மஹாலில் மும்தாஜுக்குப் பக்கத்தில் இருப்பது வெறும் பெட்டி மாத்திரமே. மும்தாஜ் தன் பக்கத்தில் ஷாஜஹானை அனுமதிக்கவே இல்லை என அந்த நாடோடிக் கதை சொல்கிறது. மிக நிச்சயமாக இந்தக் கதையை முதன்முதலாகச் சொன்னது ஒரு பெண்ணாகத்தான் இருக்க முடியும். மும்தாஜின் வாழ்க்கையை வாழ நேர்ந்த ஏதோ ஒரு நிமிடத்தில் அவள் இந்தக் கதையைச் சொல்லத் தொடங்கியிருப்பாள். ஆனால், 'தாய்மை' என்கிற வார்த்தையைச் சுற்றி நாம் எவ்வளவு கோட்டிங் புனித பெயின்ட்களை அடிக்கிறோம்.

கொஞ்சம் யோசித்தால், ஷாஜஹான் மிகச் சிறந்த காதலன் என மும்தாஜ் பதிவுசெய்யவே இல்லை, தாய்மை என்கிற உணர்வு புனிதம் என எந்தப் பெண்ணும் சொல்லாததுபோலவே!

என் மகள் பிறந்து முதல் இரண்டு நாட்கள் எனக்கு அவள் மீது எந்த உணர்வும் தோன்றவே இல்லை. அறுவை சிகிச்சையால் இரண்டு நாட்களாக எனக்கு தண்ணீர் கொடுக்கவே இல்லை. உடல், மனம் முழுக்க தாகம். 'கொஞ்சம் தண்ணி வேணும்' என்பதை மட்டுமே திரும்பத் திரும்பக் கேட்டேன். குடிக்க தண்ணீர் கொடுத்த பிறகே, மகளை நான் திரும்பிப் பார்த்தேன். அவளை என் அருகே படுக்கவைத்தபோது அவள் என் விரல்களை இறுக்கப் பிடித்திருந்தாள். என்னை நம்பி ஓர் உயிர் வந்திருக்கிறது என்கிற உணர்வுதான், அப்போது சிலிர்ப்பைத் தருவதாக இருந்தது. என் உடல் மட்டுமே தொடர்ந்து மாற்றங்களுக்கு உள்ளாகக்கூடியது. என்னால் மட்டுமே இன்னோர் உயிரைப் பிரசவிக்க முடியும் என்ற உணர்வு, நிறைவைத் தருவதாக இருந்தது. நான் அந்தத் 'தாய்மை' உணர்வைச் சந்தேகம் இல்லாமல் கொண்டாடினேன். 'தாய்மை' இயல்பான உணர்வு என்பதைத் தாண்டி, அதில் எந்தப் பெருமிதமும் இல்லை என்பதை இப்போது உணர்கிறேன்.

குழந்தை பெற்றுக்கொள்ள முடியாத பெண் ஒருத்தியின் குற்றவுணர்வுக்கு முன்பு, 'குழந்தை பெத்துக்க முடியாம

நீயெல்லாம் பொண்ணா?' என ஒருத்தி மீது விசிறியடிக்கப்படும் வசவுக்கு முன்பு, பேருந்து நிலையத்தின் கழிவறை இருட்டில் ஒருத்தி குழந்தை பெற்றுக்கொள்ளும் இயலாமையின் முன்பு, 'ஏழாவதா பெத்துக்குறியே வெக்கமா இல்லையா?' என்ற கேள்விக்குப் பதில் சொல்லாமல் குழந்தையோடு மருத்துவ மனையில் இருந்து ஓடும் ஒரு பெண்ணின் அவமானத்துக்கு முன்பு, யாருக்குப் பிறந்த குழந்தை என்றே தெரியாமல் குழந்தையைத் தூங்கவைத்துவிட்டு கதவடைக்கும் ஒரு பாலியல் தொழிலாளியின் கண்ணீருக்கு முன்பு, நான் மட்டும் 'தாய்மை' குறித்துப் பெருமிதப்பட என்ன இருக்கிறது?

25

சமீபத்தில் பார்த்த, அடிக்கடி பார்க்கக் கிடைக்கிற காட்சி இது. அசோக் நகர் சாலை ஒன்றில், மரத்துக்குக் கீழே மது போதையில் ஒருவன் விழுந்துகிடந்தான். அவனை அடித்து எழுப்ப முயற்சிசெய்து கொண்டிருந்தாள் அவன் மனைவி. சுற்றிலும் ஆட்கள் ஒரு நிமிடம் நின்று, 'இது ஒண்ணும் புதுசு இல்லையே...' எனக் கடந்து நடந்துகொண்டிருந்தனர். அவன் மெள்ள எழுவதும் உட்கார முடியாமல் கீழே விழுவதுமாக அவளைப் படுத்திக்கொண்டிருந் தான். அந்தப் பெண்ணின் மடியில் இருந்த அவர்களது குட்டி மகன், 'அப்பா... அப்பா...' என விழுந்துகிடந்தவனின் வயிற்றின் மீது ஏறி உட்கார்ந்து அழுதுகொண்டிருந்தான். அந்தக் குழந்தைக்கு இரண்டு வயதுக்கு மேல் இருக்காது. குழந்தை அழுவதைக் கண்டதும் அந்தப் பெண், தன் தலையில் அடித்துக்கொண்டு அழ ஆரம்பித்தாள். அந்தப் பையன் இன்னும் சத்தமாக, 'அப்பா... அப்பா...' எனக் கதறினான்.

மகனின் அழுகை கேட்காத ஏதோ தூரத்தில் சஞ்சரித்துக் கிடப்பவன்போல, அவனிடம் அசைவே இல்லை. அந்தக் குழந்தை, தன் அழுகையை நிறுத்திவிட்டு அந்தச் சூழ்நிலையை வேடிக்கை பார்க்க ஆரம்பித்தது. சொந்த மகனின் அழுகையைப் புறக்கணித்துவிட்டு, குடியை நேசிக்கும் அளவுக்கு அந்த மதுவில் அப்படி என்னதான் இருக்கிறது?

சமீபத்தில் நாகர்கோவிலில் சந்தித்த இரு நண்பர்கள், தங்கள் மாவட்டத்தில் ஒரு பகுதியில் மட்டும் 700 இளம் பெண்கள் கணவனை இழந்து தனியாக வாழ்வதாகக் குறிப்பிட்டனர். குடியாலோ, குடியின் மூலம் ஏற்பட்ட விபத்திலோ இறந்தவர்களின் மனைவிகள் அவர்கள். அதில் பாதிக்கும் அதிகமான பெண்களுக்கு ஒன்றோ, இரண்டோ குழந்தைகள் உண்டு. பள்ளிப்படிப்பை முடித்துவிட்டு திருமணத்துக்கு நகை சேர்ப்பதற்காக வேலைக்குச் சென்று, திருமணம் ஆனதும் கணவன் பார்த்துக்கொள்வான் என்ற நம்பிக்கையில் தள்ளிவிடப்பட்ட பெண்கள் அவர்கள். அவர்களைத் தன்னந்தனியாக விட்டுச் செல்வதை யோசிக்க முடியாதபடி மது மூளையை நிரப்புமா?

நண்பன் ஒருவன் பெருங்கவிஞன்; பகலில் கொஞ்சம் தெளிவோடு இருப்பவன், மாலை 6 மணியானதும் மொபைலில் இருக்கும் அத்தனை எண்களுக்கும், 'ஐ லவ் யூ' மெசேஜ் அனுப்பத் தொடங்குவான். மதுவினால் வரும் காதல் என நெருங்கியவர்களுக்குப் புரியும். நள்ளிரவுகளில் போன் அலறினால் அவனாகத்தான் இருக்கும் என யூகித்து, போனைக் கவிழ்த்துவைத்துவிடுவேன். 'எப்படியாவது திருத்திவிடலாம்' என வருடக்கணக்கில் முயன்று, முடியாமல் தோற்று, குழந்தைகளின் மனநிலையைக் கருத்தில்கொண்டு அவனைவிட்டு மனைவி விலகிச் சென்று விட்டார். நண்பனைவிட்டுச் செல்ல முடியாமல், வயதான அவருடைய அம்மா உடன் இருக்கிறார். 'ஒழுங்காக வீடு வந்துசேர்வானா?' என்ற கவலையில் அந்த அம்மா, வீதியின் ஓரத்தில் இருக்கும் கோயிலில் வந்து உட்கார்ந்து தெருவையே பார்த்துக்கொண்டிருப்பார். மகன் சேதாரம் இல்லாமல் வந்துசேர்ந்தாலும் அவர் சந்தோஷப்பட முடியாது. காரணம், வீட்டுக்கு வந்து அடுத்தடுத்த காவடிகளைத் தூக்கத் தொடங்குவார். ஒருநாள் குடியில் அம்மாவையே தூக்கிச் சுற்றிக் கீழே போட, அதில் அவரது இடுப்பு எலும்பு உடைந்து ஆறு மாதங்கள் வரை நகர முடியாமல் அவஸ்தைப்பட்டார். 'இதை எல்லாம் பார்க்க நான் ஏன் உயிரோடு இருக்கிறேன்?' என்றும், 'நானும் போயிட்டா இவன்கூட யார் இருப்பா?' என்றும் எப்போது பார்க்கப் போனாலும் அந்த அம்மா அழுவார். கடந்த 10, 15 வருடங்

களில் அவர் அழாத ஒருநாளாவது இருந்திருக்குமா என்பது சந்தேகமே... அம்மாவின் கண்ணீரைவிட அத்தனை வலிமை யானதா மது?

உலக அரசியல் முதல், லோக்கல் முனிசிபாலிட்டி அரசியல் வரை என்ன சந்தேகம் என்றாலும் கூப்பிட்டுக் கேட்கக்கூடிய அறிவாளி நண்பன் எனக்கு இருந்தான். 'என் வாழ்வின் மிகச் சிறந்த தோழி' என என்னைக் குறிப்பிடுவான். வாரம் ஒருமுறை ஜாலிக்காகக் குடிக்க ஆரம்பித்திருந்த அவன், தினமும் பாட்டிலோடு திரிய ஆரம்பித்தான்.

ஒருநாள் என் வீட்டுக்கு வந்து தத்துவமோ, அரசியலோ ஏதோ ஒன்றை போதையின் உச்சத்தில் பேச ஆரம்பித்தான். நண்பனை 'எப்படிக் கிளம்பிப் போகச் சொல்வது?' என நான் யோசித்துக்கொண்டிருக்கும்போதே, 'ஒரே ஒரு முத்தம் குடு, நான் போயிடுறேன்' என அடம்பிடித்து என்னை அதிரவைத்தான். முதல்முறையாக ஒரு நண்பனைப் பார்த்து பயந்த தினம் அது. 'குடிக்காத ஒரு தினத்தில் அவனால் அப்படி நடக்கவே முடியாது' என உறுதியாகக் கூறுவேன். அதன் பிறகு அவனோடு பேசும் தைரியம் எனக்கு வரவே இல்லை. வாழ்வின் மிகச் சிறந்த தோழியைக் காயப்படுத்தி விட்டு, மதுவைத் தொடர முடிகிற அளவுக்கு அத்தனை சிறந்ததா மது?

ஒன்றாம் வகுப்பு படிக்கும் என் மகளின் பள்ளியில் பெற்றோர்-ஆசிரியர் சந்திப்பு. ஒரு மாணவன் வகுப்பில் பேசுவதே இல்லை; சோர்வாகவும் கவலையாகவும் இருக்கிறான்; சாப்பிடுவது இல்லை... என ஆசிரியர் அவனது அம்மாவிடம் புகார் செய்ய, அவர் எங்கள் அத்தனை பேர் முன்பும் அழ ஆரம்பித்தார். 'இவனோட அப்பா திடீர்னு குடிக்க ஆரம்பிச்சுட்டார். வீட்ல ஒரே சண்டை; அழுகை. தினமும் குடிச்சுட்டு ராத்திரி லேட்டா வருவார். அதைப் பத்தி நாங்க கேப்போம்னு பயந்துட்டு, காலையில் சீக்கிரம் எந்திரிச்சு போயிடுவார். வீட்ல இவனுக்கு நிம்மதியே இல்லை மேடம். இவன் சிரிச்சுப் பார்த்தே ரொம்ப நாள் ஆச்சு!' என அவர் அழுகையை நிறுத்தவே இல்லை. அப்பாவின் போதைக்காக ஆறு வயது சிறுவன் நிம்மதியைத் தொலைப்பது அநியாயம் இல்லையா?

சும்மா ஜாலிக்காகக் குடிக்கிறேன், என்பவர்களிடம் 'எது ஜாலி?' எனக் கேட்கத் தோன்றுகிறது. மது கொஞ்சமாகக் குடிக்கிற வரை கொண்டாட்டம்தான். வேலைக்காக காடுகளில் நான் தங்கியிருந்தபோது பழங்குடி ஆணும் பெண்ணும் குடித்துக் குதூகலித்ததை அருகிருந்து பார்த்திருக்கிறேன். பகலின் வேலைப்பளு முடிந்து ஒருநாளை கொண்டாட்டமாக முடிக்க, அவர்கள் தேர்ந்தெடுப்பது மதுவை.

நாகர்கோவிலில் என் வீட்டுக்கு இறங்கும் பேருந்து நிறுத்தத்துக்குப் பக்கத்தில், அருந்ததியர் தெரு இருந்தது. துப்புரவுப் பணியாளர்களின் வீடுகள் அங்கே இருக்கும். மாலை வேளைகளில் குடும்பம், குடும்பமாக தெருவில் உட்கார்ந்து குடித்தபடி பேசிக்கொண்டிருப்பார்கள். பகல் முழுவதும் நகர் தங்கள் மீது நடத்தும் வன்முறையை, தங்கள் வேலையின் இழிவை, அன்றைக்குப் பட்ட அவமானங்களை அவர்கள் குடித்துக் குடித்தே ஆற்றிக்கொள்வதாகத் தோன்றும். அந்தக் குடி இல்லையேல் உடல், மன வேதனைகளை அவர்களால் கடக்க முடியாது. ஆனால், நகரின் சென்ட்ரலைஸ்ட் ஏ.சி அலுவலக ஊழியர்கள், அவ்வளவு துன்பப்படுகிறார்களா என்ன?

என்னோடு படித்த சுஜியின் அப்பா பெருங்குடிகாரர். குடித்துவிட்டு எங்கேனும் விழுந்துகிடக்கும் அவரை சுஜியும் அவள் தம்பியும் போய் அழைத்துவருவார்கள். வந்ததும் முதல் வேலையாக மனைவியையும் பிள்ளைகளையும் கண் - மண் தெரியாமல் அடிக்க ஆரம்பிப்பார். விக்கிரமாதித்தன், வேதாளம் கதைபோல இவர்கள் அழைத்து வருவதும், அவர் அடிப்பதும் தினமும் நடக்கும். அவருக்கு இப்படிக் குடித்துவிட்டு அடிப்பதில் என்ன மகிழ்ச்சி இருந்திருக்கும்? குடிப்பது என்னவோ அவர்தான். ஆனால், 'குடிகாரன் மனைவி' என்ற பட்டத்தை இன்னமும் சுமப்பது சுஜியின் அம்மாதான். 'குடிச்சுட்டுக் கிடப்பானே மாதவன், அவன் பொண்டாட்டில்ல போறது' என்றுதான் அவரை அடையாளப்படுத்துவார்கள். பகல் முழுவதும் சுற்றியிருக்கும் பெண்களிடம், தன் கணவனின் குடி பற்றியே அழுது தீர்ப்பார் அவர். சமூகம் அவமானப்படுத்தும் அடையாளம் கொண்ட ஒரு பெண்ணின் கணவனாக, சுஜியின்

அப்பாவால் ஒரு மணி நேரமாவது வாழ முடியுமா எனத் தெரியவில்லை. ஆனால், 30 ஆண்டுகளுக்கும் மேலாக 'குடிகாரனின் மனைவி' என்ற பட்டத்தைத் தூக்கி எறிய முடியாமல் அவமானத்தில் சுஜியின் அம்மா அந்த ஊரில் இருந்துவருகிறார்.

தமிழில் மொழிபெயர்க்கப்பட்டு படித்த இந்திக் கதையோ, குஜராத்திக் கதையோ ஒன்று நினைவுக்கு வருகிறது. ஒரு வீட்டில் கணவன், மனைவி இருவரும் இருப்பார்கள். காலையில் அவர் அன்பாக மனைவியிடம் பேசிவிட்டு வேலைக்குக் கிளம்புவார். மாலை ஆக, ஆக அந்தப் பெண்ணுக்குப் பதற்றம் அதிகரிக்கும்; கைகள் நடுங்கத் தொடங்கும்; தொண்டை வறண்டு போகும். வெளியே வந்து நிற்கப்போகும் ஆட்டோவுக்காக வாசலுக்கும் அறைக்குமாக

நடக்கத் தொடங்குவார். அடிக்கடி மணி பார்த்துக்கொள்வார். குழந்தைகளை வெகு சீக்கிரம் தூங்கவைப்பார். தூங்க மறுக்கும் குழந்தைகளை அடித்துத் தூங்கவைப்பார். அழுதுகொண்டே தூங்கிப்போகும் குழந்தைகளை நினைத்து அழுவார். நேரமாக, நேரமாக அவருக்குப் பதற்றம் கூடும். வெளியில் ஆட்டோ வந்து நிற்கும் சத்தம் கேட்கும். பதற்றத் துடன் ஓடிவந்து கதவைத் திறப்பார். குடித்த கணவன் ஆட்டோ டிரைவரின் உதவியோடு வீட்டுக்குள் வருவார்.

குடிகாரக் கணவன் அழுவார்; சிரிப்பார்; மனைவியைத் திட்டுவார்... வீட்டுக்கு வந்து மீண்டும் குடிக்க ஆரம்பிப்பார். மனைவியின் கேரக்டரை காலி செய்வார்; அடிப்பார்; விழுந்து தூங்கிப்போவார். அந்த இளம் மனைவிக்கு அவருடனான தாம்பத்யம் நின்றுபோய் பல ஆண்டுகள் ஆகியிருக்கும். குழந்தைகள் அவரைப் பார்த்தாலே பயந்து ஒளிந்துகொள்வார்கள். அவர் வீட்டுக்குப் பணம் தருவதை நிறுத்திய நாளில் இருந்து அந்த மனைவி வேலைக்குப் போக ஆரம்பித்திருப்பார். அதிகாலை வரை கணவனோடு போராடிவிட்டு, பகலில் அலுவலகத்தில் போய்த் தூங்கி வழிந்து திட்டு வாங்குவார். அந்தக் குடியிருப்பின் பிற ஆண்கள், இந்தப் பெண்ணைக் கேலியாகப் பார்ப்பார்கள்; உதவுவதுபோல் வந்து வழிவார்கள்; கணவனால் அவர் சந்தோஷமாக இல்லை என்ற முடிவுக்கு அவர்களாகவே வந்து, எப்படி எப்படியோ அந்தப் பெண்ணை நெருங்க முயற்சிப்பார்கள். ஒருநாள் அப்படி ஒருவன் அந்தப் பெண்ணிடம் தவறாக நடந்துகொள்ள, 'கேக்குறதுக்கு யாரும் இல்லைன்னு நினைச்சியா?' என அவள் சீற, 'எங்க... உன் புருஷனை வரச்சொல்லு பார்ப்போம்' என நக்கலாகச் சிரிப்பான்.

சிரமப்பட்டு தன்னை விடுவித்துக்கொண்டு வீட்டுக்கு வந்து, அவளுக்காகக் காத்திருக்கும் குழந்தைகளை அடிக்க ஆரம்பிப்பாள். குழந்தைகள் சாப்பிடாமல் தூங்கிப்போக, எப்பவும்போல நீந்தியபடி வீடு வந்துசேர்வான் அந்தக் கணவன். அன்று அவளுக்கு ஆக்ரோஷம் கலந்த கோபம் வரும். விஷம் வைத்துக் கொன்றுவிடலாம் என முடிவு செய்வாள். விஷத்தோடு அவன் அருகில் செல்லும்போது, அவள் மீது மிகக் காதல்கொண்ட ஒரு தருணத்தைப் பற்றி

அவன் உளறிக்கொண்டு இருப்பான். இயலாமையில் அந்த விஷத்தை அவளே குடிப்பாள். மரணிப்பதற்கு முன் குழந்தைகளைப் பார்க்கத் தோன்றி, குழந்தைகள் அருகே வருவாள். குழந்தைகளை மாலை அடித்தது நினைவுக்கு வரும். தான் இல்லாவிட்டால் குழந்தைகளை யார் பார்த்துக் கொள்வார்கள் எனப் பதறுவாள். குழந்தைகளை எழுப்பி, தன்னைக் காப்பாற்றச் சொல்லிக் கதறுவாள். என்ன செய்ய வேண்டும் எனத் தெரியாத இரு குழந்தைகளும் அப்பாவை எழுப்பப் போராடுவார்கள். மிதமிஞ்சிய போதையின் காரணமாக அவன் குழந்தைகளிடம் எரிச்சலுறுவான். மீண்டும் அம்மாவிடம் வந்து குழந்தைகள் அழுவார்கள். அம்மாவும், அப்பாவைப் போலவே அந்தக் குழந்தைகளின் குரல்கேட்காத ஓர் இடத்துக்குச் சென்றதும், கதை முடிந்து விடும். இந்தக் கதை, இன்றும் எண்ணற்ற வீடுகளில் தொடர்ந்துகொண்டுதான் இருக்கிறது!

'ஆபீஸ், வேலை, அது, இதுனு ஆயிரம் பிரச்னைகள்... அதான் குடிக்கிறோம்' எனச் சொல்லும் ஆண்கள், தங்கள் வீடுகளில் இருக்கும் பெண்களையும் குழந்தைகளையும் ஒரு நிமிடம் நினைத்துப் பார்க்க மாட்டார்களா? அவர்கள் பிரச்னைக்கு அவர்கள் எதைக் குடிப்பது? குடிகாரக் கணவனோடு மல்லுக்கட்டும் தோழி ஒருத்தி இப்படிச் சொல்வாள்... 'பிரச்னைனு குடிக்கிறானாம். டெய்லி குடிச்சுட்டு வர்ற இந்தாளைவிட பெரிய பிரச்னை ஏதாவது இருக்க முடியுமா, இவரையே நாம சமாளிக்கலையா?'. இருக்கிற பிரச்னைக்கு பெண்கள் குடிக்க ஆரம்பித்தால் இந்த நாடு தாங்குமா? 'குடிச்சுட்டு வந்து நீ பண்ற இம்சை தாங்கலை. இன்னில இருந்து நானும் குடிக்கிறேன்' என, ஒரு பெண் தன் பிரச்னைக்குப் பரிகாரம் தேட ஆரம்பித்தால்?

ஒரு குழந்தை படிப்பை நிறுத்தியது, ஒரு பெண்ணின் கல்யாணம் நின்றுபோனது, ஒரு பெண் தன் கணவனை இழந்தது, ஒரு குடும்பம் தன் வீட்டை விற்றது, ஒரு குடும்பம் ஊரைவிட்டு இடம்பெயர்ந்தது... என எல்லா துயரங்களுக்கும் பின்னணியில் குடியைக் கைகாட்ட முடியும்.

'வாழ்க்கையைக் கொண்டாடுவதற்கு குடிக்கிறேன்' எனச் சொல்பவர்கள் வாழ்க்கையை எதிர்கொள்ளத் தெரியாமல் அதில் இருந்து தப்பிக்கத்தான் குடிக்கிறார்கள் எனத்

தோன்றுகிறது. உண்மையில் இந்த நேரத்தையும் வாழ்க்கையையும் வைத்துக்கொண்டு என்ன செய்வது என அவர்களுக்குத் தெரியவில்லையோ எனத் தோன்றுகிறது. கொண்டாடுவதற்கு மதுவைத் தவிர நமக்கு ஒன்றுமே இல்லையா?

அசோக் நகர் சாலையில் குடித்துவிட்டு விழுந்துகிடந்தவன் மீது உட்கார்ந்து அழுத குழந்தை, அவன் எழுந்திருக்க மாட்டான் எனத் தெரிந்ததும் அவன் மீது இருந்து எழுந்து போய்விட்டது. கொஞ்ச நேரம் அவனை வேடிக்கை பார்த்துவிட்டு அம்மா முகத்தையே பார்த்தபடி அம்மா மடியில் போய் உட்கார்ந்தது. கொஞ்ச நேரத்தில் அங்கிருந்தும் எழுந்து, அருகே கிடந்த இலை, கற்களை எடுத்து விளையாட ஆரம்பித்தது; பிளாட்பாரத்தில் ஏறி-இறங்கி விளையாட ஆரம்பித்தது; போகிற, வருகிறவர்களை எல்லாம் பார்த்துச் சிரிக்க ஆரம்பித்தது; தன்னால் மாற்ற முடியாத அந்தத் துயரத்தில் இருந்து தன்னை விடுவித்துக் கொண்டு, அதுபாட்டுக்கு விளையாட ஆரம்பித்தது.

உண்மையில் துயரங்களை எதிர்கொள்வதையும், அதில் இருந்து தன்னை விலக்கிக்கொள்வதையும் அந்தத் தகப்பன் ஏன் அந்தக் குழந்தையிடம் இருந்து கற்றுக்கொள்ளவில்லை? மதுவற்ற மாலை நேரம் ஒன்று அவனுக்கு வாய்த்து, வாழ்க்கையைக் கொண்டாடுவது எப்படி என்பதை அந்தக் குழந்தை அவனுக்குக் கற்றுக்கொடுக்க வேண்டும் என எனக்கு ஆசையாக இருக்கிறது!

26

"அம்மாவுக்கு எப்படி கை வலிக்கும்?" - மகள் கேட்டாள்... மலை ஏறும்போது சிறிது தூரம் அவளைத் தூக்கிக்கொண்டு ஏறிவிட்டு, 'கை வலிக்குது பாப்பா' எனக் கீழே இறக்கி விட்டதும்தான் இந்தக் கேள்வி. 'அம்மாவுக்குப் பசிக்குமா?', 'பாப்பா தூங்குறதுக்கு முன்னாடி அம்மாவுக்கு எப்படித் தூக்கம் வரும்?', 'அம்மாவுக்கு எப்படி உடம்பு சரியில்லாமப் போகும்?" - பல்வேறு சந்தர்ப்பங்களில் இந்தக் கேள்விகளை அவள் கேட்டிருக்கிறாள். இது ஒரு சிறுமியின் கேள்விகள் அல்ல... நம் எல்லோருக்குமே அம்மா என்பவள் எப்போதும் அப்படித் தான். அம்மா, வானத்தில் இருந்து இறங்கிவந்த தேவதை. அம்மாவுக்கு வலிக்காது; பசிக்காது; நோய் வராது; உணர்வுகள் கிடையாது; எதிர் பார்ப்பு கிடையாது!

வைக்கம் முகம்மது பஷீர், பல ஆண்டுகள் தேசாந்திரி வாழ்க்கைக்குப் பிறகு தன் சொந்த வீட்டுக்குத் திரும்பி வருகிறார். அவர் தட்டிய அடுத்த நிமிடமே கதவு திறந்துகொண்டது.

கையில் விளக்கோடு அம்மா வெளியே வந்தார். அந்த நள்ளிரவிலும் அம்மா மகனைப் பார்த்துக் கேட்ட முதல் கேள்வி, 'சாப்பிடுகிறாயா மகனே?' என்பதுதான். பஷீர் சாப்பிட உட்கார்ந்ததும் அவருக்குப் பிடித்த உணவு வகைகளை அம்மா பரிமாறினார். பஷீர் ஆச்சர்யத்தில், 'நான் இன்னைக்கு வருவேன்னு உனக்குத் தெரியுமா... எப்படி இதெல்லாம் சமைச்ச?' எனக் கேட்டார். 'நீ வருவனு தினமும்தான் இப்படி சமைச்சுவெச்சிட்டுக் காத்திருக்கேன்' என அம்மா பதில் சொன்னார். பஷீர், இதைப் பதிவு செய்திருக்கிறார். அதற்கு ஏற்ப நெடுநேரம் கழித்து வீடு திரும்பும் ஒரு மகளுக்காகவோ, மகனுக்காகவோ சாப்பி டாமல், தூக்கத்தைத் தொலைத்துவிட்டுக் காத்திருக்கும் அம்மாக்கள் எல்லா வீடுகளிலும் இன்றும் இருக்கிறார்கள்.

நண்பன் ஒருவனின் அம்மா சமீபத்தில் இறந்துபோனார். அம்மாவின் இழப்பில் இருந்து மீளாத அவன், எப்போதும் அம்மா பற்றியே பேசிக்கொண்டிருப்பான். 'நேத்து நைட் நானே தோசை சுடும்போது அம்மா ஞாபகம் வந்திருச்சு', 'காய்ச்சல்ல மூணு நாள் படுத்தப்பதான் அம்மாவை ரொம்ப மிஸ் பண்ணேன்', 'நைட் லேட்டா வீட்டுக்கு வரும் போதெல்லாம் அம்மா, டி.வி பார்த்துட்டு ஹால்ல வெயிட் பண்றமாதிரியே இருக்கு' - இப்படித்தான் அவன் புலம்பல்கள் இருக்கும்.

ஆக, அம்மா பற்றிய நம் எண்ணம்தான் என்ன? ஏதோ ஓர் இடத்தில் அம்மாக்கள் தோசை சுடுவதை நிறுத்தியிருந் தால், நாம் அவர்களை மறந்துபோயிருப்போமா? இதை நான் எழுதும்போது இடுப்பு வலிக்காகக் கட்டிய பெல்ட்டோடு வலி படர்ந்த முகத்தோடு என் அம்மாவும் தோசைக்கல் முன்பு நின்றுகொண்டிருக்கும் பிம்பம்தான் நினைவுக்கு வருகிறது. 'உக்காரும்மா... நான் தோசை சுடுறேன்' என நான் ஏன் சொல்லவே இல்லை? 'அம்மாவுக்கு வலிக்காது' என என் மகளைப்போலவே நானும் நினைத்துக் கொண்டிருக்கிறேன்.

அம்மா என்றால் இப்படித்தான் என திட்டமிடப்பட்ட ஓர் அட்டவணை இங்கே ஏற்கெனவே தயாரிக்கப்பட்டு, எல்லோருடைய மனதிலும் அழுத்தமாக ஆணியடித்துத் தொங்கவிடப்பட்டிருக்கிறது. அந்த அட்டவணைக்குள்

சரியாகப் பொருந்திப்போகவே எல்லா அம்மாக்களும் போராடுகிறார்கள். கொஞ்சம் அங்கே இங்கே விலகினால் கூடப் பதறிப்போகிறார்கள்.

தோழி ஒருத்தியின் வீட்டுக்குச் சென்றால், அவள் அம்மா அறையைவிட்டு வெளியே வருவதே இல்லை. சமையல் அறையில் இருந்து, 'காபி எடுத்துக்கோ' எனச் சத்தம் கொடுத்துவிட்டு, அப்படியே அந்தப் பக்கம் வேறு ஓர் அறைக்குச் சென்றுவிடுவார். தோழியிடம் கேட்டால், 'அவங்க கூச்சப்படுவாங்க' எனப் பதில் சொல்வாள். எதேச்சையாக ஒருநாள் நான் அந்த அம்மாவிடம் பேச வாய்த்தது. 'ஃப்ரெண்ட்ஸ் வரும்போது நானும் ஹால்ல உக்காந்தா என் பொண்ணுக்குப் பிடிக்காது; திட்டுவா. நாம அவங்களை மாதிரி ஸ்டைலா இல்லல்ல' எனச் சாதாரணமாகச் சொன்னார். பகீரென இருந்தது எனக்கு. நானும் படிக்கிற வயதில், 'அந்த சாரி கட்டு... இந்த சாரி கட்டு. அப்படிப் பேசு... இப்படிப் பேசு' என என் அம்மாவைப் படுத்தியிருக்கிறேன். 'புள்ளைங்கதான... சொல்லிட்டுப்போகட்டும். இதுல என்ன கஷ்டம் இருக்கு? யாராவது இருக்கும்போதுதான் ஏதாவது சொல்லுவாங்க. மத்த நேரத்துல நல்லாத்தான் பேசுவாங்க. எனக்கும் எங்கே, என்ன பேசறதுனு தெரியலைதானே?' எனச் சிரித்துக் கொண்டே சொன்னார். 'இங்கிலீஷ் விங்கிலீஷ்' படத்தில் தன் அம்மா ஸ்ரீதேவியை பள்ளிக்கு அழைத்துச்செல்ல மகள் வெட்கப்பட்டு, திட்டும் காட்சியை இதோடு ஒப்பிடலாம். எந்த அம்மாக்களும், பிள்ளைகளை பிறர் முன் அறிமுகப் படுத்த வெட்கப்படுவதே இல்லை... ஊரே வெறுக்கும் குற்றவாளியாக இருக்கும்பட்சத்திலும்! அப்படியெனில், நாம் அம்மாக்களை நேசிக்கிறோமா அல்லது பயன்படுத்திக் கொள்கிறோமா?

'How old are you?' என்ற மலையாள சினிமாவில் மஞ்சு வாரியார் இந்திய அம்மாக்களின் வாழ்க்கையை அப்படியே வாழ்ந்திருப்பார். குழந்தைக்காக வீட்டுக்குப் பக்கத்தில், எளிதாகச் செய்ய முடிகிற, அடிக்கடி விடுமுறை எடுக்க முடிகிற, மாலை சீக்கிரம் வீடு திரும்பிவிடுகிற ஒரு வேலையை ஏனோதானோ எனச் செய்துகொண்டிருப்பார். திடீரென கணவருக்கு அயர்லாந்தில் வேலை கிடைத்து

கிளம்புவதாகச் சொல்வார். டீனேஜில் இருக்கும் மகளும் உடன் கிளம்புவாள். அவர்கள் இருவரும் இல்லாமல் தனியாக என்ன செய்வது எனப் புரியாமல் அயர்லாந்து செல்ல வேலைக்கு முயற்சி செய்வார். ஆனால், நேர்முகத் தேர்வில் தோற்றுவிடுவார். உடனே மகள் அம்மாவோடு பேசுவதை நிறுத்துவாள். தன் அம்மா பற்றி பெருமிதமாகப் பிறரிடம் பகிர்ந்துகொள்ள ஒன்றுமே இல்லை என எரிந்து விழுவாள்.

அம்மாக்கள் எதிர்கொள்ளும் மிகச் சிக்கலான விஷயம் இதுதான். வளரும் வரை அம்மாக்கள் வேறு எந்த வேலையும் செய்யாமல் தங்களுடனேயே இருக்க வேண்டும் என பிள்ளைகள் எதிர்பார்ப்பார்கள். வளர்ந்த பிறகு பிறருக்கு கௌரவமாக அறிமுகப்படுத்தும் எது ஒன்றாகவோ அம்மாக்கள் இருக்க வேண்டும் என எதிர்பார்ப்பார்கள். மஞ்சு வாரியார் போலவே, 35 வயதுக்கு மேல் எந்தப் பெண்ணுக்கும் வேலையே கிடைக்காது என்கிறபோது, பிள்ளைகள் விரும்பும்படியாக வேறு என்ன செய்துவிட முடியும்? அம்மாக்களுக்குப் பசிக்காது; கை வலிக்காது என்கிறபோது, தேவதைக் கதையில் வருவதுபோல் அம்மாக்கள் ஏதாவது மேஜிக் செய்து, தாங்கள் விரும்பும்படியாக மாறிவிட வேண்டும் என பிள்ளைகள் எதிர்பார்க்கிறார்கள்போல. தன் கனவுகள், தன் லட்சியங்கள் பற்றி கண்கள் விரியப் பேசிவிட்டு, 'அதுபோல ஒன்றாவது உங்களுக்கு இருந்ததா?' என அலட்சியமாக மகள் கேட்க, என்னவெல்லாமோ இருக்க நினைத்து எப்படியெல்லாமோ போன தன் வாழ்க்கை மஞ்சுவுக்கு நினைவு வரும். 'எனக்கும் கனவு, லட்சியம், ஆசை எல்லாம் இருந்தது. எல்லாத்தையும் உனக்காகத்தானே விட்டுட்டு அமைதியா இருந்தேன்' என மஞ்சு ஆவேசமாகக் கேட்க, மகள் அதைக் காதிலேயே போட்டுக்கொள்ளாமல் அயர்லாந்து செல்வாள்.

'அம்மா ரொம்ப டார்ச்சர் பண்றாங்க... எதுக்கெடுத்தாலும் டிப்பண்ட் பண்ணிட்டு' என வளர்ந்ததும் நாம் சலித்துக் கொள்கிறோம். ஆனால், நாம்தான் அம்மாக்களை வெகுகாலம் சார்ந்திருந்தோம். நம்மைத் தவிர வேறு எதுவும் அவர்களுக்கு உலகமாக இருக்கக் கூடாது என நினைத்திருந்தோம். பிள்ளைகளைத் தவிர, வேறு எல்லா

விகடன் பிரசுரம் | 249

நினைவுகளையும் விருப்பங்களையும் அவர்கள் மூளையில் இருந்து பிடுங்கியிருந்தோம். அம்மா ஏதாவது வேலைபார்த்து சுதந்திரமா இருந்திருந்தா நல்லா இருந்திருக்கும் என இன்றைக்கு நாம் சலித்துக்கொள்கிறோம். ஆனால், மூன்றாவதோ, நான்காவதோ படிக்கும்போது, 'நான் ஸ்கூல்ல இருந்து வரும்போது நீ இல்லாம நல்லாவே இல்லை' என்கிற நம் அழுகைக்கு மதிப்பு கொடுத்து, நம் தனிமையை யோசித்துதான் அவர்கள் தங்கள் கனவுகளைச் சுருக்கிக்கொண்டார்கள் என்பதை மறந்துபோகிறோம்.

'அம்மாக்கள்... ஏன் வெளியுலகமே தெரியாமல் அவர்கள் காலத்திலேயே இருக்கிறார்கள், நம்மைப் புரிந்துகொள்ள ஏன் மறுக்கிறார்கள்?'... போன்ற கேள்விகளுக்கான விடை எளிது. அவர்களுக்கு நிஜமாகவே வெளியுலகம் தெரிந்திருக்கவில்லை. தங்களின் உலகத்தை குழந்தைகள், குடும்பம் எனச் சுருக்கிக்கொண்டார்கள். நமக்குச் சாதகமாக இருந்தவரை, நாமும் அதைத்தான் விரும்பியிருந்தோம். காதலிக்கிற விஷயத்தை மகன்கள் அம்மாக்களிடம் சொல்லும்போது, 'நான் முக்கியமா... அந்தப் பொண்ணு முக்கியமா?' என அம்மாக்கள் சென்ட்டிமென்ட் பிளாக்மெயில் செய்யும் போது, அம்மா மீது எரிச்சல் வருகிறது. அந்த எரிச்சலில் அவர்களின் உளவியலை நாம் கவனிக்கத் தவறிவிடுகிறோம்.

என் சிறு வயதில் அப்பா, அம்மாவுடன் பேசினால் எனக்குப் பிடிக்காது. அதுபோல அம்மா யாரோடு பேசினாலும் எனக்குப் பிடிக்காது. அங்கிருந்து இழுத்து வந்து விடுவேன். வீட்டில் ஒரு தையல் மெஷின் வாங்குவதற்காக, அம்மாவுக்குத் துணி தைக்கும் டெய்லர் வீட்டுக்கு வந்திருந்தார். சுவரில் அம்மாவின் திருமண போட்டோ மாட்டப்பட்டிருந்தது. அதில் அம்மாவின் பிளவுஸ் மாடல் நன்றாக இருப்பதாக அவர் அம்மாவிடம் சொல்ல, அம்மா பதிலுக்குச் சிரித்தார். எனக்கு அது பிடிக்கவே இல்லை. அவர் அங்கிருந்து கிளம்பும் வரை எரிச்சலாக இருந்தேன். நான் அப்போது மிகச் சிறிய பெண்ணாகவும் இல்லை. அதன் பிறகு அந்த டெய்லரை எங்கு பார்த்தாலும், முகத்தைத் திருப்பிக்கொண்டு சென்றுவிடுவேன். இன்றைக்கும் என் மனதில் அவ்வப்போது அவர் சிரித்தபடி, 'பிளவுஸ் நல்லா இருக்கு' எனச் சொன்ன சித்திரம் வந்து போகும்.

'அன்னைக்கு உனக்குப் பிடிக்காததை நான் செய்யலை... இன்னைக்கு நீ ஏன் எனக்குப் பிடிக்காததைச் செய்யிற?' என்கிற அவர்கள் கேள்வியில் நியாயம் இருக்கிறதுதானே! 'அவங்க விட்டுக்கொடுத்ததும், நான் என் வாழ்க்கையை விட்டுக்கொடுத்ததும் ஒண்ணா?' என்கிற நம் கேள்விக்கு... ஆம், அவர்களும் தங்கள் வாழ்க்கையைத்தான் நமக்காக விட்டுக்கொடுத்தார்கள் என்கிற பதில் பொருந்தும் என்பதை, நாம் கொஞ்சம் யோசித்தால் புரிந்துகொள்ள முடியும்.

மருமகளைத் துன்புறுத்தும் மாமியார்கள் பற்றித்தான் நாம் திரும்பத் திரும்பப் பேசுகிறோம். ஆனால், மகளோடு முரண்படும் அம்மாக்களும் இங்கே அதிகம். மகளின் சமையலைப் பாராட்டக்கூட மனம் இல்லாமல், 'என்ன இருந்தாலும் என்னை மாதிரி வருமா?' எனப் பொருமலோடு மகளையே அங்கீகரிக்காத அம்மாக்கள் இங்கே நிறைய பேர் இருக்கிறார்கள். குழந்தையில் நாம் பாதுகாப்பற்று இருந்த நேரங்களில் எல்லாம் அம்மாக்கள் நம்மை அரவணைத்திருக்கிறார்கள். நாம் வளர, வளர நம் அம்மாக்கள் பாதுகாப்பற்ற மனநிலைக்குப் போய்விடு கிறார்கள். 'அம்மா போய்விட்டால் நாம் என்னாவோம்?' என்கிற நம் பயத்தை அம்மாக்கள் புரிந்துகொண்டதுபோல், 'பிள்ளைகள் போய்விட்டால் நான் என்னாவேன்?' என்கிற அம்மாக்களின் பயத்தை பிள்ளைகள் புரிந்துகொள்ளவே இல்லை.

மனநல நிபுணர் ஒருவரிடம் பேசிக்கொண்டிருந்தபோது, 'இந்த உலகத்திலயே நாம் அதிகம் நேசிக்கிறது நம்ம அம்மாவைத்தான். அவங்க செத்துப்போன பிறகும், நாம உயிரோடத்தானே இருக்கோம். அதைவிட பெரிய துக்கம் என்ன வந்துடப்போகுது?' எனக் கேட்டார். யதார்த்தத்தில் அது உண்மை. இருந்தாலும், அம்மாக்களுக்குப் பிறகான ஒரு வாழ்க்கையை அவள் நினைவில்லாமல் நாம் வாழ முடிவதே இல்லை. யாரோ எழுதியிருந்தது நினைவுக்கு வருகிறது... 'அம்மாக்கள் மரிக்கும்போதே, அவள் பெற்ற பிள்ளைகளும் மரித்துப்போகிறார்கள்!'

பள்ளியில் நான் இல்லாத கொஞ்ச நேர வெறுமையை, தன் டீச்சரைக்கொண்டு என் மகள் நிரப்பிக்கொள்வாள். டீச்சர் இல்லாத நேரங்களில் அவள் வகுப்பில் இருக்க மறுத்து அழுவாள். அம்மாக்கள் இல்லாத ஒவ்வொருவரும் அம்மாவின் அன்பை எங்கெங்கோ தேடிக்கொண்டே இருக்கிறார்கள். நண்பர்களிடம், டீச்சர்களிடம், அக்காக்களிடம், அப்பாக்களிடம் என யார், யாரிடமோ தேடுகிறார்கள். 'சாப்பிட்டியா?' என்ற அறிமுகம் இல்லாத நபரின் விசாரிப்புக்குக் கண்கலங்கி அம்மாவை நினைப்ப

தெல்லாம் அப்படித்தான். எதிர்பார்ப்பற்ற ஓர் அன்பை அம்மாக்களைத் தவிர வேறு யாரும் தருவது இல்லை. நாம் அவர்களைத் திரும்ப நேசிக்காதபோதும், புரிந்துகொள்ளாத போதும், காயப்படுத்தும் போதும், அவர்களால் பிள்ளைகளை வெறுக்க முடிவதே இல்லை.

வங்காள மொழி சினிமா ஒன்று. அதில் கண்தெரியாத அம்மாவைப் பராமரிக்க முடியாமல் நகரத்தில் ஓர் இடத்தில் விட்டுவிட்டு திரும்பிவிடலாம் எனத் திட்ட மிடுவான் மகன். மறுநாள் மகன் தன்னைத் தொலைக்கப் போகிறான் என முந்தைய நாளே அம்மாவுக்குத் தெரிந்து விடும். ஆனாலும் மருத்துவமனைக்குக் கூட்டிச்செல்வதாகச் சொல்லும் மகனுடன் கிளம்புவார். மகனுக்குச் சிரமம் தராமல் தானே தொலைந்துவிடுவார். மிகுந்த குற்ற வுணர்வோடு மகன் வீடு திரும்புவான். அந்த அம்மாவுக்கு உதவிசெய்வதாக ஒரு கல்லூரிப் பெண் முன்வருவாள். 'வீடு எங்கே இருக்குன்னு சொல்லுங்க... நான் கொண்டுவிடுறேன்' எனக் கேட்பாள். 'நான் அநாதை, உறவினர்கள் யாரும் இல்லை. முடிந்தால் எனக்கு ஓர் உதவி செய். நான் ஒருவரை நிறைய நேசிக்கிறேன். அவரைக் குற்றவுணர்வின்றி இருக்கச் சொல்' என மகனின் முகவரியை அந்தப் பெண்ணிடம் சொல்லிவிட்டுச் செல்வார்.

எல்லா அம்மாக்களும் இப்படித்தான். அவர்கள் நம்மை எதிர்பார்ப்பின்றி நேசிக்கிறார்கள். நாம்தான் அவர்களைப் புரிந்துகொள்ள மறுக்கிறோம். ஆனால், அம்மாக்கள் தங்கள் நிகரற்ற அன்பினால், நம்மை மன்னித்துக்கொண்டே இருக்கிறார்கள்!

27

'கணவன் வெளியே போயிட்டு வரும்போது மனைவி சிரிச்சுட்டே வரவேற்கணும். 'ஏன் லேட்டு?'னு எரிச்சலா கேக்கக் கூடாது. மனைவி சமைக்கிறது எப்படி இருந்தாலும் 'நல்லா இருக்கு'னு கணவன் சொல்லணும்' - குழந்தைகள் நிகழ்ச்சி ஒன்றில் பேசிய அந்தக் குட்டிப் பெண்ணுக்கு வயது நிச்சயம் ஐந்துக்குள்தான் இருக்கும். 'உங்க மனைவிகிட்ட இதைச் சொல்லுங்க... சரியா?' என நிகழ்ச்சித் தொகுப்பாளரின் தலையில், ஒரு தட்டு தட்டினாள் அந்தக் குட்டிப் பெண். குழந்தையின் பெற்றோர் உள்பட அரங்கில் இருந்த அத்தனை பேரும் ரசித்துச் சிரித்தனர்.

அதே நிகழ்ச்சியில் இன்னொரு சிறுவன், 'அதோ... அந்த ரெண்டு பொண்ணுங்களையும் நான் கல்யாணம் பண்ணிக்கிறேன்' எனப் பார்வையாளர்கள் வரிசையில் அமர்ந்திருந்த கல்லூரிப் பெண்கள் இருவரைக் கைகாட்டினான். அவனுக்கு அதிகப்பட்சம் ஆறு வயதுதான்

இருக்கும். அவன் அப்படிச் சொன்னதும் அவனது பெற்றோருக்குப் பெருமை தாங்கவில்லை. 'ரெண்டு வேணாம்... ஒண்ணு போதும்டா' என அவர்கள் சொல்ல, 'மஞ்ச சுடிதார்... நீ கையைக் கீழ போடு' என அதில் ஒரு பெண்ணை அதட்டினான். பெரிய நகைச்சுவையைப் பார்த்ததுபோல் அரங்கில் அத்தனை பேரும் விழுந்து, புரண்டு சிரித்தார்கள்.

இன்னொரு நிகழ்ச்சி... 'உங்க அம்மாவுக்கும் வேற ஒரு அங்கிளுக்கும் தொடர்பு இருக்குனு உங்க அப்பா சொல்றாரு... உண்மையாம்மா?' என எட்டு வயது சிறுமியிடம் கேட்கிறார் நிகழ்ச்சியின் பஞ்சாயத்துத் தலைவி. அந்தக் குழந்தை மலங்க மலங்க விழிக்கிறாள். 'ஆமாம்னு சொல்லு... வீட்டுல நான் இல்லாதப்ப ஒருத்தன் வந்துட்டு வந்துட்டுப் போவானே...' என ஒரு கெட்ட வார்த்தையைச் சேர்த்துச் சொல்லி அந்தக் குழந்தையை மிரட்டுகிறார் தந்தை. 'ஆமாம்... இல்லை...' எனக் குத்துமதிப்பாக அந்தக் குழந்தை தலையாட்ட, 'உங்க அப்பா குடிச்சிட்டு வந்து அம்மாவை எப்படி எல்லாம் அடிப்பான்னு சொல்லுடி' என கேமரா முன்பு குழந்தையின் தொடையில் கிள்ளுகிறார் அந்த அம்மா. குழந்தை பாவம்... கண் கலங்கி தலை கவிழ்ந்துகொள்ள, கேமரா அவளின் கண்களை ஜூம் செய்கிறது.

அம்மாவும் அப்பாவும் பிரிந்துபோய்விட, குழந்தை யாருக்கு என ஒரு பஞ்சாயத்து நீதிமன்றக் கூண்டில் வந்து நிற்கிறது. 'அம்மாவால சரியா வளர்க்க முடியலைனு அப்பா சொல்றாரு. நீ யார்கூட இருக்கப்போற? அம்மா வேணுமா... அப்பா வேணுமா?' என்ற கேள்வியைத் திகைப்போடு எதிர்கொள்கிறது ஒரு குழந்தை. 'சரியாக வளர்ப்பது என்றால் என்ன?' என்று அது தன் சின்ன மூளையைக் கசக்கிப் புரிந்துகொள்ள முயற்சிப்பதற்குள், அடுத்தடுத்த கேள்விகள். பயத்தில், 'அம்மாகிட்ட போகணும்' என வீறிட்டு அழுகிறது அந்தக் குழந்தை.

என் மகளுக்கு படங்கள் வரைவது என்றால் மிகப் பிடிக்கும். சமீப நாட்களில் வாட்டர் கலர் பிரஷ்களை இறுக்கிப் பிடித்தபடி தூங்கி, கலர் பென்சில்களில் கண் விழித்து எழுகிறாள்.. ஆனால், ஒன்றாம் வகுப்புப் படிக்கும்

அவளைப் பற்றி, அவளது வகுப்பு ஆசிரியை வாரத்துக்கு மூன்று முறை டைரியில் எழுதித் தரும் புகார் இது... 'பாடத்தைச் சரியாகக் கவனிப்பது இல்லை. நோட்புக்கில் வரைந்துகொண்டே இருக்கிறாள்'! கடந்த வாரத்தில் ஒருநாள், மிஸ் தூங்கச் சொன்ன நேரத்தில் இவள் படம் வரைந்தாள் என்பதற்காக, அவளது காதுகள் இரண்டும் திருகப்பட்டு ஒரு மணி நேரம் முட்டி போட வைக்கப்பட் டாள். சிவந்துபோன காதுகள் வலிக்கிறது எனச் சொல்லியபடி, அவள் வரைந்த ஓவியத்தைக் காட்டினாள். வகுப்பில் முந்தைய பீரியடில் 'My School' என்ற பாடத்தில் அவளுக்கு வார்த்தைகளாகச் சொல்லிக் கொடுத்ததை அவள் வரைந்திருந்தாள். 'ஸ்கூல் நல்லா

இருக்கா?'னு மிஸ்கிட்ட காமிச்சப்ப அவங்க அடிச்சு, காது திருகி, முட்டி போடச் சொல்லிட்டாங்க' எனச் சொல்லும் போது அவளுக்கு அழுகை முட்டிக்கொண்டுவந்தது. அது வலிக்கான அழுகை அல்ல; அவளது ஓவியத்தை மிஸ் பார்க்க மறுத்ததால் வந்த வேதனை!

நண்பனின் மகளும் ஒன்றாம் வகுப்புதான் படிக்கிறாள். ஓயாமல் பேசுகிறாள் என்பது அவளைப் பற்றி டீச்சர் வாசிக்கும் புகார். பக்கத்தில் இருந்த தோழியிடம் பேசினாள் என்பதற்காக, சில நாட்களுக்கு முன் அவள் கன்னத்தில் அறை வாங்கினாள். கூடவே, 'கிளாஸ்ல டிஸ்டர்ப் பண்றா, கண்டிச்சுவைங்க' என நண்பனுக்கும் அறிவுரைகள். 'அதான் அடிக்கிறாங்கள்ல... ஸ்கூல்ல பேசாம இருந்தா என்ன?' என மகளின் வலி புரிந்தாலும் அவளிடம் ஆதங்கமாகச் சொல்லியிருக்கிறார் நண்பர். 'நான் பேசலைப்பா... ஜன்னல் வழியா மைனா தெரிஞ்சது. அதைத்தான் நான் அவகிட்ட காட்டினேன்' என அழுதுகொண்டே சொன்னாள் அவள்!

'ஸ்ட்ரெஸ்' என்ற வார்த்தையை நாம் நமது எட்டு வயதில் கேட்டிருக்கவே மாட்டோம். ஆனால், இன்றைக்கு எல்லா குழந்தைகளும் அதை அனுபவிக்கிறார் கள். பூங்காவில், பள்ளியில் என எதிர்ப்படும் எல்லா இடங்களிலும் குழந்தைகள் முகத்தில் சிரிப்பே இல்லை. சோர்வாக, கவலையாக, பதற்றமாக இருக்கிறார்கள். விளை யாட அழைத்துப் போனால் ஒவ்வொரு குழந்தையும் தனித்தனியாக விளையாடு கிறார்கள். 'நீ உன் வேலையைப் பாரு... நான் இந்த

டி.வி.டி பார்க்கிறேன்' என என்னைத் தொந்தரவு செய்யக் கூடாது என்ற அதீதக் கவனத்தோடு மகள் பேசும்போது கவலை வருகிறது.

வேலையில் இருந்து வீடு திரும்பும்போது, பெல் அடித்ததும் ஓடிவந்து கதவு திறந்து, தண்ணீர் எடுத்துக் கொடுத்து, உடை மாற்றி வரும் வரை கதவின் ஓரம் அமைதியாகக் காத்து நிற்கிற மகள் மீது கோபம் வருகிறது. இவள் ஏன் வயதுக்கு மீறி இவ்வளவு பொறுப்போடு இருக்கிறாள்? அம்மாவைப் பார்த்ததும் பாய்ந்து விழுந்து கொஞ்சத் தோன்றுகிற, பேசத் துடிக்கிற தன்னை எதற்காக கஷ்டப்படுத்தி அடக்கிக்கொள்கிறாள்? இவர்களின் குழந்தைத்தனத்தை நாம் ஏன் வலுக்கட்டாயமாகப் பிடுங்குகிறோம்?

'ஆண் வீட்டுக்கு வரும்போது கோச்சுக்காம அமைதியா நிக்கணும்; நல்லா சமைக்கணும்' என ஒரு பெண் குழந்தைக்கு ஐந்து வயதிலேயே சொல்லிக்கொடுக்க வேண்டிய அவசியம் என்ன? 'ஏய், நீ வேண்டாம்... நீ கை தூக்கு. உன்னை நான் கட்டிக்கிறேன்' என, இரண்டு பெண்களை ஓர் ஆண் குழந்தை அதட்டுவதில் நாம் சந்தோஷப்பட என்ன இருக்கிறது? 'ஏய்... நீ என்னைக் காதலிக்கலைனா, உன்னைக் குண்டுகட்டாத் தூக்கிட்டுப்போய் தாலி கட்டிருவேன்' என இன்னும் 15 வருடங்கள் கழித்து, இந்தச் சிறுவன் ஒரு பெண்ணை மிரட்டினால், அப்போது யாரைக் கடிந்துகொள்வது?

ஊருக்குச் செல்லும்போது இப்போதும் ஒரு காட்சியைத் தவறாமல் பார்ப்பது உண்டு. பெண் குழந்தைகள் உடை இல்லாமல் வெளியே வந்தால், 'ஓடிப்போய் துணியைப் போட்டுட்டு வா' என அதட்டி விரட்டுவார்கள். ஆண் குழந்தைகள் எப்படி வேண்டுமானாலும் காற்றோட்டமாகத் திரியலாம். அந்தக் குழந்தைகளைப் பிடித்து, மடியில் கிடத்தி, ஜட்டியைக் கழற்றி, 'சர்க்கரை... தங்கம்...' எனக் கொஞ்சுவார்கள். இப்படி அந்தரங்க உறுப்புகளைப் பிடித்துக் கொஞ்சுவதில் குழந்தைகளுக்கு சந்தோஷம் கிடைக்கும் என்ற உளவியலைக் கொஞ்சமும் புரிந்து கொள்ளாமல், இதைச் செய்வதற்கு என்றே எல்லா ஊர்களிலும் பாட்டிகள் சிலர் இன்னமும் இருக்கிறார்கள். 'இந்த

சர்க்கரைக்கே நூறு பவுன் கேக்கலாமே' எனக் கிள்ளி முத்தமிடும்போது குழந்தைகள் குதூகலித்துச் சிரிக்கும். இப்படி யார் கிள்ளினாலும் அந்தக் குழந்தை சிரிக்கத் தொடங்குவது அப்போதுதான். குழந்தைகள் மீதான பாலியல் வன்முறைக்கு ஆண் - பெண் பேதம் எல்லாம் இல்லை. அப்படியான வன்முறைகள் எல்லா குழந்தைகள் மீதும் பிரயோகிக்கப்படுகிறது. வீட்டில் 'சர்க்கரை' எனக் கொஞ்சிவிட்டு, வெளியில் யாராவது அதைச் செய்தால், அது தவறு என்று சொன்னால், அந்தக் குழந்தை எப்படிப் புரிந்துகொள்ளும்?

'மாமனைப் பார்த்ததும் வெக்கத்தைப் பாரு' என்ற டைப் வசனங்கள் சினிமா கிராமங்களில்தான் நடக்கும் என நினைத்திருந்தேன். சமீபத்தில் நிலக்கோட்டைக்குப் போனபோது அந்த எண்ணத்தில் ஒரு புல்டோசரே ஏறி இறங்கியது. அந்த வீட்டின் ஏழு வயதுப் பெண் குழந்தை அதுபாட்டுக்கு விளையாடிக்கொண்டிருந்தது. என்னோடு வந்த நண்பனின் நண்பன்தான் அந்தக் குட்டிப் பெண்ணுக்குத் தாய்மாமன். ஆட்டோவில் எழுதியிருக்கும் வயதில் அவனுக்குக் கல்யாணம் நடந்திருந்தால், அதைவிட பெரிய குழந்தை இருந்திருக்கும். 'என்னாடி பொண்டாட்டி?' என இவன் அந்தக் குழந்தையிடம் சீண்ட, அது கண்டுகொள்ளாமல் பாண்டி விளையாடிக்கொண்டிருந்தது. 'மாமன் கூப்பிடுறான்... போய்ப் பேசலாம்ல' என குழந்தையின் அம்மா கடிந்துகொள்ள, அது பேந்த பேந்த விழித்தது. 'ரொம்ப நாள் கழிச்சுப் பார்க்குதுல... மாமனைப் பார்த்ததும் வெட்கம் வந்திருச்சு' என அம்மா தொடர்ந்து சாம்பிராணி போட, அதற்கு 'வெட்கம்' என்ற வார்த்தை மட்டும் புரிந்து விட்டதுபோல... அடித்துப் பிடித்து வீட்டுக்குள் ஓடிவிட்டது.

தெரியவேண்டிய வயதில் எதுவும் தெரியாமல் இருந்தது நம் தலைமுறையின் பிரச்னை என்றால், தெரியக் கூடாத வயதில் எல்லாம் தெரிந்துகொள்வது இப்போதைய தலைமுறையின் பிரச்னை. கூரான ஆயுதங்களைக்கொண்டு நம் குழந்தைகளின் குழந்தைமையை நாம் சிதைத்துக் கொண்டிருக்கிறோம். தோழியின் வீட்டுக்குப் போனால், 'எல்லா நாட்டு பிரெசிடென்ட் பேரையும் என் பையன் கரெக்ட்டா சொல்வான்' எனப் பெருமையாகச் சொல்கிறாள்.

மூச்சுவிடாமல் அந்தக் குழந்தை அவள் கேட்கிற கேள்விகளுக்குப் பதில் சொல்லிக்கொண்டிருந்தது. 'க்'வுக்குப் பதில் 'த்'வைத் தவறாகச் சொல்லும் அளவுக்கு மழலையே அதற்கு மாறியிருக்கவில்லை. இதை மனப்பாடம் செய்வதற்கு தனக்கான எத்தனை நேரங்களை அந்தக் குழந்தை இழந்திருக்கும்? எனக்குப் புரியவே புரியாத விஷயம் ஒன்றுதான். இப்படி எல்லா பிரெசிடென்ட் பெயர்களையும் மனப்பாடம் செய்தால், பின்னால் ஏதாவது ஒரு நாட்டுக்குத் தலைவராக வழி இருக்கிறதா என்ன?

வகுப்பின் வாசலில் நின்று உள்ளே போக மாட்டேன் எனக் கதறி அழும் குழந்தையின் இரண்டு கன்னங்களிலும் மாறி மாறி அறைகிறார் அந்தக் குழந்தையின் அம்மா. கையில் ஸ்கேலை வைத்து அதட்டி உள்ளே இழுத்துப் போகிறார் ஆசிரியை. 'அந்தக் குழந்தைக்கு என்ன பிரச்னை,

ஏன் பயப்படுகிறது?' என விசாரிக்க இருவருக்குமே தோன்ற வில்லையே... ஏன்?

'பெண்... அன்பே உருவானவள்' என்ற பொய்யான நம்பிக்கையை அதிகம் உடைப்பது பள்ளிகள்தான். அம்மாக்களும் ஆசிரியைகளும் சேர்ந்து குழந்தை மீது திணிக்கும் வன்முறைக்கு அளவே இல்லை. தலைவலிக்கு விக்ஸ் தேய்த்துக்கொண்டிருக்கும் டீச்சரிடம், 'தலை வலிக்குதா மிஸ்?' எனப் பாசமாகக் கேட்கும் குழந்தையிடம், 'கோ அண்ட் சிட் டவுன்' என எப்படி அதட்ட முடிகிறது? சக மனிதர்கள் மீதான அன்பைப் பகிர்வதே தவறு என அந்தக் குழந்தை புரிந்துகொள்ளாதா? வேலையின் அழுத்தம், சூழல் என எந்தக் காரணம் கொண்டும் ஒரு எல்.கே.ஜி டீச்சரின் கையில் இருக்கும் ஸ்கேலை நியாயப்படுத்தவே முடியாது.

மேஜை மீது விழுந்து சுருண்டுகிடந்த ஒற்றை முடியை எடுத்து, 'இதுதான் பரவளையம்' எனச் சொன்ன என் கணித ஆசிரியரை நான் இன்னும் மறக்கவே இல்லை. டீச்சர்களைக் கொண்டாடும் வாய்ப்புக் கிடைத்த கடைசித் தலைமுறையும் நாமாகத்தான் இருக்கப்போகிறோமா?

குழந்தைகள் வாழத் தகுதியே இல்லாத உலகில், குழந்தை வளர்க்கத் தகுதியே இல்லாத நம்மிடம்தான் நம் குழந்தைகள் வளர்ந்துகொண்டிருக்கிறார்கள். நம் பால்யத்தின் குதூகலத்தையும், நம் குழந்தைகளின் கண்களில் தெரியும் ஏக்கத்தையும் நமக்கு ஒப்பிடவே தோன்றவில்லையா? குழந்தைகளின் கண்களில் இருந்து வானவில்லையும், கைகளில் இருந்து நிறங்களையும் பிடுங்கிவிட்டு அவர்களுக்கு நிறமற்ற ஓர் உலகத்தைத்தான் நாம் தரப் போகிறோமா?

28

வாழ்வில் முதல் பாலியல் தொழிலாளியைச் சந்தித்த நாளில், 'இதையெல்லாம் ஒரு வேலையா செய்வாங்களா?' என்ற அதிர்ச்சியே எனக்குத் தோன்றியது. வேப்பமூடு ஜங்ஷனில் கம்ப்யூட்டர் வகுப்புக்குப் போனபோது, 'அங்க பாரு ஷிஃப்ட் போகுது. இன்னைக்கு மூணாவது ஷிஃப்ட் போல...' என, கீழே நடந்து செல்லும் குறிப்பிட்ட சில பெண்களைக் கிண்டலடிப்பார்கள். தங்கள் 'வாடிக்கையாளர்'களை அருகில் இருக்கும் விடுதிக்கு அழைத்துச் செல்லும் பெண்களைத் தான் அப்படிக் குறிப்பிடுகிறார்கள் எனப் பிறகு புரிந்தது.

அப்படி நான் 'இவர் பாலியல் தொழிலாளி' எனத் தெரிந்துகொண்ட முதல் பெண்ணே என்னை அதிர்ச்சிக்கு உள்ளாக்கினார். அவரை தினமும் மாலையில் பேருந்து நிலையத்தில் நான் பார்ப்பேன். 'எதிரே இருக்கும் அரசு மருத்துவமனையில் நர்ஸாக இருக்கிறேன்' என என்னிடம் சொல்லியிருந்தார். விஷயம் தெரிய

வந்தபோது, 'ச்சீ... இந்த வேலையா செய்றாங்க?' என முதலில் கோபம்தான் வந்தது.

அதற்கு முன்பு 'வாழ்வே மாயம்' திரைப்படத்திலும், சில மலையாளப் படங்களிலும் பார்த்த பாலியல் தொழிலாளிகளுக்கான அடையாளங்கள் எதையுமே அவரிடம் பார்க்க முடியவில்லை. டீச்சர்போல புடைவை கட்டிக்கொண்டு, எப்போதும் கையில் குடை வைத்தபடி சிரித்த முகமாக இருந்தார். சிரிக்காத முகத்தோடு அவரை நான் பார்த்ததே இல்லை. பெரும்பாலான மாலைகளில் அவரும் நானும் பேருந்தில் ஒரே இருக்கையில் அமர்ந்துதான் பயணித்திருக்கிறோம். அவரைப் பற்றி தெரிந்துகொண்ட அன்று முதல், நான் அவர் அருகே அமர்வதைத் தவிர்த்தேன். அடுத்தடுத்த நாட்களும் நான் அவரைத் தவிர்க்கவே, அவர் புரிந்துகொண்டிருக்க வேண்டும்.

சில வாரங்கள் கழித்து எதேச்சையாக அவரோடு பேச வாய்த்தது. 'ஆமாம்... நான் பாலியல் தொழிலாளிதான்' எனக் கொச்சையான வார்த்தைகளில் சொல்லிவிட்டுப் பேசத் தொடங்கினார். இந்தத் தொழிலில் இருக்கும் நிறையப் பெண்களைப்போல, தான் நம்பிய ஒரு ஆணால் இந்தத் தொழிலுக்குத் தள்ளப்பட்டவர். குடிப்பதற்குப் பணம் இல்லாதுபோன ஒருநாளில், பணம் வாங்கிக்கொண்டு வீட்டுக்கு ஒருவனை அழைத்து வந்திருக்கிறான் அவள் கணவன். 'கட்டின பொண்டாட்டியையே இப்படிப் பண்ண வெக்கிறியே' என்ற ஆவேச அழுகுரல்களைக் கேட்கும் நிலையில் அவன் இல்லை. சிறு குழந்தைகள் இருவரையும் அழைத்துக்கொண்டு செல்வதற்குப் போக்கிடமும் இல்லாத நிலையில், குடும்பத்தின் அடுத்தடுத்த பணத் தேவைகளுக்காக பாலியல் தொழிலில் தொடர்வதாகச் சொன்னார்.

நான் சந்தித்தபோது மீனாட்சிபுரம் பேருந்து நிலையத்துக்கும் லாட்ஜுக்கும் அவர் 'தொழில் நிமித்தம்' செல்லத் தொடங்கி ஒன்பது ஆண்டுகள் ஆகியிருந்தன. 'வேற யார் கூடயாவது இருக்கும்போது தாலியைக் கழட்டி வெச்சிடணும். குடிக்கிறதுக்கு டெய்லி காசு குடுக்கணும். இல்லைனா நீ என்ன வேலை செய்றேனு புள்ளைங்ககிட்டச் சொல்லிடுவேன்' என கணவர் சொல்லியிருப்பதாகச் சொன்னார். இதைச் சொல்லும்போது மட்டுமே அழுதார்.

'பத்தாவதுகூடப் படிக்கலை. துணிக் கடையிலகூட வேலை தர மாட்டான். வேற வழி இல்லாம இந்த வேலைக்கு வந்தாச்சு. புள்ளைங்களுக்காகத்தான் எல்லா கஷ்டமும். 'அப்பாதான் இப்படி... அம்மாவாவது பார்த்துப்பா'னு நம்பிட்டு இருக்குங்க புள்ளைங்க. நானும் இப்படினு தெரிஞ்சா, அதுங்களுக்கு மனசு உடைஞ்சுடும். அதுங்களுக்கு என்னைக்குத் தெரியுதோ, அன்னைக்குத்தான் நான் உயிரோடு இருக்கிற கடைசி நாள்' என்றவர், அடக்க முடியாமல் கணவரைத் திட்டித் தீர்த்தார்.

கடைசியாகத்தான் அவரது பெயரைக் கேட்டேன். ஏதாவது பூவின் பெயரைச் சொல்வார் என நினைத்தேன். நினைத்ததுபோலவே 'மல்லிகா' என்றார். அது அவரது உண்மைப் பெயரா அல்லது அவர் வைத்துக்கொண்ட பெயரா எனத் தெரியாது.

பிறகு பத்திரிகைப் பணிக்கு வந்ததால், அதன் மூலம் எத்தனையோ மல்லிகாக்களையும் ரோஜாக்களையும் சந்தித்திருக்கிறேன். காதலில் ஏமாற்றப்பட்டு பாலியல் தொழிலாளி ஆனவள், கணவனால் அப்படி ஆக்கப் பட்டவள், அப்பாவால் காசுக்காக விற்கப்பட்ட பெண், குடும்பத்தின் வறுமையைத் தீர்க்க அம்மாவால் அடமானம் வைக்கப்பட்டவள், குழந்தைகளின் பட்டினியைப் போக்க பாலியல் தொழிலைத் தேர்ந்தெடுத்தவள்... என எத்தனையோ பெண்கள்.

பாலியல் தொழிலாளிகள் பற்றி, எத்தனையோ கதைகள் வாசித்திருக்கிறேன்; எத்தனையோ படங்கள் பார்த்திருக் கிறேன். அதில் வரும் பெண்கள், ஒரு காதலனைத் தேடி ஏங்கிக்கொண்டு இருப்பார்கள். வாடிக்கையாளர்களிடம் அன்பாக நடந்துகொள்வார்கள். புலம்புவதை எல்லாம் கேட்பார்கள். அவர்களுக்கு ஒரு தாலிதான் வாழ்க்கையின் லட்சியமாக இருக்கும். ஆனால், நிஜத்தில் வரும் வாடிக்கையாளர்களிடம் அப்படி காதலுக்காக ஏங்கிக் கிடக்கும் ஒரு பாலியல் தொழிலாளியையும் நான் சந்திக்க வில்லை. ஓர் இரவில் அல்லது பகலில், ஓர் உறவில் காதல் மலர்ந்துவிடும் என்றெல்லாம் நம்பும் அளவுக்கு, அவர்களுக்கு வாழ்க்கை அமையவில்லை. 'ஒழுங்கா காசு குடுத்தா சரி. குடிச்ச வாயோடு முத்தம் குடுக்கச் சொல்லாம இருந்தா

'பரவாயில்லை' என்ற அளவுக்குத்தான் அவர்களின் மனநிலை இருக்கிறது என்றே எனக்குத் தோன்றியது.

'இந்த வேலையை ஏன் தொடர்ந்து செய்றீங்க?' என்ற கேள்வியை அவர்களிடம் கேட்கவே முடியாது. அவர்கள் பழகிப்போனவர்கள்; எல்லா வலிகளுக்கும், அவமானங் களுக்கும் பழகிப்போனவர்கள். அப்படிப் பழகிப்போன

ஒன்றின் மீது நமக்கு பிரத்யேகக் கருத்து எதுவும் இருப்பது இல்லை அல்லவா!

திருநங்கைகள் தொடர்பான விழா ஒன்று, சென்னையில் நடந்தது. அதில் கலந்துகொண்ட சிறப்பு அழைப்பாளர் நடிகை ஒருவர், 'நீங்கள் எல்லாம் ஏன் பாலியல் தொழில் செய்றீங்க? வேற ஏதாவது நல்ல வேலைக்குப் போயிருக்க லாம்ல?' என அலட்சியமாகக் கேட்டார். 'திருவிதாங்கூர் அரண்மனையில அரசாங்க நடனக்காரியாகக் கூப்பிட்டாங்க. நாங்கதான் 'வேண்டாம்'னு சொல்லிட்டு போலீஸ்கிட்ட அடிவாங்கி, ரோட்ல நின்னு அம்பதுக்கும் நூறுக்கும் போறோம்' என அடுத்த விநாடியே ஆவேசமாகப் பதில் கொடுத்தார் ஒரு திருநங்கை. பின்னிரவுகளில் கோடம்பாக்கம், நுங்கம்பாக்கம் பகுதிகளின் சாலை ஓரங்களில் திருநங்கைகள் வரிசையாக நின்றுகொண்டிருப்பார்கள். 'ஏதாவது நல்ல வேலைக்குப் போகலாம்ல' என அவர்களைக் கடந்து செல்லும் எல்லோரும் முணுமுணுக்கிறோம். அந்த வேலையையும் அவர்களுக்கு நாமே பரிந்துரைத்தால், நன்றாக இருக்கும் அல்லவா?

திருநங்கைத் தோழி கல்யாணிக்கு போன் செய்தால், 'இங்கதான் பீச்சுல கஸ்டமருக்காக வெயிட்டிங்' எனப் பதில் சொன்னார். 'பீச்சுல எங்க இருக்கீங்க?' என விசாரித்தால், 'நம்ம கண்ணகி சிலைக்குப் பின்னால' எனச் சொல்லிவிட்டு சத்தம் போட்டுச் சிரித்தார். வாழ்க்கையின் நகைமுரண்கள் எல்லா நேரங்களிலும் சுவாரஸ்யமாக இருப்பது இல்லை!

அம்பையின் கதை ஒன்றில், ஆண் பாலியல் தொழிலாளி ஒருவர் வருவார். ரயில் நிலையத்தில் நிற்கும் நடுத்தர வயதுப் பெண் ஒருவரிடம், விசிட்டிங் கார்டு ஒன்றை நீட்டி தேவைப்பட்டால் தன்னைத் தொடர்புகொள்ளலாம் என அவன் சொல்வான். அதன் பிறகு அவனுக்கும் அந்தப் பெண்ணுக்குமான உரையாடல்கள் என, கதை போகும். அந்தக் கதையைப் படித்ததில் இருந்து ஓர் ஆண் பாலியல் தொழிலாளியைச் சந்திக்க வேண்டும் எனத் தோன்றியபடியே இருந்தது. சுமார் மூன்று ஆண்டுகளுக்கு முன்பு, என்.ஜி.ஓ நண்பர் ஒருவரின் உதவியால் சுந்தரை ஃபுட் கோர்ட் ஒன்றில் சந்தித்தேன். அங்கே சாப்பிட்டுவிட்டு, வேறு எங்காவது அழைத்துப் போவேன் என நினைத்திருப்பார்போல.

'வெறுமனே பேச விரும்புகிறேன்' எனச் சொன்னதும் அங்கிருந்து கிளம்ப எத்தனித்தார். போட்டோ எடுக்கவோ, பெயரை எழுதவோ மாட்டேன், வெறுமனே தெரிந்துகொள்ள விரும்புகிறேன் எனச் சொல்லி உட்காரவைத்தேன்.

சுந்தருக்கு தஞ்சாவூர். திருமணம் ஆகி, பள்ளியில் படிக்கும் இரண்டு குழந்தைகளும் உண்டு. அம்மா, அப்பா, தங்கைகள் எனப் பெரிய குடும்பத்தைப் பராமரிக்கவேண்டிய பொறுப்பு அவர் தலையில். சென்னையில் வாங்கிக் கொண்டிருந்த சம்பளம் பத்தாமல் திண்டாடிக்கொண்டிருந்த நேரத்தில்தான், இந்தத் தொழில் பற்றிய அறிமுகம் கிடைத்திருக்கிறது. 'பெண்களுக்கு கம்பெனி கொடுத்தால் காசா... சூப்பர்யா...' என உற்சாகம் பொங்கக் கிளம்பியிருக்கிறார். அவர் நினைத்ததுபோலவே குடும்பப் பிரச்னைகளைத் தீர்க்கப் பணம் கிடைத்தது. 'ஊர்ல வீடு கட்டியாச்சு' என மலர்ந்துபோய்க் கூறினார். என்னோடு பேசிய ஒன்றரை மணி நேரத்தில் அவர் சில விநாடிகள் சிரித்தது அப்போது தான். அவரது கஸ்டமர்கள் எந்த மாதிரியான பெண்கள் என்பதைத் தெரிந்துகொள்ள விரும்பினேன்.

'எல்லாம் பணம் இருக்கிற பொம்பளைங்கதான் மேடம். புருஷன் வெளிநாட்ல இருக்கிற வீடுங்க சிலது, புருஷன் இங்க இருந்துட்டும் இவங்களுக்கு டைம் கொடுக்காத பொம்பளைங்க சில பேருனு கூப்பிடுவாங்க. எங்களுக்கு நெட்வொர்க் இருக்கு. அவங்க போட்டோ பார்த்துக் கூப்பிடுவாங்க. அவங்க சொல்ற இடத்துக்குப் போனா வந்து பிக்கப் பண்ணிட்டுப் போவாங்க. சில பேரு வீட்டுக்கே கூட்டிட்டுப் போவாங்க. பெரும்பாலும் ஃப்ரெண்ட்ஸ் வீடு, கெஸ்ட் ஹவுஸ்னுதான் கூட்டிட்டுப் போவாங்க' என தன் அனுபவங்களை வெகு சுவாரஸ்யமாகப் பேசிக்கொண்டிருந்தார். அவர் பேசும்போது மறந்தும் என் கண்களைச் சந்திக்கவே இல்லை. சுற்றி உள்ள பெண்களை நோட்டம் விட்டபடியே பேசிக்கொண்டிருந்தார். 'லேடீஸ் கண்களை வெச்சே, யார் யார் தனியா இருக்காங்கனு கரெக்ட்டா சொல்லிடுவோம்' என ஓர் இடத்தில் சொன்னார். அப்படியான பெண்களைத் தேடுவதை, தன்னை மறந்து செய்யும் அளவுக்குத் தொழிலில் மூழ்கிவிட்டவர் எனப் புரிந்துகொண்டேன்.

பாலியல் தொழிலில் இருக்கும் பெண்களிடம், தன் தொழில் குறித்த பெருமிதம் எங்கேயும் இருக்காது. கழிவிரக்கம், குற்றவுணர்வு, பயம், பதற்றம், எரிச்சல்... என வெவ்வேறு மனநிலையில்தான் இருப்பர். குடும்பத்துக்காக, குழந்தைக்காக எனப் பல்வேறு சாக்குகளை வைத்து தங்களைச் சமாதானப்படுத்திக்கொள்வார்கள். ஆனால், சுந்தரிடம் நான் கண்டது தன் தொழில் நேர்த்தி குறித்த ஒரு பெருமிதத்தை. தன்னால் பல பெண்களைச் சந்தோஷப் படுத்த முடிகிறது என்பதை அவர் வெவ்வேறு வார்த்தைகளில் சொல்லிக்கொண்டே இருந்தார்.

'ரொம்ப நேரம் தாங்குவேன் மேடம். சொல்றதெல்லாம் செய்வேன். அதனாலேயே நமக்குக் கொஞ்சம் டிமாண்ட் ஜாஸ்தி' எனச் சிரித்தார். அதிக நேரம் தாங்குவதற்காக, ஹார்மோன் ஊசிகளை ஏராளமாக எடுத்துக்கொள்வாராம். அதன் விளைவுகள் எப்படி இருப்பினும், பல பெண்களைத் திருப்திப்படுத்துவதில்தான் ஆண்மை இருக்கிறது என சுந்தர் அன்றைக்கு ஆணித்தரமாக நம்பியதைக் கண்டேன்.

அந்தப் பெண்கள் பற்றி பேசும்போது, அவரின் முகத்தில் சிரிப்பும் சந்தோஷமும் அதிகம் இருப்பதைக் கவனித்தேன். தங்கள் ஆண் வாடிக்கையாளர்கள் குறித்துப் பேசும்போது பெண்களிடம் அந்தச் சிரிப்பு இல்லை. அவர்கள் காறிக் காறித் துப்பிக்கொண்டே பேசுவார்கள். 'உச்சா போயிட்டு அப்படியே மூஞ்சில தேய்ப்பானுங்க' எனச் சொல்லும்போது ஒரு ரோஜாவின் முகத்தில் அவ்வளவு அருவருப்பு.

அன்பு கலக்காத காமம் பெண்களுக்குச் சாத்தியமே இல்லை என்ற ஆணித்தரமான என் நம்பிக்கையிலும் அன்று இடி விழுந்தது. பெண்களுக்கு என ஒரு பொதுக்கருத்து எந்த விஷயத்திலும் இல்லை. காமத்தில் அது இல்லவே இல்லை என்பதை சுந்தரின் வார்த்தைகளில் இருந்து புரிந்துகொண்டேன். அன்றைய சந்திப்பின் முடிவில், நான் அவருடைய நேரத்தை எடுத்துக்கொண்டதாகச் சொல்லி, சுந்தர் என்னிடம் இருந்து 2,000 ரூபாய் வாங்கிச் சென்றார்.

'பேசாத பேச்செல்லாம்' தொடர் எழுத ஆரம்பித்த பிறகு, நான் சுந்தரை மீண்டும் சந்திக்க விரும்பினேன். அதே என்.ஜி.ஓ நண்பர் மூலம் துரத்தித் துரத்தி சில நாட்களுக்கு

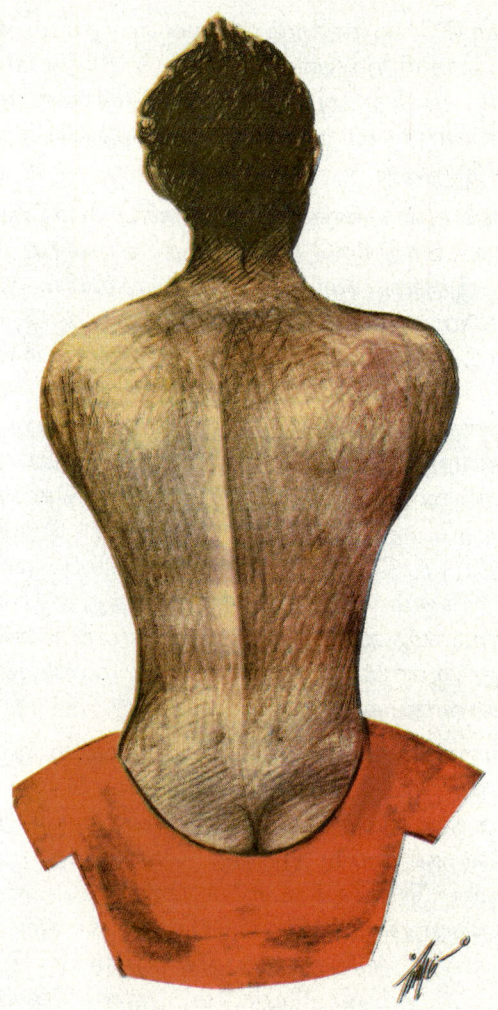

முன்பு சுநதரை காபி ஷாப ஒன்றில சநதிததேன. மூன்றே ஆண்டுகளில் ஆள் அப்படியே மாறிப்போயிருந்தார். தோற்றத்தில் *15* வருட மூப்பு தெரிந்தது. தன் தொழிலில் நசிந்துபோயிருந்தார். 'எங்க மேடம்..? இப்பல்லாம் நிறைய சின்னப் பசங்க வந்துட்டாங்க. அதுவும் இல்லாம இப்பதான் 'லவ்'வுனு சொன்னாலே எல்லாம் கிடைக்குதே, நாம என்னத்துக்குத் தனியானு நினைக்கிறாங்கபோல. சொல்

லிக்கிற மாதிரி ஒண்ணும் இல்லை. நம்ம உடம்பும் முன்னாடி மாதிரி ஒத்துழைக்க மாட்டேங்குது' என அவர் பேசப் பேச, மூன்று ஆண்டுகளில் சென்னை அவ்வளவு பெரிய கலாசார மாற்றத்தைச் சந்தித்துவிட்டதா என வியப்பாக இருந்தது.

'எல்லாரும் யூஸ் பண்ணிட்டுத் தூக்கிப் போட்டுட்டாங்க. நாய்க்குட்டி மாதிரி சொன்னதை எல்லாம் செஞ்சு... வெறுப்பா இருக்கு மேடம்' என விரக்தியின் மிச்சத்தில் பேசிக்கொண்டிருந்தார். ஒருவேளை, அது காபி ஷாப்பாக இல்லாமல் இருந்திருந்தால், சில ரோஜாக்கள்போல சுந்தரும் காறித் துப்பியிருப்பாரோ எனத் தோன்றியது. வாடிக்கையாளர்களைத் திருப்திப்படுத்த போட்ட ஹார்மோன் ஊசிகள் அவரது உடலை உருக்குலைத்திருந்தன. 'ஊருக்கே போயிடலாம்னு இருக்கேன் மேடம்' எனச் சொல்லி அவர் விடைபெற்றபோது பாவமாக இருந்தது. சென்னையில் ஏதோ தனியார் நிறுவனத்தில் வேலைசெய்வதாக நம்பிக் கொண்டிருக்கும் அவரது குடும்பத்துக்கு உண்மை தெரிந்தாலும், சுந்தரைத் துரத்திவிட மாட்டார்கள் என்றே தோன்றியது. ஆனால், ரோஜாக்களுக்கும் மல்லிகாக்களுக்கும் அந்த உத்தரவாதம்கூட இல்லையே!

மலையாளத்தில் 'ஷட்டர்' என்றொரு படம். ஒரு நடுத்தர வயது ஆண், ஓர் இரவில் ஒரு பாலியல் தொழிலாளியை தன் கடைக்கு அழைத்துவருவான். ஆனால், ஓர் அதிர்ச்சித் திருப்பத்தில் கடையில் இருந்து வெளியேற முடியாமல் அந்த இரவில் இருவரும் உள்ளே மாட்டிக்கொள்வார்கள். அந்தப் பெண்ணுக்கு, சினிமா இயக்குநர் வாய்ப்புத் தேடிக் கொண்டிருக்கும் நடுத்தர வயதுக் காதலன் இருப்பான். பூப்போட்ட சட்டையோடும், முகம் கொள்ளாச் சிரிப்போடும் அவனைச் சந்திக்கச் செல்வாள். அப்படியான பொழுதுகள் சுந்தருக்கும் ரோஜாக்களுக்கும் வாழ்வில் சில நாட்களாவது கிடைக்கட்டும் என மனம் விரும்புகிறது!

29

நண்பரின் பாட்டியிடம் இருந்து ஆரம்பிக்க லாம். பாட்டியின் கணவருக்கு, நெருக்கமான நண்பர் ஒருவர் இருந்தார். இருவரும் எப்போதும் சேர்ந்தே திரிவார்கள். கணவர், தன்னோடு இல்லாமல் நண்பரோடு அதிக நேரம் செலவிடுவது குறித்து, பாட்டிக்கு மனவருத்தங்கள் இருந்திருக்கக்கூடும். தன் நண்பனுக்கு வெகு சீக்கிரத்தில் திருமணம் செய்துவைக்க வேண்டும் என அலைந்துகொண்டிருந்த தாத்தா, திடீர் காய்ச்சலால் மூன்றே நாட்களில் இறந்துவிட்டார். பாட்டிக்கு அப்போது 24 வயது. கையிலும் இடுப்பிலுமாக மூன்று குழந்தைகள். பிள்ளை களை எப்படி ஆளாக்குவது என திகைத்து நின்ற நேரத்தில், 'நான் இருக்கிறேன்' என வந்திருக்கிறார் தாத்தாவின் நண்பர். அதன் பின் அவர் ஒருபொழுதுகூடத் தனக்காக வாழ்ந்திருக் கவில்லை.

தாத்தாவின் வீட்டு வராந்தாவில்தான் அவருக்குப் படுக்கை. பாட்டி திண்ணையில் வைக்கும் சாப்பாட்டைச் சாப்பிட்டுவிட்டு,

அங்கேயே படுத்துக்கொள்வாராம். தாத்தா இருந்தால் எப்படி வீட்டைக் கவனித்துக்கொள்வாரோ அப்படி, எல்லாமுமாக இருந்திருக்கிறார். வீட்டுச் செலவுகளில் ஆரம்பித்து, பிள்ளைகளின் படிப்பு, கல்யாணச் செலவுகள் வரை பார்த்துக்கொண்டது அவர்தான். இதனால் அவர் திருமணம்கூட செய்துகொள்ளவில்லை. என்னதான் நண்பனின் மனைவி என்றாலும், ஊரில் யாரும்... எதுவும் சொல்லிவிடக் கூடாது என சுமார் 45 ஆண்டுகள் அந்த வராந்தாவிலேயே வாழ்ந்திருக்கிறார் மனிதர். மறந்தும் வீட்டுக்குள் கால் வைக்கவில்லை. பேச்சுவார்த்தைகள் எல்லாம் பிள்ளைகள் மூலம்தான். பிள்ளைகள் வளர்ந்து திருமணமாகி, அவர்களது பிள்ளைகள் வளர ஆரம்பித்தும் அவருக்கு அதே திண்ணைவாசம்தான்.

ஒருநாள் இரவு சாப்பிட்டுப் படுத்தவர், அப்படியே இறந்துவிட்டார். 'இருந்தவரைக்கும் எங்களுக்கு ஒரு உதவியும் செய்யலை... கொள்ளிபோட்டுத் தொலைக்கிறோம்' என அவரது ரத்த சம்பந்த உறவினர்கள் வந்திருக்கிறார்கள். 'என் மகன்தான் அவருக்குக் கொள்ளிபோடுவான். புள்ளை இருக்கும்போது அப்பனுக்கு வேற யாராவது கொள்ளிபோடு வாங்களா?' என பாட்டி ஆவேசமாகக் கேட்க, மொத்த ஊரும் ஆடிப்போயிருக்கிறது. அதன் பின் எத்தனையோ வசைகள், ஏச்சுக்கள், சந்தேகங்கள் கிளம்பியிருக்கின்றன. பாட்டி தீர்மானமாக இருக்கவே, பாட்டியின் மூத்த மகனான நண்பனின் அப்பாதான் இறுதிச் சடங்குகளைச் செய்திருக்கிறார்.

'பாட்டி அப்படிப் பேசி நான் இதுவரைக்கும் கேட்டதே இல்லை. அன்னைக்கு ஒரு ருத்ரதாண்டவமே ஆடிருச்சு. என் அப்பாதான் கொள்ளிவைக்கணும்னு அழுகைன்னா அழுகை அப்படி ஒரு அழுகை. எங்க தாத்தா செத்தப்பக்கூட அப்படி அழுதிருக்குமானு தெரியலை' என வியப்பாகச் சொல்லிக்கொண்டே இருந்தான் நண்பன். தாத்தாவின் நண்பர் உடல் எரிக்கப்பட்ட அன்று மாலை, வெறுமையான அந்த வராந்தாவில் பாட்டி படுத்துக்கொண்டது. எவ்வளவோ வற்புறுத்தியும் வீட்டுக்குள் வர மறுத்திருக்கிறது. அதன் பிறகு சாப்பிடவோ, பேசவோ இல்லை. வராந்தாவில் வருடக் கணக்காக இருந்தவர் என்றாவது ஒருநாள் பேசுவார் என,

பாட்டி எதிர்பார்த்திருந்ததோ என்னவோ... 'இனி யாருடன் என்ன பேச?' எனத் தோன்றியிருக்கக்கூடும். அதன் பின் அதிக நாட்கள் பாட்டி உயிருடன் இல்லை.

பாட்டி பற்றி பேசும்போதெல்லாம் நண்பன் வியப்பது, அவரின் வைராக்கியத்தைத்தான். 'என் பையன்தான் கொள்ளிவைப்பான். புள்ளை இருக்கும்போது வேற யாரு

கொள்ளி வைக்க முடியும்?'னு பாட்டி கேட்டப்ப, ஆடிப் போயிட்டோம். பாட்டி அப்படி எல்லாம் பேசற டைப்பே இல்லை. அப்புறம் சாப்பிடாமக் கொள்ளாம திண்ணையில படுத்தப்ப, எவ்வளவோ பேசிப் பார்த்தோம். அசையவே இல்லை. எத்தனை வயசானாலும் பொம்பளைங்களைப் புரிஞ்சுக்கவே முடியலை' என அவன் வியப்பான்.

பாரதிகிருஷ்ணகுமாரின் 'அப்பத்தா' என்றொரு சிறுகதை. அதில் மிகுந்த அன்னியோன்னியமான தாத்தா - பாட்டி. எந்த நேரமும் சிரிப்பு, பேச்சு... என இருவரும் சேர்ந்தே இருப்பார்கள். ஒருநாள், அந்த அப்பத்தா உடல் நலம் இல்லாமல் படுக்கையில் விழுந்துவிடுவார். மரணம் அவரை நெருங்கிவிட்டதை எல்லாரும் உணர்ந்தார்கள். அதிகம் சிரமப்படாமல் அப்பத்தா இறந்துபோக வேண்டும் என தாத்தா விரும்புவார். ஆனால், அப்பத்தாவின் மரணம் தொண்டையில் ஊசலாடிக்கொண்டிருக்கும். மண், பொன் என அனைத்தையும் கரைத்து ஊற்றியும் அப்பத்தா இழுத்துக்கொண்டே கிடப்பார். அப்பத்தாவைவிட அவரை நினைத்து உருகும் தாத்தாவை நினைத்து சொந்தங்கள் அதிகம் கவலைகொள்வார்கள். ஒருநாள் இரவு, தாத்தா காணாமல்போவார். தற்கொலை செய்துகொண்டாரோ எனப் பதறியபடி உறவினர்கள் அவரைத் தேடுவர்.

ஒரு நீண்ட பகலுக்குப் பின்னர் தன் வயது உடைய ஒருவருடன் தாத்தா திரும்பி வருவார். உடன் வந்தவரை தன் நண்பர் என தாத்தா அறிமுகம்செய்வார். இரண்டு தாத்தாக்களுமே அப்பத்தா அறையில் அன்றைக்குப் படுத்துக்கொள்வார்கள். வந்த தாத்தா, ஒரு காலத்தில் அப்பத்தாவை விரும்பியவர்; அப்பத்தாவால் விரும்பப் பட்டவர். அப்பத்தாவின் அப்பா அதை ஏற்றுக்கொள்ள வில்லைபோல. வேறு திருமணம் செய்துவைக்கப்பட்டது. அதை மறுக்கும் வழிகள் தெரியாத அப்பத்தா, கணவனோடு இந்த ஊருக்கு வந்திருக்கிறார். அதன் பின் மறந்தும் தன் பிறந்த ஊருக்குச் செல்லவில்லை. அப்பத்தாவின் பிறந்த ஊரில் எத்தனை திருமணங்கள், திருவிழாக்கள் வந்திருக்கும்; எத்தனை மரணங்கள் நிகழ்ந்திருக்கும்... அவை எதற்குமே அப்பத்தா அசைந்துகொடுக்கவில்லை. எனில், அது எத்தனை பெரிய வைராக்கியம்!

'எங்கேயோ பிடிச்சுத் தள்ளினா போதும்'னு நினைச்சுட்டடல்ல. நான் பிரமாதமா வாழுறேன் பாரு' என அந்த அப்பத்தா, திருமணம் செய்துகொண்ட தாத்தாவோடு அற்புதமாகத்தான் வாழ்ந்திருக்கிறார். ஆனாலும் மனதின் ஓர் ஓரத்தில் பதின்பருவக் காதலின் எச்சங்கள் இருப்பதையும், அதனால்தான் அப்பத்தாவின் ஆவி தரித்திருப்பதையும் தாத்தா உணர்ந்திருக்கிறார். இல்லையெனில், இத்தனை தூரம் பயணித்து அவரை அழைத்து வருவாரா?

அப்பத்தா பற்றிய தத்தம் நினைவுகளோடு இரண்டு தாத்தாக்களும் தூங்காமல் படுத்திருப்பார்கள். அதிகாலையில் இருவரும் எழுந்திருப்பார்கள். வந்தவரிடம் ஸ்பூனில் தண்ணீரைத் தந்து அப்பத்தாவுக்குத் தரச் சொல்வார் தாத்தா. தண்ணீர் தொண்டையில் இறங்கியதும் அப்பத்தாவின் உயிர் பிரியும். வந்தவர் அதிகாலை இருட்டில் வழியும் கண்ணீரோடு கிளம்பிச் செல்வார்!

திருவல்லிக்கேணியில் பேச்சுலர் வாசத்தின்போது சசிகலா எனக்குப் பக்கத்து வீடு. அதற்கு நேர் பின்னே கிருஷ்ணாம்பேட்டை சுடுகாடு. சிவராத்திரியின்போது மசானக் கொள்ளை பார்க்க அழைத்துச் சென்று, மிச்சம் இருந்த பேய் பயத்தைப் போக்கியது சசிகலாதான்.

அவரது கணவருக்கு மாநகராட்சியில் வேலை. இவர்களுக்கு ஒரே ஒரு பெண் குழந்தை. அவர் தினமும் குடிக்காமலே வீட்டுக்கு வந்து சசிகலாவை அடிப்பார். சசிகலாவுக்கு, யாரைப் பார்த்தாலும் சிரிக்கிற அல்லது சிரிப்பதுபோல தெரிகிற முகம். 'லாரித் தண்ணி தொறக்க வந்தவனைப் பார்த்து எதுக்கு சிரிச்ச?, மளிகைக் கடைக்காரனைப் பார்த்து எதுக்கு இளிக்கிற?' என தினமும் அடிதான். சசிகலாவின் அழுகையைக் கேட்கும்போது, 'அந்தப் புருஷனை நாலு அடி அடித்தால் என்ன?' என நமக்கே தோன்றும். ஆனால், 'இதென்ன நமக்குப் புதுசா?' என்பதுபோல் கொஞ்ச நேரத்திலேயே தனது சிரித்த முகத்தோடு சசிகலா தென்படுவார்.

ஒருநாள், கணவர் இல்லாத நேரத்தில் வீட்டுக்கு வந்த அவரது நண்பரோடு சசிகலா பேசிக்கொண்டிருந்தார். அப்போது திடீரென வீட்டுக்குள் நுழைந்த கணவர், நண்பர்

முன்னால் சசிகலாவை அசிங்கமாகப் பேச, நண்பர் கிளம்பிச் சென்றுவிட்டார். வழக்கம்போல் அன்றைய அடிக்குப் பின்னால் சசிகலா சிரிக்கவில்லை. 'இனி உன்னோடு வாழ முடியாது' எனக் கிளம்பிச் சென்றுவிட்டார். இரண்டு நாட்களில் திரும்பி வந்துவிடுவார் என கணவர் கண்டுகொள்ளாமல்விட, அதன் பின் சசிகலா செய்தது யாரும் எதிர்பாராதது. அந்த வீட்டுக்கு எதிரே காலியான ஒரு போர்ஷனை வாடகைக்குப் பிடித்துக் குடிவந்தார். ஒரு பாய், தலையணை, கெரசின் அடுப்பு, சில பாத்திரங்கள்... எனத் தேவையானவற்றை மட்டும் அம்மா வீட்டில் இருந்து எடுத்துவந்திருந்தார். ஒருநாள் அவர் இட்லிக்கடை ஆரம்பித்தார். 'ஒன்று முதல் எட்டாம் வகுப்பு வரை இங்கே டியூஷன் எடுக்கப்படும்' என போர்டு மாட்டினார். காலையில் இட்லிக்கடை, மாலை டியூஷன், இடைப்பட்ட நேரத்தில் பூ கட்டுதல் என தன்னை பிஸி ஆக்கிக்கொண்டார். அதை எதிர்பார்க்காத கணவர், தன்னோடு வந்துவிடும்படி சசிகலாவிடம் எத்தனையோ முறை கெஞ்சினார். ஒரே வார்த்தையில் அவரை உதாசீனப்படுத்தினார். அதே இடத்தில் அப்படியே தன் வாழ்க்கையைத் தொடர்ந்தார்.

கணவன் ஒருநாள் அடிக்காமல் பேசிவிட மாட்டானா என ஏங்கிக்கிடந்த சசிகலாவுக்கு, அவன் வந்து கெஞ்சிக் கேட்டு அழைத்தும் போக மறுத்தது எதனால்? தன் நண்ப னோடு சேர்த்துவைத்துப் பேசிய பேச்சு தாங்கவில்லையா? மன்னிப்பதைப் பற்றி யோசிக்கவே முடியாத அளவுக்கு அத்தனை அழுத்தமானதா அவரது கோபம்? எது எப்படியோ, அதன் பிறகு சசிகலா சிரித்து நான் பார்த்ததே இல்லை.

மெரினா பீச்சுக்குப் போகும்போதெல்லாம் இன்றைக்கும் அவரைப் பார்க்கிறேன். மகளோடு அதே வீட்டில் வாழ் கிறார். கணவர் பற்றி பேச்சை ஆரம்பித்தாலே முகம் சிவக்க, பேச்சை மாற்றுவார். இதே சசிகலாவிடம், 'இப்படி அடிவாங்கிட்டு எதுக்கு அந்த ஆளோட இருக்கீங்க?' என சில ஆண்டுகளுக்கு முன்பு கேட்டது நினைவுக்கு வருகிறது. அப்போதெல்லாம் சிரித்தபடி, 'என்ன இருந்தாலும் அவருல்ல' என, கணவர் புகழ் பாடுவார். அவரை இப்படி மாற்றியது எது? அவரது வைராக்கியத்துக்கு என்றாவது முடிவு வருமா?

'சம்ஸாரா' என்றொரு படம். அதில் புத்த துறவி ஒருவர் இல்லறம் விரும்பி ஒரு பெண்ணைக் காதலித்து, திருமணம் செய்துகொள்வார். குழந்தைகள் பெற்றுக்கொள்வார். விவசாயம் செய்வார்; அறுவடைக்காக வெளியூரில் இருந்து வரும் ஒரு பெண்ணோடும் உறவு வைத்துக்கொள்வார்.

திடீரென ஒருநாள், அவருக்கு இல்லறம் வெறுத்து, நள்ளிரவில் யாரிடமும் சொல்லாமல் வீட்டைவிட்டு துறவறம் தேடிச் செல்வார். அவரை விரட்டி வந்து குதிரையில் வழிமறிக்கும் மனைவி, 'புத்தர்களைப்போல் யசோதரைகள் ஒருநாளும் பொறுப்புகளைப் புறக்கணித்து ஓடிச்செல்வது இல்லை' எனக் கோபமாக கூறுவாள். தன்னைத் துறந்த கணவனைப் பார்த்து, தான் அவரைத் துறப்பதாகச் சொல்வாள். மனைவியின் அந்த வைராக்கியத்தை அந்தப் புதிய பிட்சு எதிர்பார்த்திருக்கவே

மாட்டார். மிகக் கம்பீரமாக அந்தப் பெண் குதிரையில் திரும்பிச் செல்வாள். அந்த வைராக்கியமே வாழ்நாள் முழுவதும் அவளை வருத்தமின்றிப் பாதுகாக்கும் என்பது, அவள் குதிரையைச் செலுத்தும் வேகத்திலேயே புரியும்.

திருமணச் செலவைத் தவிர்க்கும்பொருட்டு, வயதான நோயாளி ஒருவனுக்குத் தன் தங்கையைக் கட்டிக்கொடுத்த ஒருவர், என் பக்கத்து வீட்டில் இருந்தார். 'காசு இல்லைன்னா எனக்குக் கல்யாணம் வேண்டாம். நான் இப்படியே இருந்துடுறேன்' என அந்தப் பெண் அழுதும் அண்ணன் கண்டுகொள்ளவே இல்லை. டி.பி நோயாளியான அந்தப் பெண்ணின் கணவன், திருமணம் ஆன சில மாதங்களிலேயே இறந்துபோனார். அந்தப் பெண், பிறந்த வீட்டுக்குத் திரும்பவே இல்லை. கணவர் இருந்த அதே வீட்டில் இருந்தபடியே வேலைக்குப் போனார். பொருளாதாரத்தில் தன்னை வளப்படுத்திக்கொண்டார். மறந்தும் பிறந்த வீட்டின் உதவியை அவர் எதிர்பார்க்கவில்லை.

மாரடைப்பில் அண்ணன் இறந்துபோன அன்று, அந்தப் பெண் வந்து இறங்கினார். அவரது ஊரில் இருந்து 50 பேரை உடன் அழைத்து வந்தார். 'எக்கேடோ கெட்டுப் போகட்டும்'னுதானே அனுப்பிவைச்ச. நான் நல்லா இருக்க மாட்டேன்னு நினைச்சல்ல. நல்லா இருக்கேன் பாரு... ரொம்ப நல்லா இருக்கேன். எந்திரிச்சு வந்து பாரு. எப்படி இருக்கேனு காட்டத்தான் என் ஊர்க்காரங்களைக் கூட்டிட்டு வந்திருக்கேன். யார்கிட்ட வேணா கேளு...' என பூம்புகார் பட க்ளைமாக்ஸில் விஜயகுமாரி கண்ணகியாக நியாயம் கேட்பதுபோல், அண்ணனின் உயிரற்ற உடலிடம் ஆவேசமாகப் பேசிக்கொண்டிருந்தார். மறந்தும் ஒரு துளி கண்ணீர் விடவில்லை. அவரது ஆவேசத்தைப் பார்த்து ஊரே ஆடிப்போனது.

உண்மையில் பெண்களின் வைராக்கியத்தின் முன், எல்லாம் தோற்றுப்போகிறது... எல்லாமும்!

30

'எனக்கு கடவுள் நம்பிக்கை இல்லை. நான் நாத்திகவாதி' என்றோ, 'நான் சாதி வித்தியாசம் பார்ப்பது இல்லை. எனக்கு எல்லாருமே மனுஷங்கதான்' என்றோ ஆண்கள்தான் அதிகம் சொல்கிறார்கள். பெண்கள் அதிகம் சொல்வது இல்லையே... ஏன்? எனக்குத் தெரிந்து சாதி, சடங்கு, மூடநம்பிக்கைகளில் நம்பிக்கை இல்லாத பெண்கள் அதிகம். ஆனால், அவர்களும் தங்களை அப்படியாகப் பிரகடனப்படுத்திக்கொள்ள முடிவது இல்லை. தங்கள் சொந்த விருப்பங்களைப் பகிரங்கமாகச் சொல்வதில் என்ன பிரச்னை? ஏனென்றால், பெண்களுக்கு எனத் தனிப்பட்ட விருப்பங்கள் வைத்துக்கொள்வது இங்கே அத்தனை எளிது அல்ல. அதிலும் சாமி, சாதி மாதிரியான சென்சிட்டிவ் ஏரியாக்களில் பெண்கள் முடிவான முடிவெல்லாம் எடுக்கவே முடியாது. சாமியாடிவிடுவார்கள்!

'சடங்கு, சம்பிரதாயம், சாமி எல்லாம் மூடநம்பிக்கை. கடவுள் இல்லை' என ப்ளஸ்

டு படிக்கும்போது முதலில் முடிவெடுத்தேன். அதை உடனே செயல்படுத்துவது, அத்தனை எளிதாக இல்லை. வீட்டில் எல்லோரும் ஒரு சடங்கில் நம்பி ஈடுபட்டிருக்கும்போது, 'எனக்கு நம்பிக்கை இல்லை. நான் வரலை' என சொல்ல முடியாது. தலையிலேயே கொட்டு விழும். 'அதென்ன பொம்பளைப் பிள்ளை துக்கிரித்தனமாப் பேசிட்டு...' என இழுத்து, சாமி கும்பிடவைப்பார்கள். தீர்மானமாக 'நான் இப்படித்தான்' என அடம்பிடித்தேன். என்னோடு மல்லுக்கட்டிவிட்டு, 'நீ எப்படி வேணா இரு. ஆனா, அதை வெளியே சொல்லாத' என முடிவுக்கு வந்தார்கள். ஆனால், அதன் உண்மையான அர்த்தம்... 'உன் நம்பிக்கையை உன்னோட வெச்சுக்க. பொதுவுல நாங்க பண்றதை எல்லாம் நீயும் பண்ணணும்' என அர்த்தம். எனக்கு உடன்பாடு இல்லாத விஷயங்களைச் செய்தபடியே, என் கொள்கையை நான் எப்படிக் காப்பாற்றுவது? 'பொம்பளைப் பிள்ளைங்க இப்படிப் பேசி அடுத்தவங்க மனசை சங்கடப்படுத்தக் கூடாது' என்றும் அறிவுறுத்தினார்கள். 'எனக்கு உடன்பாடு இல்லை' எனச் சொல்வது எப்படி அடுத்தவர் மனதைக் காயப்படுத்தும்' என யோசித்து யோசித்துக் குழம்பி யிருக்கிறேன்.

நானும் தோழியும் பள்ளி முடித்த பிறகு கம்யூனிஸ்ட் கட்சியின் மாணவர் பிரிவில் இணைந்தோம். நான் ஒரு மிதவாத கம்யூனிஸ்ட். ஆனால், அவள் தீப்பொறி கம்யூனிஸ்ட். அனல் பறக்கும் பேச்சு, பொறி கலக்கும் பாட்டு என உள்ளூரில் ரொம்பப் பிரபலம். சாதாரணக் குடும்பக் கதைகளை திண்ணையில் உட்கார்ந்து பேசிக் கொண்டிருக்கும் பெண்களுக்கு இடையே புகுந்து, கடவுள் தோன்றிய கதையை அவள் சொல்ல, பெண்கள் பேந்தப் பேந்த விழிப்பார்கள். கருத்துமுதல்வாதம் முதல் பொருள்முதல்வாதம் வரை சிவப்புச் சாயம் தெறிக்கப் பேசி, பிறரைத் தெறித்து ஓடவைப்பாள். கணிதம் படித்து கல்லூரிப் பேராசிரியை ஆன பிறகு, அவளுக்கு வீட்டில் மாப்பிள்ளை பார்க்க ஆரம்பித்தார்கள். 'என்னால தாலி கட்டிக்க முடியாது. சாமி கும்பிட முடியாது. அப்படி ஒரு மாப்பிள்ளை பாருங்க' என அவள் சொன்னதை வீட்டு ஆட்கள் காதிலேயே போட்டுக்கொள்ளவில்லை. சொந்தக்

கட்சியில் எந்தத் தோழர் மீதாவது காதல் வந்திருந்தால்கூட, கொள்கைப் பிரச்னை ஆகியிருக்காது. துரதிர்ஷ்டவசமாக அதுவும் அவளுக்கு நடக்கவில்லை!

'தாலி கட்ட மாட்டேன், சடங்கு எதுவும் கிடையாது, கல்யாணத்துக்கு அப்புறமும் தனிமனித சுதந்திரம் முக்கியம்' என்றெல்லாம் இவள் பேச, வந்த மாப்பிள்ளைகள் ஏலியனைப் பார்ப்பதுபோல் பார்த்துவிட்டு எகிறினார்கள். 'கல்யாணமே வேண்டாம்' என அவள் சொல்ல, மொத்தக் குடும்பமும் அதை எதிர்த்தது. இவள் இப்படி நாசமாகப் போகக் காரணம் என காரல் மார்க்ஸ் முதல் நல்லகண்ணு ஐயா வரை அவளது குடும்பத்தாரிடம் திட்டு வாங்கினார்கள். கடைசியில் குடும்பம்தான் ஜெயித்தது. மந்திரங்கள் ஓதி தாலி கட்டிக்கொண்டாள். 'நான் மட்டும் ஆம்பளையாப் பொறந்திருந்தா, எம் பாட்டுக்கு எங்கேயாவது கிளம்பிப் போயிருப்பேன்' எனப் புலம்பித் தள்ளினாள்.

யோசித்தால், ஒரு கம்யூனிஸ்ட் தோழருக்கு தன் சொந்தக் கொள்கையைக் காப்பாற்ற சொந்தக் கட்சி தோழரோடுதான் திருமணம் நடைபெற வேண்டும் என்ற எந்த நிர்ப்பந்தமும் இல்லை. எந்தப் பெண்ணை வேண்டுமானாலும் திருமணம் செய்துகொண்டு, 'உனக்குப் பிடிச்சா சாமி கும்பிடு. என்னை ஆளைவிடு' என எளிதாகச் சொல்லிவிட முடியும். ஆனால், பெண்?

'கடவுள் தோன்றிய கதையைச் சொல்லவா?' என தெருத் தெருவாகப் பாடி, பகடி சொல்லித் திரிந்த தோழி, இன்றைக்கு தினமும் பூஜை அறை துடைக்கிறாள்; விளக்கு ஏற்றுகிறாள்; எல்லா சடங்குகளிலும் தன்னை இணைத்துக் கொள்கிறாள். 'உனக்குப் பிடிக்குதோ இல்லையோ... எங்க மனசு கஷ்டப்படக் கூடாது. அதுக்காவாவது நீ எல்லாத் தையும் பண்ணி ஆகணும்' எனக் குடும்பம் சொல்லிவிட்டதாம். 'என்னால ஃபாலோ பண்ண முடியாத விஷயத்தை, நான் காலேஜ்ல என் ஸ்டூடன்ட்ஸ்கிட்ட எப்படிச் சொல்ல முடியும்? வெளிய அப்படிப் பேசுறவ வீட்ல நான் இப்படினு தெரிஞ்சா துப்பிட மாட்டாங்களா?' எனப் புலம்புவாள். பெரும்பாலான பெண்களின் கதை இதுதான். சொந்தக் கொள்கைகளுக்கு சொந்தக் குடும்பத்தில் மதிப்பே இருக்காது.

இதை அப்படியே சாதிக்கும் பொருத்தலாம். 'நான் சாதி எல்லாம் பார்க்க மாட்டேங்க. எந்த சாதிப் பொண்ணா இருந்தாலும் ஓ.கே' என ஒரு பையன் சொன்னால், அவனைக் கொஞ்சம் பெருமிதமாகப் பார்ப்பார்கள். அதையே ஒரு பெண் சொன்னால்..? சொல்ல முடியுமா?! 'அட... வீட்ல பார்த்த பையன்னாத்தானே அப்படி. காதல் கல்யாணத்துல அப்படி எல்லாம் இல்லை' எனச் சொன்னால், அதையும் மறுக்கவே தோன்றுகிறது. காதல் திருமணம் செய்து கொள்ளும் பெண்கள், கணவனின் சாதியை இறுகப் பிடித்தே ஆக வேண்டும். வேறு சாதியில் காதல் திருமணம் செய்துகொண்ட எல்லா பெண்களும், கணவன் குடும்பத்தின் அத்தனை சாதி சடங்குகளையும், சம்பிரதாயங்களையும் மேற்கொள்ள நிர்ப்பந்திக்கப்படுகிறார்கள். அப்படியெனில், காதல் திருமணங்கள் மூலம் பெண்கள் சாதியைக் கடந்து விடுகிறார்கள் என்பது உண்மையா?

தோழி ஒருத்தி சாதிக்கு எதிராகக் கடுமையான கொள்கை களை உடையவள். சாதி என எங்கேயாவது சத்தம் கேட்டால், உடனடியாக சாட்டையை அந்தத் திசை நோக்கித் திருப்புவாள். நான் வேற சாதியிலதான் கல்யாணம் பண்ணுவேன் என விடாப்பிடியாக நின்று, சண்டை போட்டு, வேறு சாதியில் ஒருவரைக் காதல் திருமணம் செய்துகொண்டாள். 'எனக்கு சாதிப்பற்று இல்லப்பா' என அவள் சொன்னது, அவளது சாதியில் மட்டும் அவளுக்குப் பற்று இல்லை என்பதாக எடுத்துக்கொள்ளப்பட்டது. 'உன் சாதியில பற்று இல்லைன்னா என்ன... இந்தா என் சாதி இருக்குல்ல. அதுல பற்று வெச்சுக்கோ' என கணவன் வீட்டு சாதி அவள் முன் நீட்டப்பட்டது. இப்படியாக, கணவரது சாதிக்கு அவள் கன்வர்ட் செய்யப்பட்டாள். பேச்சின் இடையே, 'எங்க சைடுல' என அவளுக்கு வந்துவிடும். உடனடியாக நாக்கைக் கடித்துக்கொள்வாள். அவளது பிள்ளைகளுக்கு தந்தையின் சாதி தரப்பட்டது. சாதி என எங்கேயாவது சத்தம் கேட்டால், சாட்டையைச் சுருட்டிக் கொண்டு ஜன்னலை மூடிவிட்டு ஓடிவிடுகிறவளாக, அவள் இன்றைக்கு மாறிப்போனாள்.

பள்ளிக் காலங்களில் எங்கள் ஒவ்வொரு வீடுகளில் சாதி இருந்ததை இப்போது உணர முடிகிறது. சாதி என்பதை நாங்கள் வீடுகளில்தான் கற்றுக்கொண்டோம். யாருடைய வீட்டுக்குப் போகக் கூடாது, யாருடைய வீட்டுக்குப் போக வேண்டும் எனச் சொல்லிக்கொடுக்கப்பட்டது. வீட்டுக்கு தண்ணீர் எடுத்துத் தரும் பெண்ணுக்கு எங்கள் பாட்டி வயது இருக்கும். அவரைப் பெயர் சொல்லி ஒருமையில்தான் அழைக்க வேண்டும் என அம்மாக்கள்தான் சொல்லிக் கொடுத்தார்கள். எங்கள் சாதிக் குழந்தைகளும் பிற சாதிக் குழந்தைகளும் வேறுவேறு என்பதை, வீட்டின் மூத்த பெண்கள்தான் சொல்லிக்கொடுத்தார்கள். எங்கள் வீட்டு அண்ணன், தம்பிகள் பிற சாதிப் பையன்களோடு இணைந்து விளையாடினால், வீட்டுக்கு அழைத்து வந்தால் அது பெரிய விஷயமாக்கப் படுவது இல்லை. ஆனால், பெண்கள் நாங்கள் அப்படிப் பழகினால், அது பெரிய பஞ்சாயத்து ஆகிவிடும்.

'ஞான்' என்ற ஒரு மலையாளப் படம். கேரளாவில் கைதான முதல் கம்யூனிஸ்ட் தோழர் நாராயணன் கோட்டூர்

வாழ்வைச் சொல்லும் படம். கோட்டூரின் அம்மா, அப்பா அவரது பால்ய வயதிலேயே இறந்துவிடுகிறார்கள். அத்தை தான் கோட்டூரை வளர்க்கிறார். கோட்டூர் நிறையப் படிப்பார்; வெளியே அலைவார்; தன் தந்தையைப் போலவே காந்தியவாதத்தில் நம்பிக்கை கொள்வார்; சோஷலிஸ்ட் ஆவார்; கம்யூனிஸ்ட் எனக் கைதுசெய்யப்பட்டு சிறையில் அடைக்கப்படுவார்; வேறு சாதிப் பெண்ணோடு உறவுவைத்துக்கொள்வார்; அவளைத் திருமணம் செய்துகொள்ள வேண்டும் என உண்மையாகவே விரும்புவார். இப்படியான பரந்த சிந்தனைகளை அவர் வெளி உலகத்திடம் இருந்தும், அரசியல் அறிவில் இருந்தும் கற்றுக்கொள்வார். இவரது அத்தை இந்த எல்லா காலங்களிலும் வீட்டுக்குள்ளேயே இருப்பார். வீட்டில் வேலைசெய்யும் பெண்களை அதட்டியபடி, மரத்தில் இருந்து உதிர்ந்துவிழும் தேங்காய்களுக்கு காவல் இருந்தபடி, வீட்டின் பாரம்பர்யமும் மரியாதையும் சிதையாதபடி வீட்டுக்குள்ளேயே இருப்பார்.

கோட்டூர் சிறையில் இருக்கும் நேரத்தில், அவர் மூலம் வீட்டில் வேலை செய்யும் பெண் கருவுற்றிருப்பதை கோட்டூரின் அத்தை அறிந்துகொள்வார். குடும்ப மானம் போனதாகப் பதறி உடனே மருத்துவச்சியை அழைத்து, அந்தக் கருவைக் கலைத்துவிடுவார். இதைத் தாமதமாக அறிந்துகொள்ளும் கோட்டூர், அத்தையிடம் கோபித்துக் கொள்வார். வெளியுலகே தெரியாமல், வீட்டின் இருட்டுக்கு அத்தை காவல் இருப்பதாகச் சத்தமிடுவார். அந்த வார்த்தைகளின் வீரியம் தாங்காமல், குற்றவுணர்வில் அத்தை இறந்துபோவார். இறந்துபோவதற்கு முன், 'இருட்டுக்குக் காவல் இருக்கும் பெண்களின் வாழ்க்கையும் இருட்டிலேயே இருப்பதை, ஆண்கள் ஏன் மறந்துபோகிறீர்கள்?' எனக் கேள்வி கேட்பார். 'எனக்குக் கொடுக்கப்பட்ட வேலை இந்தக் குடும்பத்தின் பாரம்பர்யத்தைக் காப்பாற்றுவது, அதைச் சொல்லிக்கொடுத்துத்தான் வளர்த்தார்கள். அதைத் தவிர வேறு எதுவும் தெரியாமல் இருந்தது என் தவறா?' என்பதும் அத்தையின் கேள்வியாக இருக்கும்.

கோட்டூர் வீட்டுப் பெண்கள் இப்படி குடும்பப் பாரம்பர்யத்துக்காக இருட்டில் வாழ்ந்துகொண்டிருக்கும்

போது, காந்தியவாதியான கோட்டூரின் தந்தை ஒரு பாலியல் தொழிலாளியோடு உறவுகொள்வார். அவர் மூலம் பாலியல் தொழிலாளிக்கு ஒரு குழந்தை பிறக்கும். 'புள்ளைக்கு அப்பன் யாருன்னே தெரியலை... போறா பாரு' என்கிற அவதூறை, அந்தத் தாழ்த்தப்பட்ட பாலியல் தொழிலாளி பெண் சுமப்பார். ஆனாலும் அவர் காந்தியவாதியின் பெயர் கெட்டுவிடக் கூடாது என அமைதி காப்பார். கோட்டூர் காதலித்து, வயிற்றில் குழந்தையோடு விட்டுச்செல்லும் பெண்ணும், கோட்டூரின் பெயருக்குக் களங்கம் வரக் கூடாது என தன் சோகத்தைத் தன்னுடனே மறைத்துக் கொள்வார். கோட்டூரின் அத்தையால் கருக்கலைக்கப்பட்ட பின்னரும், அந்தத் துயரத்தை யாரோடும் பகிர்ந்துகொள்ள மாட்டார். இருவேறு கோணத்தில் இரு பெண்கள் பாதிக்கப்பட்டாலும், அவர்களின் மௌனத்துக்குக் காரணம் சம்பந்தப்பட்ட ஆண்களின் 'சாதிப் பெருமிதத்துக்கு' எந்தக் களங்கமும் வந்துவிடக் கூடாது என்பதே!

ஆக, இருட்டு மூலையோ அகண்ட விண்வெளியோ, பெண்கள் எங்கிருந்தாலும் திருமணம் ஆகும் வரை பிறந்த வீட்டின் வழக்கம், திருமணம் முடிந்ததும் கணவர் வீட்டு வழக்கத்தைக் கடைப்பிடிக்க வேண்டிய பொறுப்பில் இருந்து விலகிக்கொள்ள முடியாது!

பெப்ஸி நிறுவனத்தின் தலைவர் இந்திரா நூயியின் பேட்டி படித்தது நினைவுக்கு வருகிறது. 'நான் அலுவலகத்தில் இருந்து இரவுதான் வீடு திரும்பினேன். அன்றைக்கு வேலை நிறைய இருந்தது. என் அம்மாவும் குடும்பமும் நான் தாமதமாக வந்ததற்காகக் கோபப்பட்டார்கள். அன்றைக்கு வீட்டில் ஒரு குடும்பச் சடங்கு இருந்தது. மாதம்தோறும் வரக்கூடிய சாதாரண சடங்கு அது. யார் வேண்டுமானாலும் செய்ய முடியும். ஆனாலும் நான் வருவதற்காகக் காத்திருந்து கோபப்பட்டார்கள். 'நீயே செய்திருக்கலாமே' எனக் கேட்டேன். 'என்னதான் பெரிய கம்பெனியில பெரிய வேலை பார்த்தாலும், வீட்டுக்கு நீ மருமக. நீதான் இதைச் செய்யணும் என்றார்கள்' எனச் சொன்னார். வீட்டின் பழக்கம், சடங்கு என்பதெல்லாம் சந்தேகம் இல்லாமல் சாதியில்தான் போய் முடியும்.

சாதி அமைப்பைப் புரிந்துகொண்டு, அதைக் கடந்த பெண்களும் இருக்கத்தான் செய்கிறார்கள். அவர்கள் யார் எனத் தேடிப்பார்த்தால் கம்யூனிஸ்ட் தோழரைத் திருமணம் செய்த கட்சிப் பெண்ணாகவோ, முற்போக்கு அமைப்புகளில் வேலை செய்கிற, அப்படியான தோழர்களைத் திருமணம் செய்த பெண்களாகவோதான் இருக்கிறார்கள். மீதிப் பெண்கள் தனித்து இயங்குபவர்களாக இருக்கிறார்கள்; அப்படியானவர்களுக்குத்தான் சாதியைக் கடப்பது சாத்தியப்பட்டிருக்கிறது. ஏனெனில், அவர்கள் குடும்ப அமைப்புக்குள் இல்லை. குடும்பத்தின் எந்தச் சடங்குகளையும் நம்பிக்கைகளையும் காப்பாற்றவேண்டிய அவசியம் அவர்களுக்கு இல்லை. ஆகவே, அதன் வழியே சாதியையும் அவர்களால் கைவிட முடிந்திருக்கிறது. எனக்கு சாதி இல்லை, மதம் இல்லை, தனிப்பட்ட கொள்கைகள் இருக்கிறது என்ற முழக்கங்களோடு ஒரு பெண் குடும்பத்தில் இயங்குவது, எல்லோருக்கும் சாத்தியம் இல்லை. வேண்டுமானால் மார்க்ஸ், எங்கெல்ஸை மனதில் நினைத்தபடி பூஜை அறையைச் சுத்தம் செய்யலாம். பெரியாரைப் படித்தபடி சொந்த பெண்ணுக்கு கணவரின் சாதியில் மாப்பிள்ளை தேடலாம்.

கணவனுக்கு சடங்குகளில் நம்பிக்கை இருந்தால், மனைவிக்கு அதில் விருப்பம் இல்லாவிடினும் கேள்வியே இல்லாமல் அதைச் செய்தாக வேண்டும். அதேபோல் கணவனுக்கு கடவுள் நம்பிக்கை இல்லை எனில், மனைவிக்கு நம்பிக்கை இருந்தாலும் செய்யக் கூடாது. கலைஞரின் மனைவியோ, மு.க.ஸ்டாலின் மனைவியோ கோயிலுக்குச் சென்றால், அதையும் இங்கே விமர்சிப்பார்கள். அப்போதெல்லாம் கலைஞரையோ, ஸ்டாலினையோ நினைத்தால், பெருமையாக இருக்கும். இயல்பாக வராத நம்பிக்கை ஒன்றை, தன் மனைவியிடம்கூடத் திணிக்காத பெருந்தன்மை எத்தனை பேருக்கு இருக்கிறது?

கிருஷ்ணன் கோவில் நகர்மன்ற உறுப்பினராக இருந்த ஒரு தோழர், தீவிர கடவுள் மறுப்பாளர். அவரது மனைவி சாமி, கோயில் என்று இருந்த குடும்பத்தில் இருந்து வந்தவர். தோழருக்குத் தெரியாமல், சமையல் அறையில் கடவுளை ஒளித்துவைத்து வணங்குவார். தோழர் ஊருக்குப்

போயிருக்கிற நேரங்களில், கோயிலுக்குச் செல்வார். விஷயம் தெரிந்தால், தோழர் ருத்ரதாண்டவர் ஆகிவிடுவார். ஓர் எளிய பெண்ணின் நம்பிக்கையை அனுமதிக்க முடியாமல், இசங்கள் பேசி என்ன பயன்?

அதேசமயம், மனைவியை மட்டும் அவரது விருப்பப்படி கிறிஸ்துவ மதத்துக்கு மாற அனுமதித்த பெருந்தன்மைகொண்ட கணவரையும் நான் அறிவேன். 'நான் என் சாமியைக் கும்பிடுறேன். நீ உன் சாமியைக் கும்பிட்டுக்கோ' என சர்ச் வாசலில் ஞாயிற்றுக்கிழமை அவரே இறக்கிவிடுவார். அதே பெண் எந்தச் சாமியும் எனக்கு வேண்டாம் எனச் சொன்னால்? ரொம்பவும் யோசித்தால் தலை சுற்றுகிறது.

குடும்பங்களில் தன் சொந்தக் கருத்தோடு பெண்கள் வாழ்வதற்கு, இன்னும் எத்தனை ஆண்டுகள் ஆகும்? ஏனென்றால், மார்க்ஸை நினைத்தபடி பூஜை அறை கழுவும் தோழர்கள்(!) பாவம் அல்லவா?

31

நண்பர்கள் நிறையப் பேசக் கேட்டுத்தான் டி.வி-யில் அந்த நிகழ்ச்சியைப் பார்த்தேன். தொகுத்து வழங்கும் பெண் வரைமுறையற்றுப் பேசிக்கொண்டே இருந்தார். ஊர்ப் பக்கங்களில் தெருக் குழாயில் தண்ணீர் எடுக்கும் பெண்கள், தங்களுக்குள் அந்தரங்கமாகக் கிசுகிசுக்கும் வார்த்தைகளை ஒட்டுக்கேட்டால்கூட, இந்தப் பெண் பேசுவதற்கு முன் சாதாரணமாகத்தான் இருக்கும். பாலியல் சந்தேகங்களுக்குத் தீர்வு வழங்குவதோ, அதைப்பற்றி விவாதிப்பதோ நல்ல விஷயம்தானே எனச் சமாதானப்படுத்திய படிதான் நிகழ்ச்சியைப் பார்த்தேன். டபுள் மீனிங் எனச் சொல்வதை எல்லாம், அந்தப் பெண் ஜஸ்ட் லைக் தட் கடந்துகொண்டிருந்தார். 'பெண்கள் இதையெல்லாம் பேச வரும்போது, நாம குறை சொன்னா எப்படி? இதுமாதிரி பெண்கள்தான் நிஜமான ஃபெமினிஸ்ட். பாலியல் விவாதங்களை எப்படி சமூகத்தில் தொடங்கி வைக்கிறார் பாருங்க' எனச் சொல்லி இன்னும் பதற்றமாக்கினார் ஒரு நண்பர்.

பாலியல் விவாதங்களைத் தொடங்கிவைப்பதற்கும், தன்னை பாலியல் ரீதியாகப் பயன்படுத்திக்கொள்ள அனுமதிப்பதற்கும் வித்தியாசம் இல்லையா? அந்த நிகழ்ச்சியில் போன் செய்யும் எவரும், தன் சந்தேகத்தை நிவர்த்தி செய்ய அழைத்ததுபோல் இல்லை. அந்தரங்க உறுப்பைப் பற்றி பிற பெண்களிடம் பேசினால், ஒரு கிளர்ச்சி வரும். அந்தக் கிளர்ச்சிக்காகவே அந்தப் பெண்ணை அழைக்கிறார்கள். அதற்கு, அந்தப் பெண் தன்னைப் பலிகொடுத்துக்கொண்டிருக்கிறார். 'உன் கிளர்ச்சிக்கு என்னைப் பயன்படுத்திக்கொள்' எனச் சொல்வதில், எங்கு இருந்து வந்தது பெண்ணியம்? பெண்ணியம் பேசுகிற பெண்களில் சிலர், அதைச் சரியாகப் புரிந்துகொள்ளாமல் இருப்பதும், இதையும் பெண்ணியம் எனச் சிலர் ஆதரிப்பதும்தான் கவலையாக இருக்கிறது.

'பெண்ணியம்'... இந்த வார்த்தையை பள்ளி இறுதிக் காலத்தில்தான் முதல்முறையாகக் கேள்விப்பட்டேன். தலைமுடியைக் குட்டையாக வெட்டிக்கொண்டு பேன்ட் - ஷர்ட் அணிவதுதான் பெண்ணியம் என அப்போது நம்பினேன். அந்த இரண்டுக்கும் வீட்டில் அனுமதி கிடைக்காது என்பதால், பெண்ணியவாதி ஆக முடிய வில்லையே என்கிற வருத்தத்திலேயே கொஞ்ச நாட்கள் போயின. கல்லூரிக் காலத்தில் நான் அறிந்த பெண்ணியம் என்பது, வீட்டை எதிர்த்துப் பேசுவது, என்ன சொன்னாலும் தெனாவட்டாகப் பதில் சொல்வது, முறைப்பிலேயே திரிவது, சக பெண்களையே ஒரு ஸ்டெப் மேலே நின்று பார்ப்பது, பஸ்ஸில் இடிப்பவனை ஓங்கி அறைந்துவிட்டு அதைப் பெருமிதமாக, பார்ப்பவர்களிடம் பகிர்ந்துகொள்வது... இப்படியாகப் போனது.

வேலைக்காக வீட்டைப் பிரிந்து இருந்த நாட்களில் அரைகுறைப் பெண்ணியம் பேசுபவர்களோடு நெருக்கமான நட்பில் இருந்தேன். இந்த லிஸ்ட்டில் ஆண், பெண் இரு தரப்புமே இருந்தார்கள். 'ச்சே... எல்லாரும் எங்கயோ இருக்காங்க. நாமல்லாம் இவங்ககிட்டயே வர முடியாது போல' எனத் தாழ்வு மனப்பான்மை வந்த காலகட்டம் இது. பெண்கள் மட்டுமே கலந்துகொண்ட பெண்ணியக் கூட்டங்களில், கூச்சமாக ஓரத்தில் நின்று வேடிக்கை

பார்ப்பேன். பெண்களின் தனிமனித சுதந்திரம் பற்றி அனல் பறக்கும் விவாதங்கள் நடக்கும். ஒருவழியாக நான் இப்படியாக முடிவு செய்தேன்... ‘தனி மனித சுதந்திரம்தான் பெண்ணியம்’. தனி மனித சுதந்திரம் என்பது நான் விரும்பிய எல்லாவற்றையும் செய்வது, அதனால் என்னைச் சார்ந்தவர்களுக்கு எந்தப் பாதிப்பு வந்தாலும் சரி. என் சுதந்திரம் என்பது ஆண் செய்கிற எல்லாவற்றையும் செய்வதும்கூட! ‘நீ இதெல்லாம் செய்றியே தப்பில்லையா?’ என அத்தனை நாள் ஆண்களிடம் கேட்டுக்கொண்டிருந்த எல்லாவற்றையும்தான்.

நான் ஃபெமினிஸ்ட் எனக் கருதிக்கொண்டிருந்த நாட்களில் என்னவெல்லாம் செய்தேன் என யோசித்துப் பார்க்கிறேன். பொட்டு வைக்க மாட்டேன், நகை போட மாட்டேன், முடியைக் கட்ட மாட்டேன் என ஓயாமல் வீட்டில் உள்ளவர்களோடு சண்டைதான். ‘நீ மட்டும்தான் ஊர் சுத்துவியா? நானும் சுத்துவேன்... போடா’ என்கிற ரீதியில் என் நிம்மதியையும் சுற்றியிருப்பவர்கள் நிம்மதி யையும் கெடுத்துக்கொண்டிருந்தேன். ‘நீ தூங்கும்போது நானும் தூங்கணும்னா, என்னோட உரிமை பத்தி உனக்குக் கவலையே இல்லையா?’ என்ற என் கேள்விகளை இப்போது நினைத்தால், எனக்கே பயமாக இருக்கிறது. பெண்ணியம் பற்றிய தவறான புரிதல் இதுதான். கயிறு இழுக்கும் போட்டி போல ஆண்களை எதிரே நிறுத்தி, பெண்கள் இந்தப் பக்கம் நின்றுகொள்கிறோம். ஆண்கள் இங்கே எதிரிகள்... அவர்களை வெற்றிகொள்வதே பெண்களின் இலக்கு!

தோழி ஒருவர் பெண்களின் சுதந்திரம் பற்றி அதிகம் எழுதுவார்; பேசுவார். அரைகுறைப் பெண்ணியப் புரிதல்கள் போல இல்லை. ‘என்ன வேணா செய்வேன் போடா’ டைப் இல்லை. வேலை, குடும்பம், சமூகம் என எல்லா மட்டங்களிலும் சம உரிமை கேட்பதுதான் பெண்ணியம். அதற்காக நடந்த நீண்ட நெடிய போராட்டங் களின் வரலாற்றை அறிந்தவர் அவர். ஆனாலும் அவரது ஆண் நண்பர்கள், அவரைப் பார்த்தாலே பயப்படுவார்கள். அவரோடு குடும்பம் நடத்தும் ஆணையும், உடன் இருக்கும் மகளையும் பார்த்துப் பயப்படுவார்கள். ஆனால் அந்தப் பெண்ணோ, குடும்பத்தில் அத்தனை பொறுப்பாக

இருப்பார். குடும்பப் பெண் என முத்திரை குத்தப்பட்ட எல்லா பெண்களையும்விடச் சிறப்பாக தன் மகளைக் கவனித்துக் கொள்வார். கணவருக்கும் மகளுக்கும் நல்ல தோழியாக இருப்பார். ஆனால், வீட்டுக் கதவைத் தாண்டினால், அவரது கனிவும் அன்பும் காணாமல் போய்விடும். 'ஆணாதிக்கவாதிகளே...' என்றுதான் பேச்சை ஆரம்பிப்பார். 'காலையில சாப்பிட வொய்ஃப் இட்லி குடுத்தாங்க' எனச் சொன்னால்கூட, திட்டிவிடுவாரோ என நண்பர்கள் திகைப்பார்கள்.

'பெண்ணியம்' என்ற வார்த்தையைக் கேட்டாலே ஆண்கள் ஏன் தெறித்து ஓடுகிறார்கள் எனக் கேட்டால், அதைப் பேசுகிற சில பெண்களைப் பார்த்துதான். 'என்

இஷ்டப்படி நான் வாழ்வேன்' எனச் சொன்னால், அது அவர்கள் உரிமை என விட்டுவிடலாம். ஆனால், இதுதான் பெண்ணியம் எனப் பொதுவாக எல்லா பெண்களைப் பார்த்தும் நாம் சொன்னால், தனக்காக ஒரு நிமிடம்கூட ஒதுக்க முடியாமல் நம் சமூக அமைப்பில் மூச்சுத் திணறும் சக பெண்கள் மேல் நமக்கு என்ன மரியாதை இருக்கிறது?

பெண்களை ஏன் ஆண்கள் புரிந்துகொள்ளவே மாட்டேன் என்கிறார்கள் என்ற ஆதங்கத்தில் நியாயம் இருக்கிறது. இதே சமூகத்தில் பெண்களைப்போலவே ஆண்களும் மூச்சுத் திணறிக்கொண்டுதான் இருக்கிறார்கள். இந்த சமூக அமைப்புதான் ஒருவனை ஆணாக வளர்த்தெடுக்கிறது என்ற புரிதல் நமக்கு இருக்கிறதா? தோழமை யோடு பேசிப் புரியவைப்பதற்குப் பதிலாக, 'உங்க பேஸ்ட்ல உப்பு இருக்கா?' பாணியில் உங்க மனசில ஆணாதிக்கம் இருக்கு என சுலபமாக ஸ்டாம்ப் குத்தி, ஆண்களை விலக்கி வைக்கிறோம். ஆண் இல்லாத உலகில் பயணப்படுவது பெண்களுக்கு எப்போதாவது சாத்தியமா? 'என்னால தனியா செய்ய முடியலை... கொஞ்சம் உதவி செய்ய முடியுமா?' எனக் கேட்பதற்குப் பதிலாக, 'ஏன் ஆம்பளையாவே நடந்துக்குறீங்க... உனக்கு மட்டும்தான் டாமினேட் பண்ணத் தெரியுமா? நானும் பண்றேன் பாரு' எனக் கிளம்பினால், அங்கு சமத்துவம் என்றேனும் வருமா? அரைகுறைப் பெண்ணியப் புரிதல்கள், ஆணிடம் புரிய வைப்பதற்குப் பதிலாக சண்டையிடுகிறது என்பதுதான் யதார்த்தம்.

நாகர்கோவிலில் மகளிர் சுய உதவிக் குழுக்கள் வந்த பிறகு, வீடுகளுக்குள் அடைந்துகிடந்த பெண்கள் வெளியே வந்து சற்று இளைப்பாறினார்கள். 'சாப்பாட்டை நீங்களே எடுத்துச் சாப்பிடுங்க. நான் மீட்டிங் போயிட்டு வர்றேன்' என கணவரிடம் சொல்லிவிட்டுக் கிளம்பிச் சென்றார்கள். 'இந்த வெள்ளிக்கிழமை கலெக்டர் ஆபீஸ்ல எனக்கு மீட்டிங் இருக்கு. பிள்ளைங்களை நீங்களே பார்த்துக்கோங்க' எனச் சொல்லிவிட்டு தன் வேலைக்காகக் கிளம்பிச் சென்றார்கள். அந்தக் கணவர்கள் அதற்கு மறுப்பு எதுவும் சொல்லவில்லை. சமைப்பதையும் பிள்ளைகளைப் பார்த்துக்கொள்வதையும் தவிர பெண்களுக்கு வேறு எதுவும் தெரியாது என

நினைத்துக்கொண்டிருந்த கணவர்கள்தான் அவர்கள். அவர்களைச் சம்மதிக்க வைத்ததில்தான் அந்தப் பெண்களின் வெற்றி இருக்கிறது. 'நீ மட்டும் வெளியே போகலாம்... நான் போகக் கூடாதா?' என இதற்காக அவர்கள் வீட்டில் சண்டையிடவில்லை. இந்தக் குடும்ப அமைப்புக்குள் இருந்த படிதான் போராட வேண்டும் என்ற யதார்த்தம் புரிந்தவர் களாக, கனிவாகப் புரியவைத்தார்கள். கனிவான வார்த்தை கள் எதைத்தான் சாதிக்காது?

திண்டுக்கல் எம்.எல்.ஏ தோழர் பாலபாரதியும், கேரளாவின் காடுகளுக்குள்ளே ஆதிவாசிகளுக்காகப் போராடும் சி.கே. ஜானுவும், மாதக் கணக்காகக் குழந்தைகளோடு அணு உலைக்கு எதிரான போராட்டப் பந்தலில் உட்கார்ந்திருக்கும் இடிந்தகரைப் பெண்களும்தான் நிஜமான பெண்ணிய வாதிகள். இவர்கள் ஃபேஸ்புக்கில் சண்டையிடவில்லை. 'துப்பட்டா போட்டா நீ அடிமை' எனப் பிரசங்கம் நடத்த வில்லை. ஒவ்வொரு நிமிடமும் பாலியல் வன்முறை நடந்துகொண்டிருக்கும் ஊருக்குள் உட்கார்ந்துகொண்டு, முத்தப் போராட்டத்துக்கு ஆதரவாக வாட்ஸ்அப்பில் படங்கள் பகிரவில்லை. ஆனால், களத்தில் நின்று சமூகத்துக் காகப் போராடினார்கள். இருண்ட வீடுகளுக்குள் இருந்து இன்னும் இன்னும் பெண்கள் தன்னைப் பின்னொற்றி நடக்கத் தூண்டினார்கள். தனது வாழ்வின் தடங்களில் இவர்கள் ஆண்களை வெறுக்கச் சொல்லித்தரவில்லை. அவர்களோடு இணைந்ததுதான் எந்தச் சமூக மாற்றமும் என்ற யதார்த்தத்தைப் புரிந்துகொண்டிருக்கிறார்கள்.

தன் மகனின் தூக்குக் கயிற்றை அறுக்கத்தான் அற்புதம் அம்மாள் போராட்டத்தை ஆரம்பித்தார். இந்த நெடிய போராட்டத்தின் தொடக்கம் மட்டுமே, அவரது சொந்த நலனுக்கானதாக இருந்தது. அதை மரண தண்டனைக்கு எதிரான மக்கள் இயக்கமாக மாற்றியதில் அவரது போராட்டம் சமூக நலனுக்கானதாக மாறிவிட்டது. தன்னுடைய சொந்த சோகங்களை, அதில் இருந்து கிடைத்த படிப்பினைகளை அவர் சமூகத்துக்கானதாக மாற்றினார். எங்கும் அவர் தன்னையோ, தன் சொந்த நலனையோ முன்னிறுத்தவே இல்லை. அற்புதம் அம்மாளைவிடச் சிறந்த பெண்ணியவாதி யாராக இருக்க முடியும்? 'நான் என்ன

நினைக்கிறேனோ அதைத்தான் செய்வேன். என் இஷ்டப்படி வாழ்வேன்' எனச் சொல்லும் ஒரு பெண்ணியவாதியையும் அற்புதம் அம்மாளையும் ஒப்பிட முடியுமா? ஒரு பெண் தன்னை நல்லவிதமாக வெளிப்படுத்தி தன்னை முன்னுதாரணமாக மாற்றிக்கொள்வதும், அதன் மூலம் சமூகத்தில் மாற்றங்களை உண்டாக்குவதும், தன்னையொற்றி பிற பெண்கள் வர வழிவகுப்பதும்தான் பெண்ணியம். மரண தண்டனைக்கு எதிரான சின்னமாக அற்புதம் அம்மாள் மாறியதைப்போல.

'குடும்ப அமைப்பு வேஸ்ட்' என அறிவுஜீவிகள் பேசிக் கொண்டிருக்கும்போதே, 'இருக்கலாம். ஆனா அதுக்குள்ள தான் நான் வாழ்ந்தாக வேண்டி இருக்கு' என்ற யதார்த்தம் புரிந்தவர்களாக... பொருளாதாரத்தில் தன்னை ஸ்திரப்படுத்திக்கொண்டு, தன்னைப் புரியவைக்கப் போராடியபடி, தன் விருப்பங்களை கொஞ்சம் கொஞ்சமாக மீட்டெடுத்து ஆணை வெறுக்காது, இயைந்து சமமாகப் பயணிக்கப் போராடும் சாதாரணப் பெண்கள்தான் யதார்த்தத்தில் பெண்ணியவாதிகள். ஏனெனில், அவர்கள் மூச்சுத் திணறலைப் பார்த்து விலகி கற்பனைக்குள் ஓடவில்லை. அதை ஒவ்வொரு தினமும் எதிர்கொண்டு வாழ்கிறவர்கள். அந்தப் பெண்களே நிஜமான பெண்ணியக் கனவைச் சாத்தியப்படுத்துவார்கள்!

32

அம்மாக்கள் பற்றி எழுதியதைப் படித்த ஒருவர் போன் செய்தார். 'என்னோட சின்ன வயசுலேயே என் அம்மா இறந்துட்டாங்க' என்றவர், மேற்கொண்டு பேச முடியாமல் அழ ஆரம்பித்தார். என்ன சொல்வது எனத் தெரியாமல் 'ஸாரி' சொன்னேன். அவர் தொடர்ந்து அழவே, பதற்றத்தில் தொலைபேசி தொடர்பைத் துண்டித்துவிட்டேன்.

ஓர் ஆண் அவ்வளவு சத்தமாக அழுவதைக் கேட்டது அதுவே முதல்முறை. உறவினரின் மரணத்தாலும், உடல்வலியைத் தாங்க முடியாமலும் ஆண்கள் அழுவதை அதற்கு முன்பு பார்த்திருக்கிறேன். ஆனால், இது அப்படி அல்ல. ஓர் ஆண் தன் துயரத்தை நேருக்கு நேராக என்னிடம் பகிர்ந்துகொள்ளும் அழுகை. அதுவும் நேரில் அறிமுகம் இல்லாத ஒருவர்.

ஆண் அழுததும் ஏன் எனக்குள் பதற்றம் உண்டாகிறது? ஆண் அழக்கூடாது என நான் நினைக்கிறேனா?

பெண் என்பவள் அடக்கமாக இருக்க வேண்டும் என்கிற எதிர்பார்ப்பின் மீது கேள்வி எழுப்பும் நாம், ஆண் கம்பீரமாக இருக்க வேண்டும் என்ற நம் எண்ணத்தைக் கேள்வி கேட்பதே இல்லை. 'அந்தப் பொண்ணு ஆம்பளை மாதிரி நடக்குறா' என, ஒரு பெண்ணைப் பற்றி ஆண்கள் சொன்னால், நமக்குக் கோபம் வருகிறது. 'அவன் பொண்ணு மாதிரி பிஹேவ் பண்றான்' என நாம் ஆண்களைக் கிண்டல் செய்வதும் உண்டு.

ஒரு பெண் எப்படி இருக்க வேண்டும் என இந்தச் சமூகம் சட்டம் போட்டு வைத்திருப்பதைப்போலவே, ஆண் எப்படி இருக்க வேண்டும் எனவும் சட்டம் இருக்கத்தான் செய்கிறது. சட்டத்துக்குள் இருப்பது, அனைவருக்கும் கடினமானது.

தொடரை எழுத ஆரம்பிக்கும்போது, 'பெண்களை, ஆண்கள் புரிந்துகொள்ள முயற்சிப்பதே இல்லையோ' என்ற ஆதங்கம் எனக்குள் இருந்தது. தொடரின் ஆரம்ப வாரங்களில் அந்த ஆதங்கம் வெளிப்பட்டிருப்பதை, அதை மீண்டும் வாசிக்கும்போது உணர முடிகிறது. வாசிக்கும் அத்தனை ஆண்களின் மனதிலும் பெண்கள் பற்றிய புரிதலை ஏற்படுத்திவிட வேண்டும் என்ற பேராசையும் இருந்தது. கூடவே, ஆண்கள் இந்த எழுத்தை ஒருநாளும் புரிந்துகொள்ளவே மாட்டார்கள் என்கிற அவநம்பிக்கையும் ஓர் ஓரமாக இருந்தது.

தொடர் பற்றி பெரும்பாலும் ஆண்களே என்னிடம் பேசினார்கள். 'பெண்கள், காதல்ல இதை எல்லாம் எதிர்பார்ப்பாங்கனு இதுவரைக்கும் எனக்குத் தெரியாம இருந்துச்சுங்க' என மனம் திறந்தனர். 'பெண்களே முன்வந்து முத்தம் குடுத்தா ஏன் பதறிப்போறீங்க?' என்ற வரியைப் படித்துவிட்டு, ஒரு நண்பர் இப்படிச் சொன்னார், 'பொண்ணுங்க ஃபர்ஸ்ட் முத்தம் கொடுத்தா, அதுவரைக்கும் கொடுக்காத நம்மளைப் பத்தி தப்பா நினைச்சிடு வாங்களோனு பயந்துக்கிட்டு இருந்தேங்க. அப்படி இல்லையா..?' என.

மெனோபாஸ் சமயத்தில் பெண்கள் சிடுசிடுவென இருப்பதை ஆண்கள் ஏன் புரிந்துகொள்ள மறுக்கிறார்கள்? பெண்களின் ஹார்மோன் பிரச்னைகளைப் பற்றி

இணையத்தில் தேடினாலே... கொட்டுமே. அப்படியெனில், உடன் வாழும் பெண்கள் பற்றி ஆண்களுக்கு அக்கறையே இல்லையா என்ற ஆதங்கம் எல்லா பெண்களையும் போலவே எனக்குள்ளும் இருந்தது. தொடர் படித்த வாசகர்களில் ஒருவர் மருத்துவர். 'நான் டாக்டரா இருந்தும், என் மனைவியோட உடல்நலச் சிக்கலைப் புரிஞ்சிக்கவே இல்லைங்க' எனப் பேச ஆரம்பித்தார். 'ஆண்களுக்கும் 40 வயசுக்கு மேல 'ஆண்ட்ரோபாஸ்'னு ஒரு பீரியடு இருக்குங்க. அந்தச் சமயத்துல அவங்க மனசுல நிறையக் குழப்பங்கள் வரும். காதல், கோபம், மன அழுத்தம் எல்லாமே வரும். 'நாப்பதுக்கு மேல நாய்க்குணம்'னு சொல்றது அந்த ஸ்டேஜ் தாங்க' என, அவர் தன் கருத்தைப் பகிர்ந்துகொண்டார். அப்படியான ஆண்களின் பிரச்னை பற்றி அன்று வரை நான் அறிந்திருக்கவே இல்லை.

'எனக்கு எத்தனை நண்பர்கள் இருக்கிறார்கள், அவர்களில் ஒருவர்கூட இந்தப் பிரச்னை பற்றி ஏன் பேசவே இல்லை' என ஆச்சர்யமாக இருந்தது. ஏனெனில், அவர்களுக்கே அவர்களைப் பற்றி தெரிந்திருக்கவில்லை. தனக்குள் என்ன நடக்கிறது என்பதையே அறிந்துகொள்ளாதவர்கள், உடன் இருப்பவர்களைப் பற்றி அறிந்துகொள்ள வேண்டும் என நினைப்பதெல்லாம் பேராசையிலும் பெரிய ஆசைதான்.

அப்படியெனில் 'சொல்லாமல் புரிந்துகொள்ளல்' என்பது ஆண்களிடம் இல்லாத ஒன்றா? இதற்கு 'ஆம்' என்றுதான் சொல்லவேண்டியிருக்கிறது. புரிதலின் ஆரம்ப கட்டத்தில் இருப்பவர்களிடம் போய், 'இதுகூடத் தெரியாதா?' என முகத்தில் அறைந்தாற்போல கேட்டால் என்ன ஆகும்? தெறித்து ஓடிவிட மாட்டார்களா? அதைத்தான் இத்தனை நாட்களாகச் செய்துகொண்டிருக்கிறோமோ எனத் தோன்று கிறது.

சந்தர்ப்பச் சூழ்நிலைகளால் பெண்கள்தான் காதலில் இருந்து வெளியேற வேண்டியிருக்கிறது. 'ஆசிட் அடிக்காமல், வார்த்தைகளால் சித்ரவதை செய்யாமல், எங்களின் இடத்தில் இருந்து எங்கள் பிரச்னைகளைப் புரிந்து கொள்ளும் ஆண்களை நாங்கள் நேசிக்கிறோம்' என ஒரு வாரம் எழுதியிருந்தேன். அதைப் படித்துவிட்டு ஒரு கல்லூரி

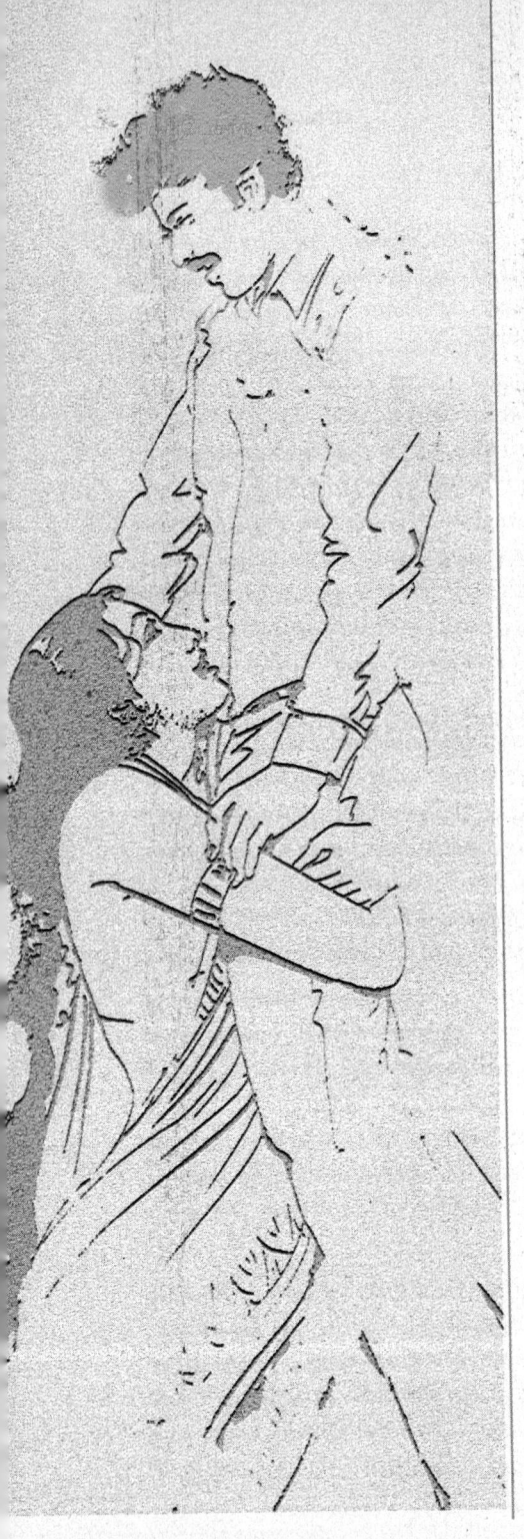

மாணவர் என்னிடம் பேசினார். 'என்னோட கேர்ள் ஃப்ரெண்ட் என்னை விட்டுட்டுப் போயிட்டா. அவ நிலைமை புரிஞ் சாலும், எனக்கு ரொம்ப ஹார்ட்டிங்கா இருந்தது. என் ஃபிரெண்ட்ஸைக் கூட என்னால நிமிர்ந்து பார்க்க முடியலை. 'எல்லாரும் என்னை வேஸ்ட்டுனு நினைப்பாங்களோ'னு தோணிச்சு. ஆனா, இந்தக் கட்டுரையைப் படிச்ச பிறகு என்னை நினைச்சு எனக்கே பெருமையா இருந்துச்சு. நான் அவளைத் தொந்தரவு பண்ணவே இல்லைக்கா. நான் செஞ்சது சரிதானே?' என, கலங்கிய குரலில் கேட்டார்.

நான் அந்தத் தம்பியின் இடத்தில் இருந்து யோசித்துப் பார்க்கிறேன். ஒரு பெண் தன்னை விட்டுச் செல்வது ஆணுக்கு இழுக்கு என்ற பின்புலத்தில் வளர்க்கப்பட்ட தம்பி அவன். முட்டை வடிவ வார்ப்பில் ஊற்றி வார்க்கப் பட்ட ஒருவன், சதுரமாக வெளிவர வேண்டும் என நினைப்பது நம் தவறுதானே? ஒரு கட்டுரை ஒருவரை தாழ்வு மனப்பான்மையில் இருந்து வெளியேற்றி

பெருமிதமாக உணரவைக்கிறது எனில், பெண்ணை வெற்றி கொள்வது மட்டுமே ஆணின் இலக்கு அல்ல என்பதை அவனிடம் எவருமே பேசியது இல்லையா?

இரவுகளில் தன் தேவைகள் நிறைவேறாமல் பெரும்பாலான பெண்கள் வெறுமையோடு தூங்கச் செல்கிறார்கள் என எழுதியிருந்த வாரத்தில், நிறையப் பெண்கள் அழைத்து, 'எங்க பெட்ரூம்ல உட்காந்து எழுதின மாதிரியே இருந்தது' என கம்பெனிக்கு ஆள் கிடைத்த சந்தோஷத்தைப் பகிர்ந்து கொண்டனர். 'எனக்குப் போதும்னா, என் வொய்ஃபுக்கும் அது போதும்தானேனு இவ்ளோ நாள் நினைச்சிட்டு இருந்தேன். அவளும் என்கிட்ட எதுவும் சொன்னதே இல்லை. அவ மனசுல என்ன இருந்துச்சுனு தெரிஞ்சுக்காம இருந்துட்டேன். 25 வருஷங்களா, என் மனைவிகிட்ட இதைப் பத்தி பேசணும்னுகூட எனக்குத் தோணினது கிடையாது. விகடனை என் கையில கொடுத்து, அவ படிக்கச் சொன்னப்ப, செருப்பைத் திருப்பிப் பிடிச்சுக்கிட்டு அடிச்ச மாதிரி இருந்துச்சு' என மிக நீண்ட கடிதம் எழுதியிருந்த ஒருவருக்கு என் அப்பாவின் வயது.

மிக அந்தரங்கமான படுக்கை அறையில் இதைக்கூட பேசாமல் ஒரு கணவனும் மனைவியும் வேறு என்ன பேசிக் கொண்டிருக்கிறார்கள், அதுவும் 25 வருடங்களாக? யோசித்தால் இதைப்பற்றி மட்டும் அல்ல, பேசவேண்டிய எதைப் பற்றியுமே அவர்கள் பேசிக்கொள்ளவில்லை எனத் தோன்றுகிறது.

கணவன், மனைவிக்குள் மட்டும் அல்ல... ஆண், பெண் வேறுபாட்டைக் களையக்கூடிய உரையாடல்கள் இன்னும் நிறையத் தொடங்கப்பட வேண்டும். பள்ளிகளில், வீடுகளில், அலுவலகங்களில், நட்புத் தளத்தில் எங்கும் இந்த உரையாடல்கள் தொடங்கினால், எவ்வளவு நன்றாக இருக்கும்?!

தனக்குப் பிடித்த எழுத்தாளரின் புத்தகத்தின் பிரதியை கையில் வைத்துக்கொண்டிருப்பதைப் பற்றி ஃபேஸ்புக்கில் ஒருவர் இப்படி பதிவிட்டிருக்கிறார். 'அட்டையைப் பிரிக்கும்போது, புது மனைவியை உரிப்பதுபோல் உணர்ந்தேன்' என. கோழிக்கடையில் நறநறவென ஒரு

கோழியை உரிக்கும் சித்திரம் ஒரு நிமிடம் மனதில் தோன்றி மறைகிறது. தொடரின் தொடக்க வாரங்களில் இதைப் படித் திருந்தால், கொஞ்ச நேரத்துக்கு கோபப்பட்டிருப்பேன். இந்த 32 வாரங்கள் தந்த அனுபவத்தில் அவரது மனநிலையைப் புரிந்துகொள்ள முடிகிறது. கோழியைப்போல் மனைவியை உரித்துத் தொங்கவிட மாட்டார் என நிச்சயமாக நம்பு கிறேன்.

முதல் இரவில்கூட சண்டைக்குப் போகும் சேவலைப்போல வெறியேற்றி, ஆண்களை அறைக்குள் அனுப்பும் ஊரில் ஓர் ஆண் இப்படி எழுதுவதில் எந்த ஆச்சர்யமும் இல்லை. ஆனால், இப்படியான வார்த்தைகளைப் படிக்கும் ஒரு பெண்ணின் மனதில் என்ன மாதிரியான விளைவுகளை, வருத்தங்களை அது ஏற்படுத்தும் என்பதை அவரும் புரிந்து கொள்ள வேண்டும் என ஆசைப்படுகிறேன். எல்லா தளங ்களிலும் நடக்கும் ஆண்-பெண் புரிதல் சார்ந்த உரையாடல் கள் அதைச் சாத்தியமாக்கட்டும்.

பெண்களின் ஆடை பற்றி எழுதியபோது, பெண்களின் காமம் பற்றி எழுதியபோது... 'பெண்களுக்குக் கொஞ்சம் சுதந்திரம் கிடைச்சா, ஆண்களை ஏறி மிதிச்சுட்டுப் போயிடுவாங்க. அதை நீங்க புரிஞ்சுக்கணும்' என்ற ஆற்றாமையோடு பேசப்பட்ட வார்த்தைகளையும் கேட்டேன். 'இந்தப் பொண்ணுங்க போயிட்டா, நாம என்ன செய்வோம்?' என ஆண்கள் பதறுவதைப் புரிந்துகொள்ள முடிகிறது. அதே பதற்றம் பெண்களுக்கும் இருக்கத்தான் செய்கிறது. வேலையில், பொருளாதாரத்தில் பெண்கள் ஆணின் நிலையைக் கடந்து செல்லலாம். ஆனால், அது எப்படி ஆணைக் கடந்து செல்வதாகும்? ஆணைப் புறக்கணித்துவிட்டு ஒரு பெண்ணால் எந்தத் தீவில் போய் வாழ முடியும்? ஆணும் பெண்ணும் இணையாமல் எந்த அற்புதங்களும் இங்கே சாத்தியம் இல்லை. அடக்கி வைக்கப்பட்ட ஒரு பெண் சடாரென வெளியேறும் போது, கொஞ்சம் வேகமாக, கொஞ்சம் தூரமாகத்தான் போய் விழுவாள். தனித்த பயணம் சாத்தியம் இல்லை என்பதை வெகு சீக்கிரம் அவளும் உணர்ந்துகொள்வாள்.

எங்களின் பயணத்தை உங்களை நம்பியே ஆரம்பித்தோம் நண்பர்களே. நீங்கள் இன்றி இந்தப் பயணம் சுவாரஸ்யம் அற்றது என்பதை உணர்ந்தே இருக்கிறோம். ஒளிவுமறைவு அற்ற வெளிப்படையான நம் பேச்சுக்கள் நம் சிக்கல்களைத் தீர்க்கட்டும். பரஸ்பரப் புரிதலுக்கு உரம் இடட்டும். எல்லா தளங்களில் இருந்தும் இந்தப் பேச்சுக்கள் ஆரம்பம் ஆகட்டும்.